வனபருகன்

M.அபுபக்கர் சித்தீக்

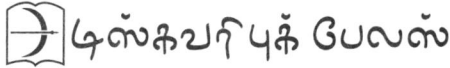

டிஸ்கவரி புக் பேலஸ்

#6, மஹாவீர் காம்ப்ளெக்ஸ், முனுசாமி சாலை,
(பாண்டிச்சேரி கெஸ்ட் ஹவுஸ் அருகில்)
கே.கே.நகர் மேற்கு, சென்னை-600 078.
பேச : 044 48557525, +91 87545 07070

வனபடுகன்
ஆசிரியர்: M.அபுபக்கர் சித்தீக்©

VANAPADUGAN
Author: M.Abubakkar Sithik©

First Edition: January –2021

ISBN: 978-93-89857-53-5
Pages: 168
Book Design: Discovery Team.

Discovery Book Palace (P) Ltd,
6, Mahaveer Complex, Munusamy Salai,
K.K.Nagar West, Chennai–600 078.
Mobile: +91 87545 07070

E–mail: **discoverybookpalace@gmail.com,**
Website: **www.discoverybookpalace.com**

Rs. 160

இந்த நூலில் பிரசுரமாகியுள்ள எந்த ஒரு பகுதியையும் பதிப்பாளரின் எழுத்து பூர்வமான முன்அனுமதி பெறாமல் எடுத்தாள்வதோ, மறுபிரசுரம் செய்வதோ, மொழியாக்கம் செய்வதோ, அச்சு மற்றும் மின்னணு ஊடகங்களில் மறுபதிப்பு செய்வதோ, காப்புரிமை சட்டப்படி தடை செய்யப்பட்டுள்ளது. இந்த நூலிலிருந்து குறிப்பிட்ட பகுதிகளை மேற்கோள்காட்டி புத்தக விமர்சனம் செய்ய, ஊடகங்களுக்கு மட்டும் அனுமதி உண்டு.

உங்கள் மொபைல் போனிலிருந்து ஸ்கேன் செய்து 'டிஸ்கவரி புக் பேலஸ்' மொபைல் ஆப்பை டவுன்லோடு செய்து, புத்தகங்களை வாங்குங்கள்.

மனித நாகரிகத்தின் எல்லை எது?

நாகரிகம் தோன்றுவதற்கு முன்பிருந்தே மலைகளிலும் காடுகளிலும், பறவைகளோடும் மிருகங்களோடும் சுற்றித்திரிந்த மனிதன், ஒரு காலகட்டத்தில் தண்ணீரையும் உணவையும் தேடி, தாங்கள் வாழும் வனத்தை விரிவாக்கி, ஆற்றங்கரைகள், ஏரிக்கரைகளில் தங்கள் குடிகளோடு வாழ்ந்தார்கள். தங்கள் இருப்பிடத்தைக் குடில்களாக மாற்றிக்கொண்டு, தனிப்பட்ட கலை, கலாசாரம், பண்பாடு என இன்றும் வனப்படுகைகளிலேயே வாழும் பழங்குடிகள் இந்தியா முழுவதும் இருக்கிறார்கள்.

ஆனால், இன்றைய மனிதர்கள், நாகரிக வளர்ச்சி என்ற பெயரில் தங்களுக்குள் ஒரு அதிகார அமைப்பை ஏற்படுத்தி, மலைகள், காடுகள், ஆறுகள், வனபடுகைகள், கனிமங்கள்... என அனைத்தையும் ஆக்ரமித்து, தங்கள் அதிகார எல்லைகளை விரிவு படுத்திக்கொண்டே செல்கின்றனர்.

இந்த அதிகார அமைப்பு, பழங்குடிகளின் வாழ்வாதாரத்தில் தலையிடும்போதுதான் பிரச்னை பூதாகரமாக வெடிக்கிறது. இதை மையமாக வைத்துப் பேசும் நாவல்தான் 'வனபடுகன்'. மலைக்காடுகள் இயற்கையாகத் தோன்றியிருந்தாலும், அதை முழுமையாகப் பாதுகாப்பது பழங்குடிகள்தான் என்பதை, ஆரம்பத்திலேயே மிகவும் நயமாக விவரிக்கிறார் அபுபக்கர் சித்தீக்.

மலையப்பன்கோயில் கொண்டாட்டத்தைப் படிக்கும்போது, ஒரு திரைப்படம் பார்ப்பது போன்ற உணர்வை ஏற்படுத்துகிறார். வனபடுகன், பெரியண்ணான், மூப்பு, அகத்தி, செவ்வந்தி, பூங்குழலி, எத்தன்... என வனத்தில் வாழும் வெள்ளந்தியான மனிதர்களும், அவர்களின் குணநலன்களும் எதார்த்தமாக அமைந்துள்ளது. இடையில் ஓர் இழையோடும் காதல், நம்மை வனத்துக்குள் சென்று வாழ்ந்துவிடத் தூண்டுகிறது!

திடீரென்று காட்டில் நுழையும் கலெக்டர், வனத்துறை, போலீஸ் போன்ற அதிகார அமைப்பினால் பழங்குடிகளுக்கு ஏற்படும் இன்னல்கள், மனித உரிமைமீறல்கள், பெண்கள் மீதான பாலியல் பலாத்காரம், வன்கொடுமைகள், துப்பாக்கிச்சூடு... என படிப்பவர்களின் ரத்தம் சூடேறுவதோடு, 'மனித நாகரிகத்தின் எல்லை எது?' என்று சிந்திக்கவும் வைக்கிறது இந்த நாவல்!

– பொன்ஸீ

முன்னுரை

பிரியத்துக்குரிய என் அருமை தமிழ்ச் சொந்தங்களே!

நாம் எழுதியுள்ள 'வனபடுகன்' என்ற இந்த நாவல், நம் தேசத்தின் பூர்வ குடிகளான ஆதிவாசி, பழங்குடிமக்களின் துயர் பேசும்.

பழங்குடிகளின் எந்த ஒரு குறிப்பிட்ட இனத்தையோ சமுதாயத்தையோ மட்டும் பேசுவதாக இருக்காது. தேசத்தின் பல பகுதிகளில் வாழும் பழங்குடிகளின் துயர் பேசுவதாகவே எழுதியுள்ளோம்.

இந்த நாவல், எமது கற்பனையால் எழுதப்பட்டது. அன்றாடம் நாளிதழ்களிலும் தொலைக்காட்சிகளிலும் நாம் பார்த்துக் கவலைகொண்ட பழங்குடிகளின் வலியைக் கடத்த முயன்றுள்ளோம்.

'வனம் - பழங்குடிங்களின் வாழ்விடம்',

'வனம் - பழங்குடிங்களின் ஜீவாதாரம்',

'வனம் - பழங்குடிங்களின் கலாசாரம்''

என அனைத்தும் வனத்தைச் சுற்றியே அமைந்துள்ளன. இப்படி அவர்களின் ஒட்டுமொத்த பிறப்பும் வாழ்வும் மரணமும் வனபடுகை சார்ந்தே இருக்கின்றன. அவர்கள் வனபடுகர்கள்.

அந்தப் பழங்குடிகள், தேசத்தில் வாழும் மற்ற மக்களுக்கு எந்தத் தீங்கும் விளைவித்ததாக இதுவரை செய்திகள் இல்லை. அது உண்மை என்றே நம்புகிறேன்.

அதேவேளை, அவர்களின் வாழ்விடங்களை ஆக்கிரமித்து, கலாசாரங்களை அழித்து, கடவுளாய் நினைத்து காலங்காலமாய் வசித்துவருகின்ற வனபடுகை காட்டில் 'உலாவ' தடைவிதித்து, பெண்பிள்ளைகளைக் கூட்டுப் பலாத்காரம் செய்து, எதிர்த்துப் போராடும் பழங்குடிமக்களைப் பயங்கரவாதிகளாய்ச் சித்திரித்து, சுட்டுப் படுகொலை செய்து... இப்படியான சொல்லில் அடங்கா பல துயரங்களைச் செய்வதில் 'நாகரிக மனிதர்கள்' செய்யும் அக்கிரமங்களைச் சொல்லிக்கொண்டே போகலாம்.

மிருகங்கள், பறவைகள், விட்டில்பூச்சிகள், எறும்புகள், தேனீக்கள்... என எந்த இனமாக இருந்தாலும் அது சாதுவாகவோ அல்லது வேட்டையாடியோ உணவைச் சேகரித்து வாழும். தான் வாழும் வசிப்பிடங்களையோ, கூட்டையோ அல்லது தான் சேகரித்து வைத்துள்ள உணவுகளையோ தட்டிப்பறிக்க முயன்றால் தடுக்கவே முற்படும். மீறினால் தாக்கவே செய்யும். இது எதார்த்த இயல்பாகும்.

ஆனால், பழங்குடிமக்களால் காலங்காலமாய்க் கட்டிக் காப்பாற்றப்பட்ட வனத்தையும், அதனைச் சுற்றியுள்ள கனிமங்களையும், ஆளுகின்ற ஆட்சியாளர்கள் கொள்ளையடிக்க முனையும்போது, ‘எதிர்த்துப் போராடக்கூடாது... கேள்வி எழுப்பக்கூடாது... வனத்தைவிட்டு வெளியேறு என்று சொன்ன வுடன் மறுக்காமல் வெளியேற வேண்டும்’ என எழுதப்படாத சட்டத்தை நடைமுறையில் வைத்துள்ளனர் நமது ஆட்சியாளர்கள். இதற்கு எந்த அரசும் விதிவிலக்கு அல்ல.

இப்படி, பழங்குடிகள் சந்திக்கும் ஜீவாதார பிரச்னைகளை மையப்படுத்தி இந்த நாவலை எழுதியுள்ளோம்.

நாம் நேரடியாக பழங்குடிகள் வசிக்கும் பல பகுதிகளுக்குச் சென்றதிலும், பழங்குடிகள் சம்மந்தமான பல நூல்களை வாசித்ததிலும் ஒன்று மட்டும் புலப்படுகின்றது.

அவர்கள் தங்களின் சொந்த அடையாளத்துடனே வாழ விரும்புகின்றனர். ஆனால், சமவெளிமக்கள் பலரிடம் பேசும் போது, ‘பழங்குடிகளை நவீனப்படுத்த வேண்டும்!’ என்கின்றனர்.

எப்படியென்றால், ‘அவர்களை வெளியுலக மக்களோடு இரண்டறக் கலக்கச் செய்யவேண்டும். இணையதள வசதி செய்து தரவேண்டும். அவர்களின் நடை, உடை, பாவனை என அனைத்தும் மாற்றியமைக்கப்பட வேண்டும். மொத்தத்தில் அவர்களை நாகரிக மனிதர்களாக மாற்றியமைக்க வேண்டும்’ என்கின்றனர். கண்டிப்பாக அவர்களுக்குக் கற்றுத்தர வேண்டும்; மாற்றியமைக்க வேண்டும். அதில் எமக்கும் மாற்றுக்கருத்து இல்லை.

ஆனால், நாம் முன்வைக்கும் மாற்றம் என்பது இன்றைய நவீன உலகில் மோசமான ஆட்சியாளர்களின் அதிகார அத்து மீறல்களை எதிர்த்துப் போராட கற்றுத்தர வேண்டும். உயர்தர கல்வி தரப்பட வேண்டும். (பல பழங்குடிகள் கிராமங்களில் உள்ள ‘உண்டு உறைவிடப் பள்ளிக்கூடங்கள்’ கூட தகுந்த பராமரிப்பின்றி மூடப்பட்டுக் கிடக்கின்றன). சட்டப் போராட்டங்களைக் கற்றுதர வேண்டும். சுகாதாரமான உயர் மருத்துவ வசதிகள் கிடைக்கச்

செய்ய வேண்டும். பழங்குடிகள் பெரும்பாலும் வனத்துறையில் கடைநிலை ஊழியராக மட்டுமே பணியமர்த்தப்பட்டுள்ளனர். அதைத் தாண்டி அரசுத்துறைகளில் உரிய வேலைவாய்ப்புகளை உருவாக்கித் தரவேண்டும். அரசியலிலும் விகிதாச்சாரத்துக்குரிய பிரதிநிதித்துவம் தரப்பட வேண்டும். அவர்கள் வாழ்விடங்களான வனத்தையும் மலைகளையும் கலாசாரத்தையும் ஆக்கிரமித்து அழிப்பதை விடுத்து, அது அவர்களுக்கு உரியதே என்பதை நாம் உறுதிப்படுத்த சட்டம் இயற்றவேண்டும். அதுவே, நாகரிக மனிதர்களாகிய நாம் அவர்களுக்குச் செய்யும் ஆகச்சிறந்த உதவியாகும். அதுவே நாகரிகம்.

அதைவிடுத்து அவர்களது நிலத்தை ஆக்கிரமித்து, எதிர்த்துப் போராடுபவர்களைச் சுட்டுப் படுகொலை செய்துவிட்டு அதை நியாயப்படுத்த முயன்றால், அப்படியான படுகொலைகள் ஒரு போதும் முற்றுப்பெறாது. அந்த நிகழ்வுகள் பசுமரத்து ஆணியாய் நினைவில் தங்கி, பலி தீர்க்கவே முனையும். பழங்குடிகளான நம் மூத்த குடிகளின் வாழ்விடங்களும் உரிமைகளும் பறிக்கப்படும் போது, சக மனிதர்களாகிய நாம் உரத்த குரல் எழுப்ப வேண்டும்.

'வனபடுகன்' நாவல், நிறைய தளங்களில் பழங்குடிகளின் வலியைப் பேசும் என்று நம்புகிறேன்.

இந்த நாவலை எழுதப் பேருதவி புரிந்த என் அருமை மகளார் சுமையா பேகம் அவர்களுக்கும், எனக்கு எழுத ஆர்வமூட்டி, பெரும் உதவி செய்து, நூலை வெளிட்ட 'டிஸ்கவரி புக் பேலஸ்' நிறுவனர், தோழர் வேடியப்பன் அவர்களுக்கும், தட்டிக்கொடுத்து ஊக்கப்படுத்திய அனைத்து நல்ல உள்ளங்களுக்கும் நன்றியைத் தெரிவித்துக்கொள்கிறேன்.

அன்புடன்,
M.அபுபக்கர் சித்தீக்

பகுதி 1

மலை கிராமம் - வண்ணாத்திப்பாறை

கிழக்கு வானத்தின் ஓரத்தில் கருமேகங்கள் ஒன்றுகூடி இருட்டிக்கொண்டு ஆனந்தக் கூத்தாட ஆரம்பித்த நேரம், கனத்தக் காற்று வீச்சின் காரணமாய் மேற்குத்தொடர்ச்சி மலையே ஆர்ப்பரிக்கத் துவங்கியது!

காட்டின் கதாநாயகர்களான பனைமரக் கூட்ட மெல்லாம், காற்று வீச்சின் வேகத்தால் ஒன்றோடு ஒன்று மோதி அகோரச் சத்தம் எழுப்பியவண்ணம் இருந்தன. ஒரே நேரத்தில் நூற்றுக்கணக்கான பனை மட்டைகள் சடசடவென மரத்தை உரசிக்கொண்டு விழும் சத்தம், பனைஓலையில் தொங்கிக் கொண்டிருக்கும் தன் கூட்டையும் குஞ்சுகளையும் முட்டைகளையும் காக்க அபயக்குரல் எழுப்பிய வண்ணம் கார்மேகக் கருக்கலில் காற்றோடும், பனை யோடும் தன் இருப்பிடத்துக்காகப் போராடிக் கொண்டிருந்தன, ஆயிரக்கணக்கான தூக்கணாங் குருவிகள் கூட்டம்.

மேற்கே, ஆதவன் செந்நிறக் கதிர்களால் கிழக்கே மிரட்டிக்கொண்டிருக்கும் கருமேகங்களோடு வெகு நேரம் போராடித் தோற்றுப்போய் மங்கலாய் மறையத் துவங்கினான். காற்று கூவிக் கேட்டிருப்பீர். இதோ மேற்குத் தொடர்ச்சி மலையின் வனக்காட்டில் வெறித் தனமாய் ஆடி மகிழ்கிறான் தென்மேற்குப் பருவக் காற்று. ஆயிரக்கணக்கான மரங்களும் செடிகளும் கொடிகளும் தனது கிளைகள் முறிந்து விழுவதுகூடத் தெரியாமல் ஒன்றிணைந்து ஆடி மகிழும் காட்சி இயற்கையின் பேரழகு!

வெகுநாளாய் காணாத தன் காதலனைக் கண்டதைப் போன்று மலையரசிகள், கருமேகங்களுடன் ஆயிரக் கணக்கான அடி உயரத்திலே கட்டி உருளும் காட்சியை நரிகள் ஊளையிட்டுக் கொண்டாடின. புலிகளும், புள்ளிமான்களும் பாறைகளின் மீது அமர்ந்து தன்னை மறந்து ரசித்துப் பார்த்துக்கொண்டிருந்தன.

பாறையின் மீதிருந்து காட்டைப் பார்க்கும் விலங்குகளுக்கு மிரட்சியும் குழப்பமும் மேலோங்கி இருந்தது. ஒடிந்து விழுந்த மரக்கிளைகளும், பனைஓலைகளும், காய்ந்த சருகுகளும், பட்டுப் போன மரங்களும் காட்டில் நாலாபுறமும் தூக்கி எறியப்பட்டு, மனிதர்கள் வாழ் பூமியைப் போன்று கலவரமாய் காட்சியளித்தது, சொர்க்கபூமியான வனம்.

இதோ... வனத்துக்கு நெருங்கிய மற்றொருவன் வருகிறான். ஆம், மண்ணைப் புரட்டியவனாக மண்வாசனையைக் கிளப்பிய வண்ணம் வருகிறான். மேற்குத் தொடர்ச்சி மலைக்காட்டில், மழை பொழியத் துவங்குகிறது.

வனத்தில் இருக்கும் பறவைகள் தன் இறக்கைகளை விரித்து அலகினால் கோதிக்கொண்டிருக்க, விலங்குகள் தன் குட்டிகளுடன் வீதியில் இறங்கி ஆனந்த உல்லாசக் குளியல் போடத் துவங்கின.

இலட்சக்கணக்கான வெளிநாட்டுக் கொக்குகளும், பூர்வ குடியான நாரைகளும், மேற்குத்தொடர்ச்சி மலையின் சிம்மா சனத்தில் பரவிக்கிடக்கும் ஏரியைச் சுற்றி பெய்யும் மழையில் தன் சகாக்களுடன் வலம்வந்துகொண்டிருந்தன.

கண்ணாடி போன்ற ஏரியின் தண்ணீர் இப்போது சாம்பல் நிறமாய்க் காட்சி தருகிறது. தண்ணீருக்குள் நெட்டையும், குட்டையுமாய் அழுகி, சாய்ந்து கிடக்கும் மரங்களில் ஊதா நிற மீன்கொத்திகள் மழைப் பொழிவிலும் அமைதியாய் அமர்ந்து இருந்தன மீன்களை எதிர்பார்த்து.

ஏரிக்கரையின் ஓரங்கள் பச்சைப்பசேல் என பசுமையாய்க் காட்சியளிக்க, பச்சைப் புற்கள் அசைந்தாடிக்கொண்டிருக்க, கரையோர கருவேலமரங்களின் உச்சியிலே ஆயிரக்கணக்கான கொக்குகள் பறக்கவும், அமரவும் என பேரிரைச்சல் எழுப்பிக் கொண்டிருந்தன. அந்தக் கருவேலமரங்களின் அருகில் இருக்கும் பசுமை போர்த்திய பூமிப் பரப்பில் நூற்றுக்கணக்கான எருமை மாடுகள் மேய்ந்துகொண்டிருக்க, அதில் சில மாடுகள் ‘எருமை மாட்டில் மழை பெய்ததுபோன்று நின்றன’ தன் மூக்கை உயர்த்தியபடி மழைத்துளிகள் முகத்தில் விழ உலகையே மறந்து களிமண் சிலைகளாய்க் காட்சி தந்தன, மேற்குத்தொடர்ச்சி மலையின் பூர்வகுடி எருமைமாடுகள்.

அதோ... அந்த மழையிலும் தூரத்தில் ஒரு பெரியவரும், அவரது பேத்தியும், எருமைகளை இருபுறங்களிலும் இருந்து ஆள் உயர தடியைக் கொண்டு, அவசரஅவசரமாய் மேய்ச்சல் இடத்தைவிட்டு சுமார் ஒன்றரைக் கிலோமீட்டர் தொலைவில்

இருக்கும் மலை கிராமமான வண்ணாத்திப்பாறையை நோக்கி மாடுகளை விரட்டுகின்றனர். காற்று, மழையின் சப்தங்களுக்கு மத்தியில் நூற்றுக்கணக்கான எருமைகள் ஓடும் காலடிச் சப்தத்தில் ஆயிரக்கணக்கான கொக்குகளும், பறவைகளும் சிறகடித்துப் பறக்கத் துவங்கின. காடும், ஏரியும் இருள் சூழ ஓர் அசாதாரண பயம் தொற்றிக்கொண்டதுபோன்று அமைந்தது அந்நேரம்.

காட்டுக்குள் மேய்ச்சலுக்குச் சென்ற எருமைகள் எல்லாம் பர பரக்க சாரல் மழையில் நனைந்தவண்ணம் மாடுகளை அடைக்கும் மாட்டுப்பட்டியை நோக்கி ஓடோடி வருகிறது. கிராமத்துப் பெண்கள் சிலர் பஞ்சாரத்துடன் கோழிகளை அடைக்கும் முயற்சியில் ஈடுபட்டிருந்தனர்.

மாலை மறைந்துபோய் இருள் கவ்வத் துவங்கியது. பழங் குடிமக்கள் தங்களின் கூரை வீடுகளுக்குள் அடைக்கலம் புகுந்து சீமையெண்ணெய் விளக்குகளைச் சரிசெய்து திரியை எரியவிடத் துவங்கினர், காற்றும், மழையும் ஒருசேர அடித்து கூரை வீட்டின் முகட்டுக் கீற்றுகளைத் தூக்கின. இவ்வளவு மழையிலும், கும்மிருட்டிலும் மேய்ச்சலுக்குச் சென்ற ஆடு, மாடுகளை ஓட்டிக்கொண்டு கிராமவாசிகள் படபடக்க வந்து கொண்டிருக்கின்றனர்.

கிராமத்தின் சிறிய மலைக்குன்றின் அருகில் இருக்கும் மாட்டுப்பட்டியில் தங்கள் மாடுகளை எல்லாம் அடைத்துவிட்டு பட்டியருகில் அமைந்துள்ள கூரை வீட்டுக்குத் தொப்பத்தொப்ப நனைந்தபடி கையில் கஞ்சிச்சட்டியைப் பிடித்துக்கொண்டு ஓட்டமும்நடையுமாய் வந்துசேர்ந்தாள் பூங்குழலி. கடும் காற்றால் ஆடிக்கொண்டிருந்த கூரைவீட்டின் வெளியே, ஓர் ஓரமாய் குளிப்பதற்காக மூன்று புறமும் கீற்றால் அமைக்கப்பட்டிருந்த சிறிய இடத்தில் நனைந்துபோன துணிகளை மாற்றி, தங்கள் கூடாரத்துக்குள் நுழைந்து விளக்கேற்றிய நேரம், தன் தாத்தா அகத்தி மாடுகளை முழுவதுமாய் பட்டியில் கட்டி, தண்ணீர் வைத்துவிட்டு, மழைக்குத் தலையிலே சணல் சாக்கைப் பிடித்த வண்ணம் கூடாரத்துக்கு வந்துசேர்ந்தார். வாசலில் நிற்கும் மலை வேம்புமரத்தில் ஈரத்துடன் காத்திருந்த கோழிகள் தன் வீட்டாரைப் பார்த்தவுடன் மரத்திலிருந்து குதித்து, கூடாரத்துக்குள் நுழைந்தன.

ஆடு, மாடு, எருமை, கோழி, ஏரி, காடு, விலங்குகள், பறவைகள் என அனைத்துடனும் ஒன்றிணைந்து வாழும் மாமனிதர்கள் வசிக்கும் ஒரு கிராமம்தான் மேற்குத்தொடர்ச்சி மலையின் வண்ணாத்திப்பாறை.

பகுதி 2 - உட்பிரிவு 1

மலையப்பனுக்கு சித்திரைத் திருவிழா

வண்ணாத்திப்பாறை பழங்குடியின பூர்வகுடிகளால் வெகு விமரிசையாய் வருடம்தோறும் கொண்டாடப்படும் திரு விழாதான் மலையப்ப சுவாமி திருவிழா. வண்ணாத்திப்பாறை பழங்குடியின மக்களை மலையப்பன்தான் காப்பாற்றுகிறான் என்று நம்புகின்றனர். சித்திரா பௌர்ணமி அன்று வண்ணாத்திப் பாறையைச் சுற்றி இருக்கக்கூடிய பன்னிரண்டு கிராமங்களில் வசிக்கும் எட்டுக்கும் மேற்பட்ட வெவ்வேறு பழங்குடியினக் குழுக்கள் கூடுவார்கள். வெவ்வேறு விதமான காணிக்கையை மலையப்பனுக்குச் செலுத்திக் கொண்டாடி மகிழ்வார்கள். தங்கள் நிலங்களில் விளைவிக்கப்பட்ட தானியங்களைப் படைத்து, ஆடு, மாடு, எருமைகளை அறுத்து, பலியிட்டு மகிழ்வார்கள். வண்ணாத்திப்பாறையில் மலையப்பன் கோயில் உள்ளதால், இம்மக்களுக்கு மலையப்பன்தான் குலதெய்வம். அதே சமயம் மலையைச் சுற்றியுள்ள பன்னிரண்டு கிராம மக்களுக்கும் வெவ்வேறு குலதெய்வங்கள் உண்டு என்றாலும், வருடத்தில் ஒருநாள் மலையப்பனுக்குக் காணிக்கை செலுத்த அனைத்து இனக்குழுக்களும் வருவர். திருவிழாவுக்கு வருகிற அனைத்து மலைவாழ் மக்களையும் விருந்தாளியை உபசரிப்பதுபோல் உபசரித்து அனுப்புவதை வண்ணாத்திப்பாறை மக்கள் மலை யப்பனுக்கு செய்யும் காணிக்கையாகவே கருதினர்.

திருவிழாவுக்கு ஏழு தினங்களுக்கு முன்னர், ஊர் எல்லையில் ஊர்மக்கள் ஒன்றுகூடி முப்பது அடி உயரம் கொண்ட பிரமாண்டமான மரத்தில் மஞ்சள் தடவி, மரத்தின் மேல் முனையில் மாமரத்தின் இலை, பூ, தேங்காய் ஆகியவற்றைக் கட்டி, சாங்கியம் பார்த்து ஊரே சேர்ந்து காப்பு மரத்தை நட, 'வனபடுகன்' என்ற மூப்பு (தலைவர்) தேங்காய் உடைத்து, காரியங்களைச் செய்துவிட்டு மக்கள் மத்தியில் உரையாற்றத் தொடங்கினார்:

"நம்ம ஊரில் காப்பு மரம் ஏத்தியாச்சு. உள்ளூர் ஆளுங்க வெளியே போகக் கூடாது. வெளியூர் ஆளுங்க ஊருக்குள்ள வந்தாங்கன்னா பொழுது சாயும்காட்டி ஊர் எல்லையைவிட்டு

வெளியேறணும். மீறித் தங்கினா திருவிழா முடியும்வரை அவர்களும் ஊரத் தாண்டக் கூடாது.

எருமை மேய்க்க, தேன் எடுக்க, கிழங்கு எடுக்க, வேட்டைக்குப் போற ஆம்பளைங்க காப்புமர நிழல் மசங்கும் காட்டியும் மந்தைக்கு வந்துரணும்.

ஆம்பள, பொம்பள வீடுகூடக் கூடாது, அறுத்து உண்ணக் கூடாது, கள்ளு, சாராயம் தொடக் கூடாது. இந்தக் கட்டுப்பாடு காப்பு இறக்கிறவரைக்கும் நடைமுறையில் இருக்கும். திரு விழாவுக்கு வரும் பழங்குடிக நம்ம விருந்தாளிங்க. அவர்களை நல்லபடியா உபசரித்து அனுப்ப வேண்டியது நமது கடமை. முக்கியமான விசயம் எக்காரணத்தைக் கொண்டும் வேட்டு போடக் கூடாது. குறிப்பா திருவிழா அன்று வெளியாட்கள் ஏரிக்கரைக்குப் போகக் கூடாது" என்று ஊர் மூப்பு பேசி முடிக்க, திருவிழாவுக்கு காப்பு மரம் ஏறிய சந்தோஷத்தில் பழங்குடிகள் ஆரவாரமாய் கலையத் தொடங்கினர்.

மலையப்பனுக்குப் பௌர்ணமி அன்று திருவிழா கொண்டாட்டம் ஆரவாரத்துடன் துவங்கியது.

பௌர்ணமி நாள் காலைமுதலே களைகட்ட துவங்கியது. மலைப்பாதைகள் அனைத்தும் எருமைகள், காளைகள் பூட்டிய கூட்டுவண்டிகளில் குடும்பம்குடும்பமாய் மக்கள் வரத் துவங்கினர்.

பழங்குடிமக்கள், தலையில் தங்கள் நிலத்தில் விளைந்த தானியங்களைச் சுமந்தபடி, சிறுசிறு குழுக்களாய் ஒற்றையடிப் பாதையில் காட்டுயிர்கள் தாக்காவண்ணம் தப்படித்து சப்தம் எழுப்பியபடி, மலையப்பனைப் போற்றிப் பாடியபடி வரத் தொடங்கினர்.

வண்ணாத்திப்பாறையில் ஆடு, மாடு, எருமைகள் எல்லாம் குளிப்பாட்டப்பட்டு கழுத்திலே இலை, பூக்களால் ஆன மாலை கட்டி, கால்நடைகளுக்கு மரியாதை செலுத்தினர்.

ஊர் மந்தை அருகில் மலையப்பன் கோயிலில் உள்ள பிரமாண்டமான அரசமரத்தடியில் பலியிடப்படும் ஆடு, மாடு, எருமைகளைச் சமைக்க ஏதுவாக எல்லாத் தயாரிப்புகளும் செய்து முடித்திருந்தனர்.

பௌர்ணமி இரவு தொடங்கியது. பன்னிரண்டு கிராமத்துப் பழங்குடியினர்களும் ஒன்றுகூடியுள்ளனர்.

பொழுது சாய்ந்து வானம் கருக்கத் துவங்கிய நேரம் ஒவ்வொரு பழங்குடியினக் குழுக்களும் தனித்தனியே தாங்கள் கொண்டுவந்துள்ள தானியங்களையும், பலி பிராணிகளையும் மலையப்பன் முன் வைத்து வழிபாடுசெய்தனர்.

வழிபாடு முடிந்தவுடன் வண்ணாத்திப்பாறை மூப்பு அவர்களிடம் தானியங்கள் நிரப்பிய ஓலைப்பெட்டியைத் தந்தும், அந்தந்தக் குழுக்களின் வசதிக்கு ஏற்றார்போல கோழியோ, ஆடோ, மாடோ, அல்லது எருமையோ ஒன்று அல்லது ஒன்றுக்கு மேற்பட்டவைகளைக் கொடுத்தார்கள். இது தொன்று தொட்டு வரும் ஐதீகம்.

ஒவ்வொரு குழுவும் வழிபட்டவுடன், அறுத்து பலியிட்டு அங்கேயே தனித்தனியே சமைக்கத் துவங்கிவிடுவார்கள் .

இப்படியே இரவின் நடுநிசிவரை பன்னிரண்டு கிராமத்தைச் சேர்ந்த எட்டு குழுக்களுக்கும் தனித்தனியே விருந்து நடக்கும். அதே சமயம் வண்ணாத்திப்பாறை பழங்குடிகள் மட்டும் அனைத்து குழுக்களின் வழிபாடு முடித்து அவர்கள் வழங்கிய தானியங்கள், பலி பிராணிகள், தேன் போன்ற அனைத்தையும் ஒன்றுசேர்த்து இறுதி வழிபாட்டை மலையப்பனுக்குச் செலுத்துவர். பிறகு எல்லாருடைய தானியங்களையும், பலி பிராணிகளையும் பலி யிட்டு ஒன்றாக்கி மலையப்பன் வாசலில் வைத்து சமைக்கத் துவங்குவர்.

அவரவர், தனித்தனியே சமைத்ததை அன்று இரவே உண்டு மகிழ்வர். வண்ணாத்திப்பாறை பழங்குடியினரால் ஒன்றிணைக்கப் பட்டு, சமைத்த உணவை மட்டும் தங்கள் கிராமங்களுக்கு மலையப்பன் சோறு என்று வீடுகளில் இருக்கும் வயதுவந்த பெண் பிள்ளைகள், மற்றும் வர இயலாத பெரியோர்களுக்குக் கொண்டுசெல்வது வழக்கம்.

மற்றொரு புறம் மலைவாழ் தொல்பழங்குடியான காட்டு நாயக்கர் சமூகத்தவரால் எல்லா இனக்குழுக்களையும் போற்றிப் பாடும் கலைநிகழ்ச்சி நடைபெற்று, அவரவர் கலாசார உடை யணிந்து ஒன்றுசேர்ந்து ஆடுவது வழக்கம்.

அதிகாலை வானம் வெளிறத் துவங்கிய நேரம் பிரமாண்டமான சந்தை தொடங்கும். ஒவ்வொரு சமூகமும் கொண்டுவந்திருக்கும் பொருட்களைப் பண்டமாற்று முறையில் பரிமாறிக்கொள்ளும். சில குழுக்கள் மூங்கிலைக் கொண்டு கூடை, மீன்பிடி வலைகள்,

முறம், பஞ்சாரம் என பலவிதமான தாங்கள் செய்த பொருட்களை கொண்டுவந்து இருப்பர்.

அதேபோல் வேறொரு பழங்குடிச் சமூகம் தாங்கள் செய்த மண்பானைகள், கைவினைப் பொருட்கள், கோரையால் ஆன தட்டி, பாய் எனக் கொண்டுவருவர். மிளகு, ஏலம், வெற்றிலை, மஞ்சள், கிராம்பு போன்றவற்றை ஒரு சமூகம் கொண்டுவரும்.

மலைத்தேன், கம்பு, கேழ்வரகு, தினை, குதிரைவாலி, சோளம். கம்பளி போர்வை மலைசார்ந்த பொருட்கள் இச்சந்தையில் கிடைக்கும். பிரமாண்டமாய் நடைபெறும் இப்பண்டமாற்று முறையிலான வணிகம் பழங்குடிகள் மத்தியில் பிரசித்திப் பெற்றவை. அவர்களை ஒன்றிணைக்கும் இத்திருவிழாவைப் பழங்குடிகள் மத்தியில் பல நூறு ஆண்டுகளுக்கு முன்பே மூதாதையர்கள் ஏற்படுத்திவைத்திருந்தனர்.

மலையில் இப்படியான பிரமாண்ட ஒன்றுகூடல் வருடத்தில் ஒரே முறைதான் நடக்கும். இறுதியாக சாமியாடி மூலம் மலையப்பன் உத்தரவுபெற்று கோயில் வாசலில் தீ பந்தம் ஏற்றப்பட்டு நள்ளிரவுவரை எரிய வைக்கப்படும். அனைத்து கிராமவாசிகளும் பந்தம் ஏற்றிய பின், மலையைவிட்டு வெளியேறி தங்கள் கிராமங்களுக்குச் சென்று, அவரவர் கிராமங்களில் ஏற்றியுள்ள காப்புமரங்களை இறக்கவேண்டும். இதுதான் வழமையாக இருந்துவருகிறது. திருவிழா முடிந்து அனைத்துப் பழங்குடி மக்களும் சந்தோஷமாகத் தங்கள் கிராமங்களுக்குக் கிளம்ப தயாராயினர்.

பந்தத்தை வண்ணாத்திப்பாறை மூப்பு ஏற்றும்போது, சற்றும் எதிர்பாராத விதமாகப் பந்தம் பற்றவைத்த உடனேயே அணைந்து போனது.

வந்திருந்த அனைத்து மக்களுக்கும் பெரும் அதிர்ச்சி ஏற்பட்டது. இதுநாள்வரை இப்படி நடந்ததே இல்லை. ஏதோ பெரிய ஆபத்து நம்மை நெருங்குவதாகவே எண்ணினார்கள். உடனடியாக வண்ணாத்திப்பாறை மக்களுக்கு நன்றி தெரிவித்து அனைத்து குழுக்களும் வண்ணாத்திப்பாறை மலையைவிட்டு அவசரஅவசரமாய் வெளியேறினர். மலையப்பன் திருவிழா இறுதியில் பெரும் பதற்றத்துடனே முடிவுற்றது.

பகுதி 2 - உட்பிரிவு 2

வண்ணாத்திப்பாறை பழங்குடிகளுக்குள் அச்ச நிலை ஏற்பட்டது. திருவிழா முடிந்த மறுநாள் லட்சக்கணக்கில் பறவைகள் வருகைதரும் ஏரிக்கரையில் பறவைகளுக்கு 'மலையப்பன் சோறு' என்று தானியங்களால் செய்த உருண்டைகளை வழங்கி மகிழ்வது வழக்கம். வெகு விமரிசையாய் நடக்கும் அந்த நிகழ்வும் கனத்த இதயத்துடன் செய்துமுடித்தனர் வண்ணாத்திப்பாறை மக்கள்.

ஊர் பெரியவர்கள் மூப்பு வீட்டில் கூட்டம் கூட்டினர். அக்கூட்டத்தில் பூங்குழலி மற்றும் பூங்குழலியின் தாத்தா அகத்தியும் இருந்தனர். மூப்பு பெரும்பாலும் முக்கியமான ஆலோசனைகளை அகத்தியிடம்தான் கேட்பார். இருவரும் பால்யகால சிநேகிதர்கள். அகத்தியைப் பொறுத்தமட்டில் நேர்த்தியான ஆலோசனைகளை வழங்கக்கூடியவர். பக்கத்து கிராமங்களில் நடந்த சம்பவங்கள், பிரச்னைகளை அம்மக்கள் அணுகிய விதத்தை அலசி ஆராய்ந்து வரலாற்றுப் பின்புலத்துடன் ஆலோசனைக் கூறக்கூடிய ஆற்றல் மிக்கவர்.

இறுகிய முகத்துடன் அனைவரும் அமர்ந்திருக்க, அகத்தி பேசத் துவங்கினார், "நேற்று பந்தம் நூந்துபோனது எல்லாருக்கும் தெரியும். அதற்கு வேறு பரிகாரம் ஏதும் உண்டா என்று மூப்புதான் சொல்லணும்?"

"பூசாரியை வரச்சொல்லுங்கய்யா!" என்றார், உதினன் என்ற பெரியவர்.

"ஏன் அப்படி நடந்ததுன்னு தெரியல? மலையப்பன் ஒரு நாளும் அப்படிச் செய்ய மாட்டான்" என்று பேசியபடி மூப்பு எழுந்து மக்கள் மத்தியில் பேசத் தொடங்கினார்.

"எல்லாரும் ஆடு, மாடுகளைக் கவனமா பார்த்துக்கோங்க. பெண் புள்ளைங்களக் காட்டுக்குள்ள வெகுதொலைவுக்கு அனுப்பாதீங்க. மரம் ஏறி தேன், பொருள் எடுக்க போறவங்க தன் பொண்டாட்டி அல்லது மச்சான்மார்களை மட்டுமே அழைத்துப் போங்க. மரத்தில் ஏறும்போது கயிறு புடிக்க மச்சான் மற்றும் பொஞ்சாதியை மட்டுமே அனுமதியுங்க. மாற்று ஆளுங்கள விடாதீங்க. ரொம்ப கவனமா போங்க. ஊர் எல்லையைத் தாண்டி வெளியே போறவங்க மலையப்பனுக்குக் காசு முறி வச்சுட்டுப் போகணும். எந்தச் சடங்கு சம்பிரதாயங்களையும் கொஞ்ச நாளைக்கு வைக்காதீங்க. கவனமா இருங்க, அதற்கு மேலே மலையப்பன் விட்ட வழி'' என்று தன் பேச்சை முடித்துக்கொண்டு, வீடுகளுக்குச் செல்ல உத்தரவிட்டார்.

பகுதி 3 - உட்பிரிவு 1

வனத்துறை உயர் அதிகாரிகள் வருகையும் மிரட்டலும்

சில தினங்கள் உருண்டோடிய பின் அதிகாலையில் கையில் மேளத்துடன் தண்டோரா போடும் பெரியவர் தப்படித்து அறிவிப்பு ஒன்றைச் செய்தவாறு வீதிவீதியாக வருகிறார்.

"இதனால் வண்ணாத்திப்பாறை பழங்குடிகளுக்கு சொல்லிக் கொள்வது என்னவென்றால், நாளை காலை வனத்துறை உயர் அதிகாரிகள் வண்ணாத்திப்பாறை பழங்குடிகளுக்கு ஏதோ முக்கியமான சேதி சொல்ல வர்றாங்க. அதுக்காக ஏரிக்கரையில் இருக்கும், ஆலமரத்தடிக்கு, பள்ளிக்கூட நேரத்துக்கு அனைத்து குடிவாசிகளும் வர வேண்டும். குடிக்கு ஒரு ஆள் கண்டிப்பாக வர வேண்டும். இது அரசாங்கத்தோட உத்தரவு சாமியோ..." என்று சத்தமிட்டபடி வீதிவீதியாக அறிவித்தார் அந்தப் பெரியவர்.

செய்தியைச் செவிமடுத்த பூங்குழலி, வேகமாய் ஓடிப்போய் தாத்தா அகத்தியிடம் செய்தியைக் கூற, அகத்தி, "வேற ஏதும் சொன்னாரா தாயி?" என்று கேட்டார்.

"இல்லை தாத்தா, ஏன் கேக்கறீங்க?" என்றாள் பூங்குழலி.

"இல்ல தாயி அரசாங்கத்துக்காரங்க ஏதும் செய்தி இருந்தா காட்டு ஆபீசர் வந்து நம்ம மூப்பிட்ட சொல்லிருவாங்க, மூப்பு தான் ஊரக்கூட்டி சேதியைச் சொல்லுவாரு, அதுதான் வழக்கம். ஆபீஸரே நேரா பழங்குடிகளிடம் பேசக் காரணம், மலையப்பன் சொன்ன மாதிரி ஏதோ நம்ம வண்ணாத்திப்பாறை பழங்குடிகளுக்கு ரோதன வரப்போகுதுன்னு என் ஆழ்மனசு சொல்லுது தாயி" என்று பூங்குழலியிடம் சொல்லி முடித்தார் அகத்தி.

"தாயி, எருமைகள ஏரிக்கரைக்கு ஓட்டு நான் மூப்ப கண்டுட்டு வர்றேன்" என்று கூறிவிட்டு பதற்றமாக மூப்பு வீட்டை நோக்கி நடக்க துவங்கினார் அகத்தி.

பகுதி 3 - உட்பிரிவு 2

வனத்துறை உயர் அதிகாரிகள் வருகைக்காக, காலைமுதலே வண்ணாத்திப்பாறை பழங்குடிகள் பறவைகள் இரைச்சல் நிறைந்த

ஏரிக்கரை ஆலமரத்தடியில் கூடத்தொடங்கினர். எல்லாருக்குள்ளும் பயம் கலந்த எதிர்பார்ப்பு. ஊர் பெரியவர்கள் ஆங்காங்கே இருக்கும் முண்டுகல்லில் அமர்ந்தபடி, "என்ன அய்யாவு என்ன சோலியா வர்றாகலாமா அதிகாரியிய?'"

"அதுவா..." என்று இழுத்தபடி, "அது வேற ஒண்ணுமில்ல துடுக்கு. அவுக பொண்ண என்ன கட்டிக்கச் சொல்லி பரிசம்போட வர்றாக" என்று சொல்லியபடி ஓட்டைப்பல் வெளியே தெரிய சிரித்தார் அய்யாவு கிழவன்.

"பெருசுக்குக் குசும்பப் பார்த்தியா? தெரியாமக் கேட்டா நக்கல் பண்ணுது" என்று துடுக்கன் முனங்கலுடன் எழ முற்பட, "ஏய் இருப்பா, புள்ளைங்க படிப்பு, நல்லது கெட்டதுக்கு வேணுமுன்னு கலெக்டர்கிட்ட சாதிசான்றிதழ் கேட்டு மனுகொடுத்து நாலு வருசம் ஆச்சில்ல, அதான் சான்றிதழ் கொடுத்தப் பொறவும் எங்களுக்கு ஓட்டுபோடச் சொல்லுவாங்கன்னு நினைக்கிறேன்" என்றார் அருளன்.

"இருக்கும் இருக்கும்.'"

"இல்ல மாமா. புலி அடிச்சு செத்துப்போன பசலி அத்தை குடும்பத்தப் பார்த்து, அது மகளுக்கு ஏதும் காசுபணம் தரப் போறாகபோல" என்றான் இளைஞன் மடுகன்.

இப்படி ஆண்கள், பெண்கள் என சுமார் நூற்றைம்பதுக்கும் மேற்பட்டோர் கூடினர். பெண்கள் மத்தியில் கேளியும், கிண்டலுமாய்ப் பேசிச் சிரிக்க, அதில் பூங்குழலி தன் தோழிகளுடன் அமர்ந்துகொண்டு, "வர்ற ஆபீஸர்ட்ட சொல்லி அடிவாரத்தில் இருக்க மாதிரி ஒரு டி.வி. பொட்டி ரூம் கட்டித் தரச் சொல்லணும்" என்றாள்.

"ஏன்டி நீ வேற, ஒரு ரேடியா பொட்டி வைக்க கேட்டு, எங்க பாட்டி வயசுக்கு வந்துருக்கும் போது ஆபிஸருங்க வந்தப்ப மனு கொடுத்துச்சாம். இன்னும் ரேடியா பொட்டி வரல. எங்கப் பாட்டியும் செத்துப்போச்சு" என்று மற்றொரு தோழி சொல்லி முடிக்க, பூங்குழலி நல்லா சத்தம் போட்டு அவளது பற்கள் எல்லாம் தெரியச் சிரிக்க, பலரும் பூங்குழலியைப் பார்க்க, பன்னிரண்டாம் வகுப்புவரை ஒன்றாகப் படித்த சிறு வயதுமுதல் பழக்கப்பட்ட எத்தனும் வைச்ச கண் மாறாமல் பார்த்தான்.

சில வயதான மூதாட்டிகள், "மாடு அவுக்கணும் இவங்கள வேற இன்னும் காணும், பள்ளிக்கூடம் நேரத்துக்கு சொன்னாங்க.

18 ● வனபடுகன்

சோத்து பெல்லு நேரத்துக்குதான் வருவாங்கபோல" என்று பேசிக் கொண்டிருக்கும் போதே...

இரண்டு பச்சை நிற ஜீப்புகள் ஏரிக்கரைக்கு வந்துசேர்ந்தன. அதிகாரிகள் இறங்கி மரத்தடிக்கு வர, ஊரார்கள் எல்லாம் வணக்கம் சொல்லி வரவேற்க, மரத்தடியில் போடப்பட்டு இருந்த கல்லு பலகையில் அதிகாரிகளை அமர வைத்துவிட்டு, மூப்பும், அகத்தியும் மர வேரில் அமர்ந்தனர்.

வந்திருந்த அதிகாரிகளில் நாற்பத்தைந்து வயது மதிக்கத் தக்க வனத்துறை அதிகாரி ஒருவர் எழுந்து பேச தொடங்கினார்:

"முதலில் காலதாமதமாக வந்ததற்கு மன்னிக்க வேண்டுகிறேன்" என்றார்.

"ஐய்யா நீங்க வேற..." என்று மூப்பு எழ முற்பட, அதிகாரி "உக்காருங்க, உக்காருங்க" என்று அமர வைத்தார்.

"வண்ணாத்திப்பாறை மக்களுக்கு அரசாங்கம் நல்லது செய்ய ஏற்பாடுசெய்து இருக்கு. இனி உங்க பிள்ளைகள் மற்றவர்களைப் போன்று படித்து கலெக்டர் ஆகலாம், டாக்டர் ஆகலாம் அவ்வளவு ஏன்? இந்தக் காட்டுக்கே வனத்துறை அதிகாரியாககூட ஆகலாம், இனி மலைக்கு பஸ்ஸு வேணும் என்று போராட வேண்டியது இல்லை, ஆஸ்பத்திரி வேணும் என்று போராட வேண்டியது இல்லை. இனி வனவிலங்குகளுக்குப் பயந்து வாழ வேண்டியது இல்ல. இனி நீங்களும் என்னை மாதிரி கலர்கலரா பேன்ட், சர்ட் போட்டு, காரு, வீடு, வசதின்னு வாழப்போறிங்க."

அங்கு கூடியிருந்த அனைவருக்கும் ஒன்றும் புரியல. பெண்கள் மத்தியில் சிரிப்பலை வீச, "உங்க பாட்டி கொடுத்த மனு கிடைச்சுருச்சு போல ஆபிசருக்கு" என்று பூங்குழலி முணுமுணுக்க, ஒரு பொண்ணு எழுந்து, "ரேடியா பொட்டி வருங்களா ஆபீஸர்" என்று கேட்க, அகத்தி குறுக்கிட்டு, "உக்காரு கழுதை எப்ப வந்த என்ன பேசுறதுன்னு தெரியாம பேசிக்கிட்டு இருக்க?" என்று கோபப்பட்டார்.

மூப்பு எழுந்து நின்று, "ஐயா என்ன விவரம் என்று விளக்கமா சொல்லுங்க? ஒன்றும் புரியல" என்றார்.

பேசிக்கொண்டிருந்த அதிகாரி, "வர்றேன், வர்றேன்" என்றபடி "சமவெளி மக்களுக்குக் கிடைக்கிற அனைத்தும் பழங்குடி மக்களான உங்களுக்குக் கிடைக்க அரசாங்கம் ஏற்பாடுசெய்து இருக்கு.

உங்களுக்கு இந்த நல்ல செய்தியைச் சொல்ல வருவதற்குகூட நாங்க அவ்வளவு கஷ்டப்பட்டு காட்டுப் பாதையைக் கடந்து பல மணி நேரம் ஆயிருக்கு. அதேபோல கலெக்டரைச் சந்தித்து மனுகுடுக்க போகணும் என்றால் எவ்வளவு நேரம் ஆகும் சொல்லுங்க பெரியவரே” என்றார் அதிகாரி.

“கோழிகூப்பிட போனா, பொழுது சாயத்தான் ஊர் வந்து சேருவோம்.”

“அப்ப ஒரு நாள் ஆகுது சரியா? அதனாலதான் உங்களுக்கு மருத்துவம், கல்வி என அனைத்தும் உடனுக்குடன் கிடைக்க வேண்டும் என்ற நல்ல எண்ணத்தில் மலையடிவாரத்தில் பஞ்சு மில் பக்கத்துல இருக்கிற அரசுக்குச் சொந்தமான தரிசு நிலத்த ஒரு குடும்பத்துக்கு இரண்டு செண்டு என்று பிரித்துக் கொடுத்து, அந்த இடத்தில் வீடும் கட்டித்தர சொல்லி கலெக்டர் உத்தரவு போட்டு இருக்காரு.

உங்களுக்கு வேலைக்கும் எந்தப் பிரச்னையும் இல்லை. பஞ்சுமில் ஓனர்ட்ட நல்ல சம்பளத்துக்குப் பேசி இருக்காரு நம்ம கலெக்டர்.

உங்களுக்கு ஒரு புதிய பிரகாசமான வாழ்க்கை அமைய போகுது. அதனால, எல்லாரும் ஒரு மாத காலத்துக்குள்ள இங்க இருக்கிற குடிசையைப் பிரிச்சுட்டு, ஆடு, மாடுகளை வித்துட்டு அடிவாரத்துக்குப் போகணும் சரியா?” என்று செல்லமாக மிரட்டி அமர்ந்தார் அந்த அதிகாரி.

கூட்டத்தில் நிசப்தமான அமைதி நிலவ, அகத்தியிடம் மூப்பு ஏதோ ஆலோசனை கேட்ட பின் எழுந்து நின்று கூட்டத்தைப் பார்த்து பேச துவங்கினார்:

“ஐயா அவுக என்ன சொல்லுறாங்கன்னா ஒழுங்கு மரியாதையா பொட்டிப் படுக்கைகளை எடுத்துக்கிட்டு மலையைவிட்டு ஓடுங்க. மலை அரசாங்கத்துக்குச் சொந்தமுன்னு சொல்லுறாங்க அவ்வளவுதான்.

ஐயாவுக்கு ஒண்ண சொல்லிக்கிறேன், இன்னைக்குதான் நீங்க இந்தக் காட்டுக்கு அதிகாரி. உங்க கலெக்டர் ஆபிசரு, உங்கள மாதிரி ஆபிசர் எல்லாம் வெள்ளக்காரன் காலத்திலேயே பார்த்தாச்சு. உங்க மந்திரிங்கள போல பத்து தலைமுறை மந்திரிங்களப் பார்த்தாச்சு.

நீங்க எங்களுக்கு இரண்டு செண்டு நிலம் தர்றீங்களா..? காடே எங்க காடுடா. இந்த வனம் எங்களுக்குச் சொந்தமானது. யாரை வெளியே போன்னு சொல்லுற?" என்று மூப்பு அதிகாரியை நோக்கி நிமிர, அகத்தி மூப்பைப் பிடிக்க, ஊரே எழுந்து கூச்சலிட்டது.

வந்திருந்த அதிகாரிகளுக்கு பயம் தொற்ற, வேறு ஒரு அதிகாரி எழுந்து, "உக்காருங்க உக்காருங்க" என்று கூட்டத்தை ஆசுவாச படுத்த முயல, யாரும் மசிவது போன்று இல்லை.

"நாளைக்கு இதே நேரத்துக்கு கலெக்டர் வந்து உங்கட்ட விவரமா பேசுவாரு" என்று அதிகாரி ஒருவர் கூற, கூட்டத்தில் இருந்த இளைஞன் எத்தன் உரத்த குரலில், "எந்த புழுத்தி வந்தாலும் ஒண்ணும் நடக்காது இங்க. போ, போ" என்று கூறினான் ஊர் பெரியவர்கள் எத்தனை, "ஏய், என்னப்பா பேசுறிய மூப்பு அவுக இருக்கும்போது மட்டுமரியாத இல்லாம?" என்று அதட்டினார்.

அவசரஅவசரமாக வாகனங்களை எடுத்துக்கொண்டு வந்திருந்த அதிகாரிகள் கிளம்ப, இல்லை இல்லை தப்பி ஓட... அங்கும் இங்குமாய் சலசலப்புடன் இருந்த கூட்டத்தைப் பார்த்து அகத்தி குரல் எழுப்பினார்: "யப்பா கொஞ்ச நேரம் அப்படிஅப்படியே உக்காருங்க" என்று கூற, கூட்டம் அமைதி நிலைக்குத் திரும்பியது.

மூப்பு எழுந்து ஊரார் மத்தியில் உரையாற்றத் தொடங்கினார்: "அரசாங்கத்துகாரக ஏன் வந்தாகன்னு உங்களுக்கு எல்லாம் தெரிந்து இருக்கும்...

மலையப்பன் கோயில் விளக்கு அணைந்தப்பவே ஏதோ நடக்கப்போகுதுன்னு நினைத்தேன். அது இப்ப நடக்க ஆரம்பிச்சு இருக்கு. வெள்ளைக்காரன் காலத்திலேயே நம்மள இந்த வனக் காட்டையும், மலையையும்விட்டு விரட்ட எவ்வளவோ முயற்சி எடுத்தானுங்க முடியல. ஆனா, மலைகளுக்கும் வனக்காட்டுக்கும் நாம கொடுத்த விலை என்ன தெரியுமா? பழங்குடிகள் உசுருய்யா. ஊர் எல்லையில இருக்கிற அரசமரம்தான் உங்களுக்குத் தெரியும் அதற்கு உரமா வச்சது எல்லாம் பழங்குடிகள் ரத்தமும், சதையும் அதனாலதான், எந்த நல்லது கெட்டது என்றாலும் நாம அந்த ரத்த சாட்சிகளின் உயிரோடி போயிருக்கும் அரசமரத்தடியில வச்சு ஆசியோட தொடங்குறோம். அப்படி இந்த வனத்தையும், ஏரியையும், வனவிலங்குகளையும் பாதுகாத்து இருக்கோம்.

இப்ப வந்துருக்கிறதும் அது போன்றதுதான். இந்த வனத்துக்கும் மலைகளுக்கும் போராடத் தெரியாது. அதைப் பாதுகாக்கதான் கடவுள் நம்மைப் படைச்சு இருக்கான்.

எந்தச் சூழலிலும் நாம பின்வாங்கிவிடக் கூடாது. நாளைக்கு கலெக்டர் வந்தாலும் நாம உறுதியோடு இருக்கணும். ஊர்ப் பெரியவங்க பேசும்போது யாரும் அதிகாரிகளிடம் பேசக் கூடாது. டேய் மொச மவனே (எத்தன்) நீ பாட்டுக்கு கலெக்டர அந்த வார்த்தை சொல்லலாமா? ஆயிரம் இருந்தாலும் அவங்க ஆபீஸருங்க. அடிக்கிறதுன்னு முடிவு பண்ணிட்டா யாரா இருந்தாலும் ஊர் கூடி செருப்ப வாயில கவ்வ கொடுத்து அடிப்போம்யா... அப்படி அவசரப்பட்டு வார்த்தைய விடக் கூடாதுய்யா" என்று மூப்பு பேசிக்கொண்டிருக்கும் போதே, சட்டென்று எத்தன் எழுந்து கையைக் கட்டியவாறு ஊர் மூப்பைப் பார்த்து, "சரிங்கப்பா, இனி செய்ய மாட்டேம்ப்பா ஊரும் மன்னிக்கணும்" என்று கூற...

மூப்பு இடைமறித்து, "ஏப்பா நீ வேற... உக்காருய்யா என்ன நீ பெருசா சொல்லிபுட்டேன்னு ஊர் முன்னாடி கை கட்டி மன்னிப்பு கேக்கிற. நம்ம ஊர்ப் புள்ளைங்க எல்லாம் மலை, தேக்கு மாதிரிப்பா, இப்படி கூனிக் குறுகி நிற்கக் கூடாதுய்யா. ஊருக்குக் கட்டுப்படுறதுல்ல மொச மவன்னு நிருபிச்சுபுட்ட" என்று எத்தனைப் பற்றி மூப்பு பெருமிதத்துடன் கூறிக்கொண்டிருக்க...

கூட்ட ஓரத்தில் தோழிகளுடன் நின்றுகொண்டிருந்த பூங் குழலி தன் சட்டையின் துணியைக் கையில் சுற்றியவாறு தன் ஓரக் கண்களால் எத்தனையே பார்க்க, தன் இதயம் புதுவிதமாய் படபடப்பதை உணரத் தொடங்கினாள். மூப்பும் பேசி முடிக்க, கூட்டத்தாரும் ஏரிக்கரை ஆலமரத்தடியை விட்டுக் கலைந்து சென்றனர்.

பகுதி 3 - உட்பிரிவு 3

மலைப்பாதைகளுக்கு மத்தியில் வனத்துறை அதிகாரிகளின் வாகனம் சீறிச்சென்றுகொண்டிருக்க வன அதிகாரி ஒருவர், "சார் இந்தக் காட்டுவாசி பசங்கட்ட வீடு தர்றம், இடம் தர்றம்முன்னு சொன்னா கேட்க மாட்டாங்க சார். அதிரடிப்படையை இறக்கி அடிச்சு ஓடவிட்டா, கட்டுன துணியோட காட்டுக்குள்ள ஓடிப் போயிருவானுங்க இதுக்குப் போய் கெஞ்சிட்டுக் கிடக்கிறீங்க" என்று கூற...

மற்றொரு அதிகாரி, "சார் அவங்க தலைமுறைதலைமுறையாய் வாழ்ந்த பூமியவிட்டு எப்படி போவாங்க? முதல்ல நாம போவோமா சொல்லுங்க சார்?" என்றார்.

கூட்டத்தில் பேசிய அதிகாரி, "சார் நமக்கு என்ன வேலையை உயர் அதிகாரிங்க சொல்லுறாங்களோ அத செஞ்சுட்டுப் போக வேண்டியதுதான் அது சரியா? தப்பா? என்கிற டிஸ்கஸன் எல்லாம் இங்க வேணாம்" என்றார்.

மற்றொரு அதிகாரி, "சார் நீங்க நேரடியா இதுதான் காரணம் என்று சொல்லி அவங்களுக்குப் புரியவைச்சு இருக்கலாம்" என்றார்.

"ரைட்டு நாளைக்கி கலெக்டர் வந்து எதார்த்தத்தை எடுத்து சொல்லி உண்மையான காரணத்தையும் சொல்லி புரியும்படி பேசிக்கிடுவாரு நமக்கென்ன...

மக்கள் பல்ஸ் எப்படி இருக்குன்னு பாக்குறதுக்குத்தான் இன்றைக்கு நான் பேசியது. அதுவும் மாவட்ட ஆட்சியர் சொல்லி அனுப்பியதுதான்" என்று வந்திருந்த அதிகாரிகள் பேசிவர வாகனம் கிட்டத்தட்ட அடிவாரத்தை நெருங்கிக்கொண்டிருந்தது.

பகுதி 3 - உட்பிரிவு 4

மறுநாள் காலை வண்ணாத்திப்பாறைக்கு மாவட்ட ஆட்சியர், மாவட்ட காவல்துறை கண்காணிப்பாளர், மாவட்ட வனத்துறை அதிகாரி என பெரும் பட்டாளமே ஏரிக்கரையில் வாகனங்களை நிறுத்திவிட்டு, பறவைகள் கூச்சலிட்டுக்கொண்டிருந்த அடர்ந்த காட்டுப் பகுதிக்குள் நடக்கத் துவங்கினர் .

அதிகாரிகள் வந்துள்ள செய்தி வண்ணாத்திப்பாறைப் கிராமத்துக்குப் பரவ, மலை சதுக்கங்கள், குன்றுகள், காட்டு கொட்டகைகளில் இருக்கும் மலைவாழ் மக்கள் ஊர் மந்தையில் கூடத் தொடங்கினர்.

மாட்டை மேய்ச்சலுக்கு ஓட்டிச்சென்றிருந்த பழங் குடிகளுக்குத் தகவல் காதுகளுக்கு எட்டியது. அதே ஏரிக் கரையில்தான் அகத்தியும் அவரது பேத்தி பூங்குழலியும் எருமைகளை மேய்த்துக்கொண்டிருந்தனர். பெரும்பாலான ஊர்வாசிகள் தங்களின் மாடுகள், எருமைகள் மேய்க்கும் பிரதான இடமும் இந்தப் பறவைகள் வாழ் வனக்காடுதான்'.

கண்களைக் கொள்ளைகொண்டு பசுமையாய் காட்சியளிக்கும் வனக்காட்டில், ஆயிரக்கணக்கான அழகழகான பறவைகளின் விதவிதமான சப்தத்துக்கு மத்தியில் குட்டிமேடு காட்டுப்பகுதிக்கு வந்துசேர்ந்தனர்.

நூற்றுக்கணக்கான எருமைகள் ஆங்காங்கே பசுமையான புற்களை மேய்ந்தவண்ணம் இருக்க, எருமைகளின் முதுகுகளில் பலவிதமான கொக்குகள் அமர்ந்து உறவாடிக்கொண்டிருப்பதைப் பார்த்து பிரமித்துப்போயிருந்தனர் ஆட்சியர் குழு.

அகத்தி தென்பட, கலெக்டரின் உதவியாளர் ஒருவர் ஓடி வந்து, "பெரியவரே, கொஞ்சம் இங்க வாங்க, கலெக்டர் கூப்பிடுகிறார்" என்று அழைக்க, அதை ஏற்று பூங்குழலியும், அகத்தியும் அதிகாரிகள் நிற்கும் மரத்தடிக்கு வந்தனர்.

ஆட்சியர், அகத்தியைப் பார்த்தவுடன், "ஐயா, நல்லா இருக்கீங்களா? இது யாரு... உங்க பேத்திங்களா?" என்றார்.

அகத்தி, "ஆமாங்கய்யா" என்றார்.

ஆட்சியர் பூங்குழலியைப் பார்த்து "உன்னோட பெயர் என்னம்மா, என்ன படிச்சீங்க?" என்றார்.

"பூங்குழலி" என்று கூறி, "கடந்த ஆண்டுதான் பன்னிரண்டாம் வகுப்பு முடித்தேன் சார்" என்றாள்.

"ஏம்மா மேல படிக்கல?"

"சார், எங்க வண்ணாத்திப்பாறை கிராமத்திலேயே பன்னிரண்டாம் வகுப்புவரை படித்த முதல் தலைமுறை நாங்க ஒரு சிலர் தான். இதுவே எங்க ஊர் மூப்பு, எங்க தாத்தா அகத்தி இவங்களுடைய பெரும் முயற்சியிலதான் நடந்தது. பெரும்பாலான எங்க பழங்குடி மக்களே நமக்கு எதுக்குப் படிப்புகிடிப்பெல்லாம்..? நமக்கு இந்த வனக்காடும் மலையும் போதாதா? அப்படின்னு சொல்லி டவுனுக்குப் போய் படிக்க கடும் எதிர்ப்பு தெரிவிச்சாங்க. அதை எல்லாம் தாண்டிதான் பொண்ணுங்க, பசங்கன்னு ஏழு பேர் வாகன வசதி இல்லாம, மலையைவிட்டு இறங்கி டவுனுக்குப் போக, பல கிலோ மீட்டர் தொலைவில் தினம்தினம் ரொம்ப கஷ்டப்பட்டு சென்று +2 முடிச்சி இருக்கோம் சார்.

எங்க ஊர் மக்களின் அதிகபட்ச படிப்பு ஐந்தாம் வகுப்பு வரைக்கும்தான் சார். ஐந்தாம் வகுப்பு வரையும்தான் ஊர்ல பள்ளிக்கூடம் இருக்கு. அதுக்கு மேலே படிக்க டவுனுக்குதான் போய் படிக்கணும். மலை பஸ்ஸப் புடிச்சுப் போகணும். மலை பஸ்ஸப் புடிக்கவே நெதம் ஐந்து மயிலு நடக்கணும். அதனால்

யாரும் பெருசா போறது இல்ல. ஊர்க்காரங்க எல்லாம் சேர்ந்து பள்ளிக்கூடமும், பஸ்ஸூம் வேணுமுன்னு உங்களுக்கு முன்னாடி இருந்த பல கலெக்டர்களிடம் மனு கொடுத்தாங்க, இன்னும் தான் பஸ்ஸூ வருது."

"ஓகோ" என்றபடி *DFO* மதியழகனைப் பார்த்து, "இங்க என்ன ஸ்கூல் இருக்கு?" என்றார்.

"ஐந்தாம் வகுப்புவரை உண்டுஉறைவிடப்பள்ளி மட்டும் இருக்கு சார்."

"ஓகோ, வேற ஸ்கூல் ஏதும் இல்லை?" என்று ஆட்சியர் கேட்க, மதியழகன், "பத்து, ஐம்பது பேருக்கு ஒரு ஸ்கூல் கட்னா மலையிலே இருபது பள்ளிக்கூடம் கட்டணும் சார். ஸ்கூல் கட்னாலும் டீச்சருங்க வர மாட்டேங்கிறாங்க" என்றார்.

செவிமடுத்த ஆட்சியர், அகத்தியின் பக்கம் திரும்பி, "பெரியவரே ஸ்கூல், பஸ் எல்லாம் உங்க மக்களுக்குத் தர ஏற்பாடு செய்கிறேன்" என்று சொல்லி முடிப்பதற்குள்...

அகத்தி, "எங்கங்க சார்... அடிவாரத்திலேங்களா?" என்று நக்கலாகக் கேட்க, சர்ருன்னு கோபம் தலைக்கு ஏறியது ஆட்சியருக்கு. கோபத்தை வெளிக்காட்டாமல் நமுட்டு புன்னகை பூத்தவாறு, "ஐயா இங்கே எவ்வளவு நாளா எருமைகளை மேய்க்கிறீங்க?" என்று பேச்சை மாற்றினார்.

அகத்தி, "இந்தக் காடும், ஏரியும் உருவானதிலே இருந்து காட்டெருமைங்க இங்கதாங்க மேய்துங்க. இப்ப ஒரு பத்து தலை முறைக்கு மேல பழங்குடி மக்கள் மேய்ச்சி எங்க வாழ்க்கையை ஓட்டிக்கிட்டு இருக்கோம். இந்தக் காடும், எருமையும் எங்களுக்கு கடவுள் மாரிங்கய்யா. இத விட்டுட்டு போங்கன்னா, போகமுடியுங்கலாய்யா?" என்றார் அகத்தி.

"சரிங்க பெரியவரே, ஊர்த் தலைவர் எங்க இருக்காரு..? அவரப் பாக்கணும்."

"ஊருக்குள்ள போங்க, மூப்பு அங்கதான் இருப்பாக" என்று அகத்தி கூற, "வர்றேன் பெரியவரே..." என்று கிளம்ப முற்பட்ட ஆட்சியரிடம் பூங்குழலி, "+2 பள்ளிக்கூடம் எப்ப சார் வரும்?" என்றாள்.

ஆட்சியர் ஒரு நிமிடம் நின்று, திரும்பிப் பார்த்து, 'என்ன பதில் சொல்வது?' என்ற தடுமாற்றத்துடன் ஒரு வலுக்கட்டாயமாக ஒட்டவைக்கபட்ட புன்னகையுடன் எந்தப் பதிலும் சொல்லாமல் வாகனங்களை நோக்கி நடக்கத் தொடங்கினார்.

காதுகேக்கும் தூரம் அதிகாரிகள் நடக்க, பூங்குழலி சத்தமிட்டு, “சார் எங்க அப்பன் பாட்டனுக்குத்தான் பள்ளிக்கூடப் படிப்பு எல்லாம் கிடைக்கல. எங்களுக்கும் எங்க புள்ளைங்களுக்காவது கட்டிக் கொடுங்க... உங்க அரசாங்கத்துக்கு ஒரு புண்ணியமா போகும்” என்று நடந்து செல்லும் அவர்களின் முதுகைப் பார்த்து பேசினாள்.

பகுதி 3 - உட்பிரிவு 5

ஊர் மந்தையில் கார்கள் நிற்க சவுக்கையில் (ஊர்கூட்டம் போடும் பொது இடம்) மாவட்ட ஆட்சியர், *SP*, *DFO* உள்ளிட்ட உயர் அதிகாரிகள் ஒருபுறமும், மூப்பு மற்றும் ஊரில் இருந்த பெரியவர்கள் சிலர் மற்றொரு புறமும் அமர்ந்திருக்க...

“பெரியவங்களுக்கு வணக்கம்...” என்று சொல்லி, மாவட்ட ஆட்சியர் பேச முற்பட, மூப்பு இடைமறித்து:

“கலெக்டர் ஐயாவுக்கு வணக்கம்...” என்று பேசத் தொடங்க, அங்கிருந்த காவல் அதிகாரிகள் மூப்பைப் பார்த்து அதட்டி, “கலெக்டர் பேசும் போது குறுக்கப் பேசக் கூடாது” என்று மூப்பின் பேச்சைத் தடுக்க முற்பட்டனர்.

“அப்படினா கலெக்டர் தனியாதான் பேசணும். நாங் கெல்லாம் வெளியே போயிருவோம் பரவாயில்லையா?” என்று உரத்தக் குரலில் மூப்பு பதில் சொல்ல...

ஆட்சியர் இடைமறித்து, “ஐயா பெரியவரே ஒண்ணும் பிரச்னை இல்லை. நீங்களே பேசுங்க நான் கேக்கிறேன்” என்றார்.

மூப்பு, “பேசுறதுக்கு ஒன்றும் இல்லைங்கையா. இந்தக் காட்டைவிட்டு எங்க பிணம்கூட வெளியேறாது அவ்வளவுதான், வேற எதுனா பேசுங்க” என்றார் ரத்தினசுருக்கமாக.

SP கரிகாலன் குறுக்கிட்டு, “தயவுசெய்து கலெக்டர் என்ன சொல்ல வர்றார்ன்னு முதல்ல கேளுங்க, அப்பறம் பேசுங்க” என்றார் கடுகடுப்பாக.

கூட்டத்தில் இருந்த மற்றொரு பெரியவர், “வேறன்ன கலெக்டர் சொல்லப்போறாரு..? சுரக்காய்க்கு உப்பு இல்லைன்னு சொல்லுவாரு அதானே?” என்று கூற, கூட்டத்தில் சிரிப்பலை.

கலெக்டரும் சிரித்துக்கொண்டே எழுந்து நின்று, “பெரியவர் என்ன சொல்லுறாரு சொல்லுங்கையா நானும் சிரிக்கிறேன்” என்று கேலியாய் கேட்டார்.

மற்றொருவர் எழுந்து, "சொரக்காய்க்கு உப்பில்லையாம்" என்று சொல்ல, கூட்டமே சிரிப்பலை.

மூப்பு எழுந்து, "என்னையா பேசுறீங்க? தலைபோகிற காரியத்தைப் பேசிக்கிட்டு இருக்கோம். நையாண்டி பண்ற நேரமா இது?" என்று கடிந்துகொள்ள, கூட்டம் அமைதியானது.

"கலெக்டர் ஐயா, ஏதோ பேசணுமுன்னு சொன்னீங்க. சொன்னீயன்னா காடுகரைக்குப் போவோம்" என்று மூப்பு சொல்லிவிட்டு அமர்ந்தார்.

"எங்கய்யா பேச விடுறீங்க!" என்று புலம்பியபடி கலெக்டர் பேசத் தொடங்கினார். "நீங்க எப்படி ரத்தினசுருக்கமா சொன்னீங்களோ அதைப் போன்றே நானும் ரத்தினசுருக்கமாய் சொல்லிவிடுகிறேன்.

மத்திய அரசு வண்ணாத்திப்பாறை கிராமத்துக்கு அருகாமையில் இருக்கிற ஏரியைப் பாதுகாக்கப்பட்ட இடமாக அறிவித்து, கொக்குகள் காப்பகமாக மாற்ற ஆய்வுகளை மேற்கொண்டு வந்தது. இப்போ கொக்குகள் காப்பகமாக மாற்ற மத்திய, மாநில வனத்துறை அமைச்சகம் ஒப்புதல் வழங்கியுள்ளது.'"

"நல்லதா இருக்கட்டும் நம்ம ஊருக்குப் பெருமை தானுங்களே" என்றார் முனி தாத்தா.

"இருங்க, இருங்க நான் முடிச்சறேன்..." என்று தொடர்ந்தார் கலெக்டர்.

"சர்வதேசக் கொக்குகள் ஆணையம் நம்ம காட்டை சில நாட்களுக்கு முன் ஆய்வுசெய்தது உங்களுக்கு எல்லாம் தெரியும்."

"எங்களுக்கு எல்லாம் தெரியாதுங்கையா. எப்ப ஆய்வு செய்தாங்கையா?" என்றார் சொரக்கா பெரியவர்.

"இல்ல... அது உங்களுக்குத் தெரிய வாய்ப்பு இல்லை" என்றார் கலெக்டர்.

"இப்பதான் எங்களுக்கு எல்லாம் தெரியுமுன்னீங்க?" என்று மீண்டும் குறுக்கிட்டார் சொரக்கா பெரியவர்.

கலெக்டர் திரும்பி, தன் உதவியாளரிடம், "அந்தப் பெரியவர் பெயரை நோட் பண்ணுங்க. வந்ததில் இருந்து ஏட்டிக்குப் போட்டியாவே பேசுறாரு" என்று சொல்ல, கூட்டம் கப்சிப்.

"அந்த ஆணையம் தற்போது சென்ட்ரல் கவர்மென்ட்டுக்கு அதாவது, மத்திய அரசுக்குக் கோரிக்கை ஒன்றை வச்சி இருக்கு.

என்னவென்றால், சர்வதேச அளவில் பல நாடுகளில் இருந்து பலவிதமான கொக்கு இனங்கள் இனப்பெருக்கத்துக்காக வண்ணாத்திப்பாறை ஏரிக்கு வருகிறது என்றும், அப்படி வரும் பறவைகளுக்குப் பெரும் அச்சுறுத்தலாக இருப்பது வண்ணாத்திப்பாறை மக்கள், ஏரிக்கரை மற்றும் பறவைகள் வந்து அமரும் காடுகளில் எருமைகளை மேய்ப்பது, ஆடு, மாடுகளை மேய்ப்பது பெரும் இடைஞ்சலாகவும் ஒரு கட்டத்தில் வெளி நாட்டு கொக்குகள், நாரைகள் பறவைகள் எதுவும் இங்கு வருவதையே நிறுத்திக்கொள்ளும் அபாயம் இருக்கிறது என்றும் தனது அச்சத்தை வெளிப்படுத்தியுள்ளது. ஆகவே, எருமைகள், ஆடு, மாடுகள் மேய்க்க அனுமதி மறுத்து அரசு தடைவிதித்து இருக்கு.

இனி வண்ணாத்திப்பாறை ஏரிக்கரைகளில் எருமைகள் மேய்க்க அனுமதி இல்லை. மீறினால் கைது நடவடிக்கை எடுக்கப்படும். மற்றொன்று மலைக்காட்டில் சுமார் ஆயிரத்து நூறு சதுர கிலோ மீட்டரில் அதாவது இந்த மலையைச் சுற்றி இருக்கக்கூடிய பன்னிரண்டு கிராமங்கள் இருபத்தாறுக்கும் மேற்பட்ட சிறுசிறு குடியிருப்புப் பகுதிகளை உள்ளடக்கிய மிகப் பெரிய புலிகள் காப்பகத்தை அமைக்க மத்திய அரசு ஆய்வு ஒன்றை நடத்திவருகிறது.

விரைவில் வண்ணாத்திப்பாறை மட்டும் அல்ல. இந்த மலையைச் சுற்றி இருக்கும் ஆதிவாசி, பழங்குடியின கிராமங்கள் அனைத்தையும் அப்புறப்படுத்த இருக்கிறது அரசாங்கம்.

நீங்களா வந்தீங்கன்னா மாற்றுஇடமும் தொகுப்பு வீடும் தர ஏற்பாடு செய்து தரப்படும். இல்லையினா..." என்று கலெக்டர் இழுக்க, கோபம் கொப்பளிக்க மூப்பு சட்டென்று எழுந்து, "இல்லையினா துப்பாக்கி வைச்சு சுடவியளா... சொல்லுங்க கலெக்டரே. துப்பாக்கி இல்ல, ஒட்டுமொத்த ஊரையும் கழுவுல ஏத்துனாலும் ஒரு புள்ள மலையைவிட்டு இறங்காது. நீங்க கிளம்புங்க!" என்றார் மூப்பு.

"மத்த கலெக்டர் மாதிரி உடனே ரிசர்வ் படையை அனுப்புறது, நிர்ப்பந்தமாக வெளியேற்றுவது, சுடுவது போன்ற காரியங்களில் நான் உடனே இறங்க மாட்டேன். ஒரு வாரம், இல்லை ஒரு மாதம், டைம் தர்றேன், நல்லா யோசித்து முடிவுக்குவாங்க. இல்லை நாங்க ஒரு முடிவுக்கு வரவேண்டி வரும்!"

"என்ன கலெக்டரே, மிரட்ரியளா?" என்று மூப்பு கேட்க, "ம்ம் அப்படிதான்னு வைச்சுக்கோங்களேன். வரட்டா பெரியவரே" என்று தனது கூலிங்கிளாசை மாட்டியபடி கிளம்பினார் கலெக்டர்.

பகுதி 4

தந்தை ஏக்கத்தில் பூங்குழலி

எப்போதும் கலகலப்புடன் காணப்படும் வண்ணாத்திப் பாறை பழங்குடிக் கிராமம் தற்போது பதற்றத்துடன் காணப் பட்டது.

கலெக்டர் சொல்லிச்சென்ற மிரட்டலான செய்தி கேள்விப் பட, ஆங்காங்கே கிராமவாசிகள் கூடிக்கூடிப் பேசலாயினர். பெண் பிள்ளையைப் பெற்றெடுத்த பெற்றோர்கள் தங்கள் பிள்ளைகளை நெஞ்சோடு அணைத்துக்கொண்டு கண்ணீருடன் பேசிக்கொள்ளும் காட்சி வேதனையின் உச்சம்.

ஆண்கள், பெண்கள் என பலரும் மூப்பு வீட்டு வாசல் முன் கூட, மூப்புக்கும் என்ன செய்வது? என்று புரியாமல் தவிக்க, அகத்தியும் மூப்பு வீட்டுக்கு வந்து, மூப்பு அருகில் அமர்ந்து கொண்டு...

"மூப்பு நீங்க இருக்கிற தெம்புலதான் நாங்கள் எல்லாம், ஏன் ஊரே இருக்கு. நீங்க இப்படி உக்காந்தீங்கன்னா..? எங்களுக்கு பயமா இருக்கு மூப்பு" என்றார்.

"இல்ல அகத்தி உன்கிட்ட சொல்லுறதற்கு என்ன, கூட்டத்தில பொதுமக்கள் முன்னாடி என்னதான் வேகமா, வீரமா பேசுனாலும் எதார்த்தமுன்னு ஒண்ணு இருக்குல்ல... இந்த கலெக்டர் பய வந்து பேசிட்டுப் போனதுல இருந்து மனசு ஒரு மாதிரியா இருக்கு. மக்களும் பயப்படுறாங்க. நம்ம பழங்குடிகளுக்கு எழுதப் படிக்க கூட தெரியாது. காடே கதீன்னு கிடந்த சனம் எங்கே போகும்?" என்று மூப்பு பேசும் போதே குரல் தழுதழுக்கக் கண்களில் கண்ணீர் வழியத் தொடங்கியது.

மூப்பைத் தன் வாழ்நாளில் அகத்தி இப்படி ஒருநாளும் பார்த்தது இல்லை. "மூப்பு, மூப்பு" என்று அகத்தி கண்ணீருடன் மூப்பைக் கட்டியணைக்க, வெளியே நின்ற ஊராரும் ஆண்கள், பெண்கள் என அனைவரும் வீட்டுக்குள் ஓடிவந்து, 'மூப்பு, மூப்பு' என்று ஒரே கதறல் சத்தம். மறுபுறம் 'அப்பா, அப்பா' என்று கூடி நின்ற இளைஞர்களும், வயசு பெண் பிள்ளைகளும் கண்ணீரும்,

கம்பலையுமாய் கத்தித் தீர்க்க, மூப்பு வீடே பலத்த கவலையில் ஆழ்ந்தது.

எத்தனும் இளைஞர்களும் மூப்பின் ஒரு கையைப் பற்றிய வாறு இருக்க... மறு கையைப் பூங்குழலியும் பெண்பிள்ளைகளும் பற்றி இருக்க...

அழுகின்ற முகத்துடன் பூங்குழலி, "தாத்தா நாங்க இருக்கோம் தாத்தா, ஏன் தாத்தா கவலைப்படுறீங்க..? எங்க உயிரைக் கொடுத்தாவது நம்ம பழங்குடி மக்களைக் காப்பாற்றுவோம் தாத்தா. இந்த வனக்காடு நம்முடையது தாத்தா நீங்க ஏன் கவலைப் படுறீங்க..? எத்தனை கலெக்டர் வந்தாலும் நம்ம மண்ணவிட்டு நம்மளப் பிரிக்க முடியாது தாத்தா" என்று ஆறுதல் கூறிக் கொண்டிருக்கும் போதே...

எத்தனும் சேர்ந்துகொள்ள, "அப்பா உங்க கண்ணுல கண்ணீரைப் பார்க்க எங்களால முடியலப்பா... எதிர்காலத்தில் நீங்கெல்லாம் யார வரணுமுன்னு எங்க டீச்சர் கேட்டப்ப, எல்லா ஊர்ப் பசங்களும் டாக்டரா வரணும்... இன்ஜினியரா வரணுமுன்னு சொன்னாங்க. வண்ணாத்திப்பாறை பசங்க மட்டும் என்ன சொன்னோம் தெரியுமாப்பா? எங்க ஊர் மூப்பு மாதிரி வரணு முன்னு சொன்னோம்பா. நீங்க எடுக்கிற முடிவு, உங்களுடைய கம்பீரமான நடை, நேர்மையான பேச்சு. மூப்பு சொன்னா சரின்னு வண்ணாத்திப்பாறை மட்டும் இல்லை, ஒட்டுமொத்த மலையே உங்கமேல மரியாதை வைத்து இருக்குப்பா... எங்க ஊர் மூப்ப இப்படி பாக்க மனசு வலிக்கிதுப்பா. வண்ணாத்திப்பாறை மூப்பா கம்பீரமா எழுந்து பேசுங்கப்பா" என்று எத்தனும் இளைஞர்களும் கெஞ்ச...

மூப்பு எத்தனையும், பூங்குழலியையும் தன் நெஞ்சோடு அணைத்தவாறு தேம்பிதேம்பி அழலாயினார். ஊரே கண்ணீர் வடிக்க, குனிந்த தலையுடன் கண்ணீரைத் துடைத்துக்கொண்டு மூப்பு கம்மியக் குரலில் பேசத் தொடங்கினார்:

"மலையப்பன் நம்மள கைவிட மாட்டான். நாளையில இருந்து மலையில இருக்கிற எல்லா கிராமத்துக்கும் சென்று பழங்குடி குழுக்களைச் சந்தித்து நடந்ததைச் சொல்லி ஆதரவு கேட்போம்...

இந்த நிமிசத்தில இருந்து பழங்குடி மக்களின் குடியுரிமைக்கான மண்ணுரிமைப் போராட்டம் தொடங்குகிறது. மண் அல்லது மரணம் எதுவாயினும் ஏற்போம்" என்று மூப்பு கம்பீரமாய்

பேசி முடிக்க, ஊரே எழுச்சி குரலில், "வண்ணாத்திப்பாறை..! பழங்குடிகளின் பாறை..! அதை காக்க உயிர் துறப்போம்! என்ற முழக்கத்துடன் மக்கள் கலைந்துசென்றனர். கடைசியாக அகத்தியும் வெளியே வந்து தனது காலணிகளை மாட்டிக்கொண்டிருக்க...

மூப்பு உள்ளிருந்து அகத்தி என அழைத்து, "செத்த நில்லு போயிராத" என்றபடி வாசலுக்கு வந்தார்.

"சொல்லுங்க மூப்பு என்ன விசயம்?" என்றார் அகத்தி'

மூப்பு அகத்தியின் காதருகே நெருக்கமாய் நின்றுகொண்டு, 'யாராவது இருக்கிறார்களா?' என்று சுற்றும் முற்றும் பார்த்துவிட்டு இல்லை என்பதை உறுதிசெய்த பின், மூப்பு பேசத் தொடங்கினார்:

"அகத்தி மாடு மேய்க்கிற குச்சியும், ஆட்டுக்குட்டிக்குத் தழை உடைக்கிற அளக்கையும், புல் அறுக்கிற கருக்கருவாளும் மட்டும் பத்தாது. இனி நல்லது கெட்டது எல்லாம் இருக்கும். ஊருக்கு வேண்டிய அளவு வெட்டருவாளும், வேல்கம்பும், குத்துவாளும், தயாராக வைக்கணும் சரியா? யாரிடம் சொன்னா சரியா இருக்குமோ சொல்லி ஏற்பாடு பண்ணு அகத்தி?

இந்த விசயத்தை ஊரோடே சொல்லி இருப்பேன். பசங்க ஏதாவது விசனமா செஞ்சுட்டாங்கன்னா போச்சு. வயசு பசங்க அவனுங்க வாழ்க்கை பூரா ஜெயில்லே போயிடும்... நிதானமா செய்யணும் அகத்தி.

இன்னொரு விசியம் ஊருக்குள்ள போலீஸ் கையாளுங்க இருப்பாங்க. எந்த இடத்தில பேசுனாலும் கவனமா பேசு. மத்தவன் பேசுறத செய்தியா பார்ப்பான். நீயும், நானும் பேசுறத தகவலா பார்ப்பான். கவனமா பார்த்துக்கணும் அகத்தி..?" என்றார் மூப்பு.

இடைமறித்த அகத்தி, "நம்ம ஊரில அப்படி யாரும் போலீஸுக்குத் தகவல் சொல்லுற அளவுக்கு ஈனத்தனமான ஆளுங்க யாரும் இல்லை. நம்ம மக்களைத் தப்பா நினைக்க வேணாம் மூப்பு" என்றார்.

மூப்பு, "அப்படி இருந்தா நல்லதுதான். ஆனா, கண்டிப்பா போலீஸ் தன் கையாளுங்கள வைச்சு இருக்கும். கட்டபொம்மன் பிறந்த அதே இனத்திலதான் எட்டப்பனும் பிறந்திருந்தான். இனி நம்மைச் சுற்றி என்ன நடக்குதுன்னு கவனிக்கணுமுன்னு சொல்லவர்றேன் அகத்தி. எவனாவது அடிக்கடி அடிவாரத்துக்குப் போறானான்னு பார்க்கணும்."

"நீங்க சொல்லுறது சரிதான் மூப்பு. மிகக் கவனமா செயல்பட வேண்டிய காலம் இது" என்றபடி...

"பேத்தி ஒத்தையில இருக்கும். நான் கிளம்புறேன் மூப்பு" என்று விடைபெற்றார் அகத்தி.

இருட்டில் தன் வீட்டை நோக்கி நிதானமாக நடக்க தொடங்கினார் அகத்தி.

அகத்தியின் வருகைக்காக வீட்டில் சிம்னி விளக்கு வெளிச்சத்தில் தனியாகக் காத்திருக்கிறாள் பூங்குழலி.

கூரைகளுக்குப் பின்னால் காலடிச் சத்தம் கேட்டு திடுக்கிட்டுப் பயந்து போனாள் பூங்குழலி.

"தாயி" என்று தன் தாத்தாவின் குரல் கேட்ட பின்தான் ஆசுவாசம் ஆனாள்.

"கோபமாக வெளியே வந்து, பேசாத தாத்தா, எவ்வளவு நேரம் தனியா இருக்கேன்..? பயமா இருக்காது..? நீ பாட்டுக்கு, மூப்போட பேசிக்கிட்டு இருந்துட்டு வர்ற?"

"இல்ல தாயி, இல்ல தாயி முக்கியமான சேதி. ஊர் சம்மந்தப் பட்டது அதான்."'

"இதை ஒண்ணு சொல்லிரு தாத்தா. ஊருஊருன்னு. சரி வா, சாப்பாடு எடுத்துவைக்கிறேன்" என்று பாத்திரங்களை உருட்டத் தொடங்கினாள் பூங்குழலி.

"மாட்டுக்குத் தண்ணி வச்சியாம்மா?"

"வச்சாச்சு தாத்தா."

இருவரும் சிம்னி விளக்கு வெளிச்சத்தில் அமர்ந்து சாப்பிட தொடங்கினர்.

"தாத்தா நான் உன்னிடத்தில ஒரு கேள்வி கேட்பேன். எனக்கு உண்மையைச் சொல்லுறியா?" என்றாள் பூங்குழலி.

"சொல்லுடா அம்மா?" என்றார் அகத்தி.

"ஊரே, என்னையத் தூக்க வேணாம், யாரு பெத்த புள்ளையோன்னு சொல்லும்போது, ஊர மீறி என்னை ஏன் தாத்தா தூக்கிட்டு வந்த..? நீ என்னைய அனாதையா விட்டுட்டு வந்திருக்கலாமுல்ல?" என்றாள் பூங்குழலி.

இத்தனை ஆண்டுகளில் இப்படி ஒரு கேள்வியை எதிர்பாராத அகத்தி, வரகு சோறை வாயிலே வைத்து மென்றுகொண்டிருக்க, கண்களில் கண்ணீர் பெருக்கெடுக்க, பூங்குழலி, "தாத்தா ஏன் தாத்தா அழுவுற?" என்று அகத்தியின் கண்ணீரைத் துடைக்க, பேத்தியை நெஞ்சோடு அணைத்தபடி, "என் பேத்தி தாயி நீனு".'

"தாயி, பல ஆண்டுகளாய் என் இதயத்தில் பூட்டிவைத்த ஒரு உண்மையை இன்றைக்கு சொல்லுறேன். நீ வேற யாரும் இல்லை தாயி. என் மக வயித்து பிள்ளைடா நீ" என்று சொல்லியவாறே அழத் தொடங்கினார் அகத்தி.

"என்ன தாத்தா சொல்லுற!" என ஆச்சரியமாய் கேட்டாள் பூங்குழலி. "யாரு தாத்தா அம்மா..? அம்மா இப்ப எங்க இருக்கு தாத்தா..?" என்று பூங்குழலி கேள்விகளால் துளைத்து எடுக்க...

தழுதழுத்தக் குரலில், "அடிவாரத்தில் இருந்து பழங்குடி அல்லாத வேற சமூகத்தை சேர்ந்த பையன் ஒருத்தன் பால் எடுக்க வண்ணாத்திப்பாறைக்கு வருவான். அவன ஆசைப்பட்டு விரும்பி இருக்கா உங்க அம்மா. அவனும் உங்க அம்மாவை விரும்பி இருக்கான். ரொம்ப நாள் பழக்கம், இருவரும் கணவன் மனைவி மாதிரி வாழ்ந்து இருக்காங்க.

'ஊருக்குத் தெரிஞ்சா பெரிய பிரச்சனை ஆகிடும். ஊர விட்டே ஓடிப்போயிறலாம்' என்று ஒரு பௌர்ணமி இரவு மலைக்கு வடக்கமா காட்டுக்குள்ள இறங்கிட்டாங்க கொஞ்ச தூரம் போயிருப்பாங்க.

உங்க அம்மா, 'எங்க அப்பனை விட்டுட்டு நான் வரலை. நான் இப்ப வந்தேன்னா கட்டுப்பாடு மிக்க பழங்குடி சமூகத்துக்கே கெட்ட பேரா ஆயிரும், என் உயிர் போனா அது இந்த வண்ணாத்திப் பாறையில்தான் போகணும்' என்று சொல்லி திரும்பிவர, அந்தப் பையனும் உங்க அப்பாட்ட வந்து பேசுறேன்னு சொல்லி இரண்டு பேரும் திரும்பி வந்துருக்காங்க.

அப்படி வந்தப் பையனை மலையப்பன் கோயில் வாசல்ல ஊர்க்காரங்க புடிச்சுக் கட்டிவைச்சுட்டாங்க. எனக்குத் தகவல் கிடைத்து, பதறியடித்து, ஓடிப்போய் பார்த்தேன்.

நம்ம மலைவாழ் பெண்களைக் கேலி செய்யுற வெளி ஆட்களுக்குக் கொடுக்கிற தண்டனையான பெரிய பானையில தண்ணீர் வச்சு, தப்பு செஞ்ச பையனையும், மலம் திங்கிற பன்னியும் ஒரே நேரத்தில் தண்ணீர் குடிக்க வைச்சுட்டாங்க.

உங்க அம்மா கத்துகத்துனு கத்துறா, ஊரே எங்களக் காறித் துப்புச்சி. அவ்வளவு அவமானத்தையும் தாங்கிக்கிட்டு உங்க அம்மாவை வீட்டுக்குக் கூட்டியாந்தேன்.

அந்தப் பையன்கூடா பழக்கம் இருந்ததுதான் எல்லாத்துக்கும் தெரியும். எனக்கும் மூப்புக்கும் மட்டும்தான் அவ வயித்துல ஒரு பிள்ளை இருந்துச்சுன்னு தெரியும்மா" என்று தன் தலையில் அடித்துக்கொண்டு அழ ஆரம்பித்தார் அகத்தி.

பூங்குழலியும் கண்ணீரோடு, "அழாத தாத்தா" என தடுமாற்ற மான குரலில் அகத்தியின் கைகளைத் தடுத்தாள். வழியும் கண்ணீரைத் துடைத்தபடி அழுதக் கண்களுடன் மீண்டும் பேசத் தொடங்கினார் அகத்தி:

"அடுத்த நாள் ஊர்கூடி உங்க அம்மாவை ஊரவிட்டு தள்ளி வச்சாங்க. என்னையும் சேர்த்து ஒதுக்கணுமுன்னு சொன்னாங்க ஊர்க்காரங்க. ஆனா, என் நண்பன் 'வனபடுகன்' மூப்பு அதுக்கு ஒத்துக்கிடலை.

அன்றிலிருந்து என் பாலிய நண்பனான வனபடுகனை, 'அவன் இவன்' கூப்பிடுறத விட்டுட்டு, மரியாதையா 'மூப்பு'ன்னு கூப்பிட ஆரம்பித்தேன்.

வயித்தில இருந்த புள்ளையுடன் அம்மாவை மூப்புக்கு சொந்தமான காட்டில் குடில் அமைத்து நானும் மூப்பும் பராமரித்தோம். ஊரடங்கின பிறகு ராத்திரி காட்டுக்குப் போயி அம்மாவுக்குத் துணையா இருப்பேன். அம்மா என்னைய வர வேணாம் என்று பலமுறை திட்டி இருக்கா. வயித்தில இருக்க என் புள்ளைக்காகத்தான் இந்த உசுர வச்சுக்கிட்டு இருக்கேன்னு அடிக்கடி சொல்லுவா.

எதைப் பற்றியும் கவலைப்படாம உன் தாயி உன்னையப் பெத்துப்போட்டுட்டு மலையின் தெற்கே ஆளரவம் இல்லாத காட்டுப் பகுதியில் குதித்து செத்துப்போயிட்டா. விலங்குகள் வாழ்கிற அந்த அடர்ந்தக் காட்டுக்குள்ள தேடுறது அவ்வளவு சாதாரணம் இல்லை. ஆனாலும், நான் தேடி அலைந்தேன் தென்படலை.

குழந்தையை என்ன செய்றது? ஊர்வாய எப்படி அடைக்கிறது? என்று தெரியல. மூப்புதான் குழந்தையை வாங்கிட்டுபோய் மலையப்பன் கோயில் வாசலில் வச்சுட்டு வந்துட்டாரு.

ஊர் கூடிய பின்னால், மூப்புக்குத் தகவல் சொல்லி மூப்பு வந்து, யாரோட பிள்ளை..? இது யாரோட பிள்ளை..? சொல்லுங்கப்பா..? ஊருக்குள்ள புதுசுபுதுசா என்ன என்னமோ நடக்குது. இது எல்லாம் சரியில்லை. யாருன்னு கண்டுபுடிச்சேன் அப்பறம் நடக்கிறதே வேற? என மூப்பு கோபப்பட ஊரே அமைதியா இருந்துச்சு.

'சரி அது போகட்டும். இந்தக் குழந்த என்ன புள்ளங்கய்யா?' என்று தெரியாத மாதிரி கேக்க, ஊர் முதியவர் ஒருத்தர், 'பொட்ட புள்ளை மூப்பு' என்றார்.

'ஓகோ சரி, இந்தப் பெண் பிள்ளைய யாராவது எடுத்து வளர்க்கத் தயாரா? அப்படி வளர்க்க யாராவது முன்வந்தால் இன்றிலிருந்து இந்தக் குழந்தை வண்ணாத்திப்பாறை பழங்குடி குல வாரிசுன்னு அறிவிப்பு செஞ்சு, நம்ம பூர்வக்குடிகளுக்கு இருக்கிற அனைத்து உரிமையும் வழங்கப்படும்.

அதே போன்று யாரும் ஊர் பேரு, ஆயி, அப்பன் பெயர் தெரியாத பிள்ளை என்று ஜாடைமாடையா பேசுனாலும் அவர்களுக்குக் கடுமையான தண்டனை வழங்கப்படும்.

குழந்தையை வளர்க்க யாரும் முன்வராத பட்சத்தில் மலை காட்டு தெற்கே தூக்கி வீச வேண்டியதுதான்!' என்று மூப்பு பேசி முடிக்க...

மூப்பு என்னிடம் முன்பே சொன்ன மாதிரி, 'நானே முன்வந்து எனக்கும் யாரும் இல்லை. என் மகளும் எங்கே போச்சுன்னு தெரியல. என் பேத்தி மாதிரி நானே வளர்க்கிறே'ன் என்று சொன்னேன்.

மூப்பு அதற்கு, 'நல்லா யோசித்து சொல்லு அகத்தி. விளையாட்டுக் காரியம் இல்ல. குழந்தைக்கு ஏதாவது நல்லது, கெட்டதுன்னா பஞ்சாயத்துக்குப் பதில் சொல்லணும்... என்ன?' என்றார். கண்ணீரோடு கை எடுத்து மூப்பைப் பார்த்துக் கும்பிட்டேமா. மூப்பு உன்னையை எடுத்து சட்டப்பூர்வமாக என்னிடம் ஒப்படைத்தாரு.

மூப்புக்கு நாம நிறைய கடமைப்பட்டு இருக்கோம்மா" என்று கூறியதுடன் அமைதியானார் அகத்தி.

பூங்குழலி கண்ணீரையும் மூக்கையும் துணியால் துடைத்தவாறு, "அப்பாக்கு என்னாச்சு தாத்தா?" என்றாள்.

“அவமானப்பட்டுப் போன உங்க அப்பன், அதற்கு அப்பறம் இந்த மலைக்கு வரவே இல்லை.

சாதிச் சான்றிதழ் தர மறுக்கும் அதிகாரிகளைக் கண்டித்து பன்னிரண்டு ஊர் மூப்பன்மார்கள் தலைமையில் ஆண்களும், பெண்களும் சேர்ந்து ஆயிரக்கணக்கானோர் கலெக்டர் ஆபீஸ் முன் முற்றுகையிட போனோம்.

அப்ப உங்கப்பன் அந்தக் கூட்டத்தில் உங்க அம்மாவத் தேடி இருக்கான். நம்ம ஊர்க்காரங்க பார்த்து இருக்காங்க. ஆனா யாரிட்டையும் அவன் விசாரிக்கவில்லை. உங்க அப்பனைப்பற்றி எனக்குத் தெரிஞ்ச தகவல் அவ்வளவுதான்.

உங்க அம்மா ஒரு தடவ உங்கப்பன பற்றி சொல்லி இருக்கா. தான் மாசமா இருக்கிற விசயத்தைச் சொன்ன உடனே ரொம்ப சந்தோஷப்பட்டானாம். ஆண் பிள்ளை பிறந்தா ‘நேதாஜி’ என்று பேரு வைக்கணும். பெண் பிள்ளை பிறந்தா ‘பூங்குழலி’ என்று பேர் வைக்கணுமுன்னு சொன்னானாமா.

உனக்கு பூங்குழலி என்று பேர் வைச்சது நான் இல்லம்மா, உன்னைய பெத்த அப்பன்.”

அதுவரை அமைதியாய் கண்ணீருடன் கேட்டுக்கொண்டிருந்த பூங்குழலி, அழுகையை அடக்க முடியாமல் எழுந்துசென்று, பாய், தலையணை எடுத்து விரித்துப் போட்டு, “படு தாத்தா” என்றபடி, அருகில் விரித்திருந்த பாயில் தன் தகப்பனைப் பற்றிய எண்ண ஓட்டத்துடன் அழுதபடி படுத்துக்கொண்டாள். இரவு முழுவதும் தகப்பன் எப்படி இருப்பான்? என்று யோசித்தபடி, திரும்பித்திரும்பிப் படுக்க...

அகத்தி இடைஇடையே, “தாயி, எதையும் மனசப் போட்டு குழப்பிக்காமல் தூங்கு தாயி” என்று கூறியபடி இருவரும் தூங்கினர்.

பகுதி: 5

பெரியண்ணன் தலைமையில் இளைஞர்கள் ரகசிய ஆலோசனை

ஊருக்கு வடக்கே ஆள் நடமாட்டம் இல்லாத பனைமரத் தோப்பில் வண்ணாத்திப்பாறை இளைஞர்கள் எட்டு நபர்கள் கூடியுள்ளனர். அதில் மிக முக்கியமான நபர் பெரியண்ணன். நாற்பது வயது மதிக்கத்தக்க பத்தாம் வகுப்புவரை பள்ளிப்படிப்பை முடித்துவிட்டு, தன் நண்பனுடன் ஆந்திர மாநிலத்தில் தனியார் நிறுவனம் ஒன்றில் பணியாற்றிவந்தவர்.

இரண்டு மூன்று மாதங்களுக்கு ஒரு முறை தனது சொந்த ஊரான வண்ணாத்திப்பாறைக்கு வருவது வழக்கம். அப்படி ஊருக்கு வந்தவர் தற்போது ஊரிலேயே தங்கிவிட்டார். தற்போது பெரியண்ணன் தலைமையில் ரகசியமாய் கூடி இருந்தனர்.

தற்போது எத்தன் பேசிவருகிறான்:

"நடந்த சம்பவம், கலெக்டர் மிரட்டல் விடுத்தது, மூப்பே ஒரு மாதிரி மன ரீதியா நிலைகுலைந்து போனது. இது எல்லாம் அனைவருக்கும் தெரிந்த சேதிதான்.

இப்ப வயசு பசங்க நாம என்ன செய்யப்போறோம்? ஊர்ல முப்பது பேர்களுக்கு மேல பசங்க இருக்காங்க எதுக்கு உங்கள மட்டும் வரச்சொன்னேன் தெரியுமா? நம்ம ஊர் இளைஞர்களில் அறிவார்ந்து பிரச்னையைப் பேசக்கூடியவங்க, சிந்திக்ககூடியவங்க நீங்க மட்டும்தான். பல நேரங்களில் நான் கவனித்துப்பார்த்து இருக்கேன்.

இதில் என்னுடைய வயதில் மூத்தவங்களும் இருக்கீங்க கூடுதலாக அனுபவங்களும் இருக்கும். அதனால்தான் உங்களைக் கூட்டி ஆலோசனை பண்ணலாம் என்று பெரியண்ணன் சொன்னார். அவரின் ஆலோசனையை ஏற்று உங்களை வரச் சொன்னோம். சொல்லுங்க..? என்ன செய்யலாம்..? ஏதாவது யோசனை சொல்லுங்க?" என்று முடித்தான் எத்தன்.

"நான் என் மனசுல பட்டதைச் சொல்லுறேன்" என்று தொடங்கினான் பெரியண்ணன்.

"கண்டிப்பாக அரசாங்கம் விடாது. அவங்களுக்குக் காடு, மலை மற்றும் மாடுகளோடு உண்டான பழங்குடிகளின் உறவுகள் புரியாது ஒரு போதும் புரியாது. எவனோ சிட்டியில அமர்ந்துகொண்டு கொக்குகளையும், பறவைகளையும் பாதுகாக்க கம்பெனி நடத்திட்டு இருக்கானாம். அவன் சொன்னானாம் பழங்குடிகள் மேய்க்கிற எருமைகளால் வெளிநாட்டு கொக்குகளுக்கு மன உளைச்சல் ஆகுதுன்னு.

உடனே அரசாங்கம், எசமான் கோபப்படுவாக ஊரக் காலி பண்ணுங்கன்னு வந்து நிற்கிறது. மிருகங்கள்மீதும், பறவைகள் மீதும் வைக்கின்ற அக்கறையைப் பழங்குடிகள்மீது பாதியாவது வைக்கணும்தானே? வைக்க மாட்டாங்க. பெரும்பாலான சம வெளி மனிதனின் புத்தியது. அதனால்தான், சதுப்பு நிலத்தில் அமைந்துள்ள அந்தமான் நிக்கோபார் தீவுக்குள்ள யாரையும் உள்ளே அனுமதிக்க மாட்டாங்க. அங்கு வாழும் பூர்வகுடி ஆதிவாசிகள் அனுமதிச்சா இந்த நவீன மனிதன் என்ன செய்வான் தெரியுமா? கொஞ்சம்கொஞ்சமா அவனிடம் இருக்கிற மருத்துவ அறிவைத் திருடுவான், தேன், காட்டுப்பழங்கள், மாமிச விலங்குகள் என அவனுடைய உணவைத் திருடி, தன் நாட்டு செல்வந்தர்களுக்குக் கொண்டுபோவான், வனத்தில் இருக்கிற வனஉயிரினங்களை ஆய்வுசெய்றன்னு சொல்லி அதனுடைய வாழ்க்கை பழக்கவழக்கங்களை மாற்றுவான். வனத்தில் உள்ள விலையுயர்ந்த மரங்களைத் தன் நாட்டுக்கு ஏற்றுமதி செய்வான். இங்கு சுதந்திரமாய் வசிக்கின்ற பறவைகளையும், விலங்குகளையும் திறந்தவெளி அருங்காட்சியகம் அதாவது திறந்தவெளி சிறையில் அடைத்து அதை சாதனையாகக் கொண்டாடுவான்.

கடைசியாக இந்த வனம் அரசாங்கத்துக்குச் சொந்தமான காப்புக்காடு, இங்கு யாரும் வேட்டையாடக் கூடாது, வனத்துக்குச் செல்ல பழங்குடிகள் அனுமதி வாங்க வேண்டும் என்று திறந்தவெளி சிறையில் மனிதனையும் சேர்த்துவிடுவான். காடே கதி என வாழ்ந்தவன், வாழ வழியில்லாமல் காட்டிலே அடிமையாக இருந்து செத்துப் போகணும் அல்லது முதன் முதலில் நம்மைப் பார்த்து 'வாவ்' என்றானே, அன்பாய் தன் பாக்கெட்டில் இருந்த சாக்லெட்டைத் தந்து, புகைப்படம் எடுத்தானே அவனது கூட்டத்துக்கு அடிமையாய் போகணும். இதற்கு இவர்களை அனுமதிக்காமலே தன் காட்டை தானே ஆள்வது மேல். சரி தானப்பா நான் சொல்வது?" என்றான் பெரியண்ணன்.

"ஆனா இங்கே கை மீறி போயிருச்சே" என்றான் மற்றொரு இளைஞன்.

“காடு நம்மட்டதானே இருக்கு. காட்டில் வடக்கே என்ன இருக்கு, தெற்கே என்ன இருக்குன்னு வண்ணாத்திப்பாறை பழங்குடியானுக்குத் தெரியாததா? காடுன்னு படிச்சுட்டு பேன்டு, சட்டையை மாட்டிக்கிட்டு வருகிற அதிகாரிகளுக்குத் தெரிஞ்சிர போகுது? காடு நம்ம காடுய்யா. காசுக்கு வேலைபாக்கிற ஆளுங்களும், அதிகாரமும், துப்பாக்கிகளும் மட்டும்தான் அரசாங்கத்திடம் இருக்கு.

நம்மட்ட காடு, மலை, ஏரி, வனவிலங்குகள் என பெரிய பட்டாளமே இருக்கு. அந்தமான் நிக்கோபார் தீவு பழங்குடிகள் மாதிரி இறங்கி நின்று அடித்தால் மட்டும்தான் காடு நமக்கு சொந்தம். இல்ல, நம் தலைமுறையே கூலிக்குத் தோட்டத்தில அடிமையாகப் போகவேண்டியதுதான்”

“இப்ப என்ன செய்யணுமுன்னு சொல்லுங்க..?” என்றார் மணிமுத்து என்ற இளைஞன். இடைமறித்த எத்தன், “அதைதான் உங்கக்கிட்ட கேக்குறோம்?” என்றான்.

சிறிது நேரம் அமைதி சூழ, அனைவரும் எழுந்து நின்று உறுதி மொழி எடுத்தனர்:

“இந்தக் காடும், மலையும் பழங்குடிகளுக்கே சொந்தம். இந்த உரிமையை ஒருபோதும் விட்டுத்தர மாட்டோம். இங்கு வாழும் உயிரினங்கள் அனைத்தும் பழங்குடிகளுடன் இரண்டறக் கலந்த உறவுகளாகும். வனத்தைவிட்டு வெளியேற்ற நினைப் பவர்களைக் காட்டைவிட்டே துரத்தி அடிப்பது, எங்களை அழித்துக் காட்டைப் பிடுங்க நினைத்தால், அவர்களை அழித்து வனத்துக்கு உரமாக்குவது, எங்கள் வாழ்வும் எங்கள் மரணமும் வனக்காடுகளே. எங்கள் உயிரை மாய்த்தேனும் கடவுளின் வனத்தை காப்போம்.”

புரட்சிகரமான ஒரு உறுதிமொழியை எட்டு இளைஞர்களும் எடுத்துக்கொண்டு கலைந்தனர்.

பகுதி: 6

மாவட்ட ஆட்சியர் அலுவலகத்தில் ஆலோசனை

"வண்ணாத்திப்பாறை சம்பந்தமாக என்ன நடந்திருக்கு? என்று முழுமையாக ஒரு ரிப்போர்ட் பண்ணுங்க" என்று ஆட்சியர் கோரிக்கை வைக்க, வனத்துறை உயர் அதிகாரி DFO மதியழகன் நடந்தவற்றை ஆவணங்களாக சமர்ப்பித்து விளக்கம் அளித்துக்கொண்டிருந்தார்...

இடைமறித்த ஆட்சியர், "யாரு அந்த எத்தன்?" என்று கேள்வி எழுப்ப, வனத்துறை மற்றொரு அதிகாரி, "வண்ணாத்திப் பாறையில் கொஞ்சம் படித்த பையன். அடிக்கடி தகவல் அறியும் உரிமைச் சட்டத்தில ஏதாவது தகவல் கேட்பான். மழைக் காலங்களில் வனக்காட்டில் மண் சரிவு, நிலச்சரிவுன்னு ஆபீஸ் வந்து நின்னுட்டு, 'சரி செய்யுங்'கன்னு தொல்லை பண்ணுவான். வண்ணாத்திப்பாறையில கள்ளு குடிக்காத ஒரே பையன்னு சொல்லலாம் சார் அவனை."

செவிமடுத்த ஆட்சியர், "ஓகோ... அப்ப அவனைக் கூடுதலாக கண்காணிங்க..."

"ஓகே சார்" என்று பதில் வர... "சரி இப்ப அடுத்ததாக என்ன செய்யப்போறோம்?" என்றார் ஆட்சியர்.

வனத்துறை அதிகாரி DFO மதியழகன் தொடர்ந்தார்: "சார் வண்ணாத்திப்பாறையைவிட்டு ஆதிவாசி மக்களைக் கிளப்புறது அவ்வளவு சாதாரணம் இல்லை. மாவட்ட காவல்துறை கண் காணிப்பாளர் தலைமையில, போலீஸ் படையை இறக்கி, மனிதாபிமானம் பார்க்காமல், கடவுள்மேல பாரத்தைப் போட்டு, லத்தி சார்ஜ் பண்ணுனா பயன் தருமுன்னு நினைக்கிறேன் சார்."

ஆட்சியர் புன்முறுவலுடன், "இன்னொரு தடவ சொல்லுங்க மதியழகன்?" என்றார்.

"ஏன் சார் அப்படி கேக்கிறீங்க?" என்றார் மதியழகன். "இல்ல அவர்களது சொந்த இடமான காட்டைவிட்டு துரத்த எவ்வளவு யோசிக்கிறோம். உங்க வீட்டு வாசல் முன் இருக்கிற பொதுப் பாதையில, நீங்க நிறுத்தி இருக்கிற உங்களோட கார ஒருத்தன் வந்து, கார எடுங்க சார். நான் என்னோட கார நிறுத்தணும் என்று

சொன்னால் நீங்க என்ன செய்வீங்க மதியழகன்?'" என்று கேட்டார் ஆட்சியர்.

"சண்டை போடுவோம் சார்" என்றார் மதியழகன்.

"அப்போ காலங்காலமாக வாழ்ந்த வீடு, வாசலை விட்டு, அந்த மக்கள வெளியேறுன்னு சொன்னா என்ன பண்ணுவான்?" என்றார் ஆட்சியர்.

மதியழகன் உட்பட அனைத்து அதிகாரிகளும் அமைதியாய் இருந்தனர்.

"கண்டிப்பாக தங்களின் எதிர்ப்பை தெரிவிப்பாங்க. இல்லையா? அப்படி எதிர்ப்பு தெரிவிக்கக்கூடிய மலைவாழ் பூர்வகுடி மக்களுக்கு நம்ம பேரு ஒண்ணு வைக்கணும். என்ன பேர வைக்கலாம் சொல்லுங்க?"

"இஸ்லாமியர்களாக இருந்தா தீவிர போக்குடைய அடிப்படை வாதிகள் என்று வைப்போம் அல்லது பிரிவினைவாதிகள் என்று சொல்லி சுடுவோம். அதைவிட பவரா சொன்னாத்தான் பொது மக்கள் நம்புவார்கள் என்றால், பாகிஸ்தான் தீவிரவாதிகள் என்று பேட்டிக் கொடுப்போம். எந்த ஆதாரங்களையும் ஜோடிக்க முடியாத பட்சத்தில், இவன் தீவிரவாதியில்ல, தீவிரவாதிகளுக்குத் துணை போனான், அவனுக்கு ஆயுதம் வாங்க உதவினான், வீடு கொடுத்தான், காரு கொடுத்தான்னு சொல்வோம். அப்பதான் நாம சொல்லுற பொய் ஸ்ட்ராங்கா பொது புத்தியில நிக்கும். இல்லையா மதியழகன்?" என்றார் ஆட்சியர்.

மதியழகன் மைன்ட் வாய்ஸில், 'ஆத்தீ இப்ப வந்து இருக்கிற கலெக்டர் பயங்கரமான ஆளா இருப்பான் போலையே? உசுரோட ஊர் போய்ச் சேரணும் நெல்லையப்பனே..! என்னை ஊர் கொண்டு வந்து சேத்துருப்பா!' என்று முணுமுணுத்துக்கொண்டார்.

"என்ன மதியழகன்... என்ன சிந்தனை?" என்றார் ஆட்சியர்.

"சார், நான் அப்படி எல்லாம் யாரையும் இப்படி இட்டுக்கட்டி வழக்கு போட்டது இல்லை சார்" என்று பதறியடித்துக்கொண்டு சொன்னார் மதியழகன்.

"அப்படி எல்லாம் சொல்ல முடியாது மதியழகன். இனி இந்த மாதிரி ஸ்டோரி எல்லாம் சொல்லித்தான் ஆகணும், வேற வழியே இல்லை. நாம வாக்கப்பட்டுள்ளது கழுதைக்கு... சரியா மதியழகன்? கஷ்டமாதான் இருக்கு, அப்பாவிகளை வெளியேற்றுவது தப்பாகத் தான் தெரியுது. என்ன செய்யுறது? நம்மப் பொழப்பு அப்படி. பலர்

வாழணும் என்றால், சிலர் சிலவற்றை இழந்துதான் ஆக வேண்டும். உதாரணத்துக்கு, கொடைக்கானல் மலைப் பகுதியில் குதிரையாறு, பாலாறு, மஞ்சளாறு, மருதந்தி, பரப்பையலாறு மற்றும் காமராஜர் ஆறு. இந்த ஆறுகளின் குறுக்கே கட்டப்பட்ட அணைகள் எல்லாம் பழங்குடி மக்கள் வாழ்விடம். அங்கிருந்த மலைவாழ் மக்களைத் துரத்தி அடித்த பின்புதான் அணை கட்ட முடிந்தது. சமவெளி மக்களுக்குத் தண்ணீர் பிரச்னை தற்காலிகமாக தீர்ந்தது. ஆனா, பழங்குடிகளுக்கு வாழ்விடம் நிரந்தரமா இல்லாது போய்விட்டது. பாவம் புண்ணியம் எல்லாம் பார்த்தால் அரசு துறையில ப்யூனாகூடக் காலம் தள்ள முடியாது மதியழகன்.

நம்மால் அவர்களை அடிக்காமல் இருக்க முடியாது. அதே சமயம் அவர்கள் வயிற்றில் அடி படாமல் அடிப்போம்.

என்ன மதியழகன் கலெக்டர் நல்லவரா, கெட்டவரான்னு பாக்குறீங்களா? பெரியபெரிய கனவுகளுடன் IAS படித்து வேலைக்கு வந்து உக்காந்தா, இங்க நடக்கிற கூத்தை எல்லாம் பார்த்து எதிர்க்கவும் முடியாம, ஏற்கவும் முடியாம, வெறுத்துப் போய், பொண்டாட்டி, பிள்ளைகளை நினைத்து வேற வழியே இல்லாமல் படித்த நவீன அடிமையாய் வாழ்கிறோம் அவ்வளவு தான்.

சரி ரைட்டு, எஜமான்கள் கொடுத்த வேலையை செய்வோம். மலைவாழ் மக்கள்மீது நாம எடுக்கிற ஆயுதப் பிரயோக நடவடிக்கைகளை வெகுஜன மக்கள் நம்ப வேண்டும். அதற்கு நம்புகிற மாதிரி ஏதாவது பேரு வைச்சாதானே சரியாக இருக்கும்?"

வனத்துறை அதிகாரி ஒருவர், " 'மாவோயிஸ்ட்டு' ஓகேவா சார்" என்றார்.

ஆட்சியர், "ரொம்ப பழைய பேரா இருக்கே."

மற்றொரு அதிகாரி ஆர்வமாய் எழுந்து, " 'நக்சல்பாரிகள்' எப்படி இருக்கு சார்."

ஆட்சியர், "இது மக்களிடம் பழகின பெயரா இருக்கே. இப்ப நகர்ப்புற நக்சல்கள் எல்லாம் அரசே உருவாக்கி இருக்கு. 'அர்பன் நக்சல்ஸ்' என்ற பெயரில்."

"வனத்தை அழிக்கும் வனபயங்கரவாதிகள்..!" இது நல்லா இருக்குல்ல.

இந்தப் பேரு நமக்குதான் பொருந்தும். அதிகாரம் கையில் இருப்பதால் அவர்களுக்கு நாம் சூட்டுகிறோம். ஓகே. நம்ம

பணியைத் துவங்குவோம். வண்ணாத்திப்பாறையில் மீண்டும் ஒரு பொது அறிவிப்பு செய்ய சொல்லுங்க.

இன்னும் மூன்று தினங்களில் மலையைவிட்டு கிராமவாசிகள் அனைவரும் அடிவாரத்துக்கு இறங்கணும். அப்படி இறங்க மறுத்தால் கடும் விளைவுகளைச் சந்திக்க வேண்டிவரும். மாவட்ட ஆட்சித் தலைவரின் இறுதி உத்தரவு என்ற தண்டோரா போடச் சொல்லுங்க.

அப்படியும் இறங்கலேன்னா வண்ணாத்திப்பாறை மலைக்குப் போகிற எல்லாத்தையும் பால், காய்கறி என எல்லா கொள் முதலையும் நிறுத்துங்க. உண்டுஉறைவிட பள்ளியைக் காலவரை யின்றி மூடுங்க. எந்த ஆசிரியர்களும் வண்ணாத்திப்பாறைக்கு போகக் கூடாது. வாரம்வாரம் செவ்வாய்க்கிழமை போகும் சுகாதார துறையினரும் போக அனுமதிக்காதீங்க. வண்ணாத்திப்பாறையில எது நடந்தாலும் நேரடியாக எனக்குத் தகவல் கொடுங்க.

காடுகளில் வேற ஏதும் ரகசிய கூட்டம் நடக்கிறதா என கவனிக்க ஊர் ஆளுங்களையே போடுங்க. அப்படி யாரும் உளவு பார்க்கப் பழங்குடிகள் கிடைத்தார்களா."

"ஆல்ரெடி இருக்காங்க சார்."

"பார்த்துக் கவனமா அவன் நம்மகிட்ட இருந்து தகவல் எடுத்து அங்க கொடுத்திடக் கூடாது. இந்த நிமிடத்தில் இருந்து மிசின் வன பயங்கரவாதம் ஸ்டார்ட்."

பகுதி: 7

பிற பழங்குடி குழுக்களைச் சந்தித்து ஆதரவு திரட்டுதல்.

அதிகாலை கிழக்கே ஆதவன் கண்ணைக் கசக்கி சிவந்த கண்களுடன் எழ முயல்கிறான். ஆதவன் எழும் முன்பே, மூப்பு எழுந்து சுமார் பதினைந்து மைல்கள் தொலைவில் உள்ள காட்டான்குன்று மலைகிராமத்துக்குத் தனது மாட்டு வண்டியை விரட்டிக்கொண்டு, அகத்தி, மலைவேல், அன்னரசு, பொதுனியான் உள்ளிட்ட ஊர் பெரியவர்களுடன் வந்துசேர்ந்திருந்தனர். வந்தாரை வரவேற்று, வெள்ளைத் துண்டைக் கொண்டு முண்டாசு கட்டி, புதுக் கம்பளி துணியைப் போர்த்தி, கோயில் மடத்தில் சகல மரியாதைகளுடன் அமரவைக்கப்பட்டார், வண்ணாத்திப்பாறை மூப்பு.

காட்டாங்குன்று மூப்பன் அவர்களின் வரவேற்பை ஏற்றுக் கொண்டு, நலம் விசாரித்தல், காட்டுப்படுகை சேகரித்தல், தேன் எடுத்தல், கொள்ளை நோய்களில் இருந்து பாதுகாத்தல் உள்ளிட்ட, பல முறையான பரஸ்பர உறவுமுறையான அணுகு முறைகளுக்குப் பின்னால், அகத்தி, மலைவேல், அன்னரசு, பொதுனியான் உள்ளிட்ட ஊர் பெரியவர்கள்: “கருக்கலில் கூடி வந்துருக்கீங்க என்ன சேதீ” என்று காட்டான்குன்று மூப்பன் அவர்களைக் கேட்க...

“கலெக்டர் வந்த சேதி உங்களுக்குத் தெரிந்திருக்கும். வண்ணாத்திப்பாறை ஏரிக்கரையைக் கொக்குகள் காப்பகமாக மாற்ற போகிறார்களாம். நாம ஏரிக்கரையில எருமைகளை மேய்ப்பதனால் பறவைகளுக்குக் குறிப்பாக வெளிநாட்டு கொக்குகள் வராதாமா அதனால் மாடு மேய்க்க அனுமதி இல்லையாம்.

வனப்படுகைகளைப் பொறுக்கித் தின்னுக்கிட்டு இருக்கிறதா இருந்தா இரு. இல்லை அடிவாரத்தில் இடமும், அதில் தொகுப்பு வீடும் கட்டி தருகிறதாம் அரசாங்கம் அங்கே போங்கன்னு சொல்லுறாங்க.”

“இது நியாயங்களா மூப்பு?” என்று காட்டாங்குன்று மூப்பன் அவர்களிடம், வண்ணாத்திப்பாறை மூப்பு கேள்வி எழுப்பிய

பின் மீண்டும் தொடர்ந்தார்... "தலைமுறைதலைமுறையா காட்டில் வாழ்ந்திட்டு, திடீர்ன்னு கீழப் போ என்று சொல்லுதே இந்த அரசாங்கம். இது சரிங்களா..? சொல்லுங்க மூப்பு?" என்றார்.

காட்டாங்குன்று மூப்பன் அவர்கள், "அதெப்படி அரசாங்கம் சொல்கிற எல்லாத்துக்கும் நாம தலையாட்ட முடியுமா? ஆபிஸருங்க தெரிந்தவர்கள்தான் நான் பேசுறேன். நீங்க ஒண்ணும் கவலைப்படாதீங்க. காட்டாங்குன்று வேற, வண்ணாத்திப்பாறை வேற இல்லை. குலங்கோத்திரம் வேறனாலும், 'குடி பழங்குடி' அப்படி விட்டுற முடியுமா? உங்களுக்கு ஒன்று என்றால் காட்டாங்குன்றுகார மக்கள்தான் முதல் ஆளா வந்து நிற்போம். கவலைப்படாதீங்க. மலையப்பனே வண்ணாத்திப்பாறையில தான் இருக்கான். அவன் பார்த்துக்குவான்" என்று ஆறுதலாகக் கூற...

இடைமறித்த வண்ணாத்திப்பாறை மூப்பு பேசலாயினார்: "அதுமட்டுமல்ல, மலையப்பன் மலையில இருக்கிற உங்கக் கிராமம் உட்பட, பன்னிரண்டு கிராமங்களையும் காலிசெய்யப் போறாங்களாம். கூடிய விரைவில் புலிகள் காப்பகம் வரப் போகுதாம். இன்றைக்கு வண்ணாத்திப்பாறைக்கு நாமெல்லாம் சேர்த்து போராடவில்லை என்று சொன்னால், மலையில, பழங் குடிகள் வாழ்ந்ததற்கான சுவடு இல்லாம செய்திடுவாங்க. கையைப் பிடித்துக் கேக்கிறேன் எங்களுக்காக வந்து நில்லுங்கள்" என்று கூறி கையைப் பிடித்தவாறு கண்கலங்கினார் வண்ணாத்திப்பாறை மூப்பு. இதைச் சற்றும் எதிர்பாராத காட்டாங்குன்று மூப்பன், "அண்ணே என்ன செய்யுறீங்க..? பெரிய வார்த்தை எல்லாம் பேசிக்கிட்டு..? நான் ஊரைக் கூட்டி பேசுறேன் என்ன செய்யணுமோ செய்வோம்" என்று ஆறுதல் சொல்லி அனுப்பினர் காட்டாங்குன்று பெரியவர்கள்.

இப்படியே பொழுதுசாய்கிற நேரம்வரை ஐந்து பழங்குடியின கிராமங்களுக்குச் சென்று நடந்தவற்றைச் சொல்லி ஆதரவு திரட்டிவிட்டு, இறுதியாக வனப்பாடு என்ற கிராமத்தில் இரவு தங்கிவிட்டு, மறுநாள் அதிகாலை கிளம்பி மீதம் இருந்த ஏழு கிராமப் பெரியவர்களையும் பார்த்துப் பேசிவிட்டு, மலையின் ஆக கடைசி கிராமமான முக்காலிப்பாறை என்ற கிராமத்தில் இருந்து வண்ணாத்திப்பாறையை நோக்கி கிளம்பத் தயாரானபோது சூரியன் கடையைக் காலிசெய்து நடையைக்கட்டி இருந்தான்.

மேற்கே செவ்வானம் மங்கத் தொடங்கியது. பொழுதும் கிட்டத்தட்ட சாய்ந்தேபோயிருந்தது.

"வண்ணாத்திப்பாறைகாரங்க ராவு இங்க தங்கிட்டு காத்தால போங்க. காட்டுப்பாதை ஏதாவது புலி, யானை வழிமறிச்சாகூட எங்கிட்டும் ஓட முடியாது. மாடு மிரட்டிச்சுனா பெரிய பிரச்னை ஆகிரும்" என்று முக்காலிப்பாறை பெரியவர்கள் சொல்ல...

"இல்லங்கய்யா ஊரவிட்டு வந்து இரண்டு நாளாச்சு, அகத்தி பேத்தி வேற தனியா இருப்பா. மாடு பழக்கப்பட்ட மாடுதான் சொந்த வண்டிக்காரன்தான் ஓட்டியாந்தான். அப்படியே நிதானமா ஊரப்பக்கம் போயிடுறோம். நன்றிங்கையா, நாங்க கிளம்புறோம். வண்ணாத்திப்பாறை விசயத்தை மனசுல வைய்யுங்க" என்று கும்பிட்டபடி மாட்டு வண்டி நகரத் தொடங்கியது.

இருள் கவ்வத் தொடங்கி இருந்தது. இரவு நேரத்தில் மாட்டின் கழுத்தில் கட்டியுள்ள சலங்கை சத்ததுடன் காட்டு மிருகங்கள் வாழும் மலைபாதைகளுக்குள் பதபதக்க மாட்டுவண்டி சீறிப் பாய்ந்து சென்றுகொண்டிருக்க...

வண்டியில் இருக்கும் பெரியவர்களுக்கு அச்சம், 'இந்த அடர்ந்த வனபடுகைக்குள் எந்தத் திசையில் இருந்து? எந்த மிருகம் வேண்டும் என்றாலும் வழிமறிக்கலாம்?' என்று. இப்படியான இரவு நேரப் பயணங்களை மலைவாசிகள் பெரும்பாலும் தவிர்த்தே இருந்தனர். கிட்டத்தட்ட வண்ணாத்திப்பாறை எல்லையை நெருங்கியபோதுதான், போன உயிர், திரும்பி வந்ததை போன்று உணர்ந்தனர் பெரியவர்கள். சலங்கைச் சத்தத்துடன் மாட்டு வண்டி வந்துசேர இருட்டிவிட்டது. மலையப்பன் கோயிலுக்கு முன்பாக கிராமத்துக்கு உள்ளே நுழையும் பாதையில் குறுக்கே கம்பு (கழி) தடுப்பு ஏற்படுத்தப்பட்டு தற்காலிக செக்போஸ்ட் உருவாக்கப்பட்டிருந்தது.

இரவு நேரம் கும்மிருட்டு. வண்டியில் தொங்கிக்கொண்டிருக்கும் சிறிய முட்டகிளாஸ் விளக்கு வெளிச்சத்தில் ஒன்றும் புரியாமல் மீண்டும் பதபதத்துப் போயினர் பெரியவர்கள்.

மூப்பு, "அகத்தி குத்துவால எடுத்து கையில் வை, அன்னரசு இறங்கி பாரு, இந்தா இந்த வெட்டுக்கத்தியைக் கையில் வச்சுக்க. ஏய் மலையா, மாட்டு கயித்த மட்டும் விட்டுராத, என்ன நடந்தாலும் வண்டியவிட்டு இறங்கிறாத" என்று முணுமுணுத்தவாறு மெதுவாகக் கீழே இறங்கி, தடுப்பு அருகில் வந்து நின்றுகொண்டு முட்டகிளாஸை உயர்த்தி வெளிச்சத்தில் சுற்றும்முற்றும் பார்க்க, கண்ணுக்கு எட்டிய தூரம்வரை யாரையும் காணவில்லை.

கிசுகிசுத்த வார்த்தைகளில் அகத்தி, “யாரையும் காணல, கழியை (தடுப்பை) தூக்கி ஓரமா போட்டுருவோம் புடி, அன்னரசு இங்கிட்டு புடி” என்று கழியைத் தூக்க, திடீர் என ஒரு லைட்டு வெளிச்சம் அனைவரின் முகத்திலும் அடிக்க மசக்கையாகத் தூரத்தில் மந்தை அருகில் இருந்து வாட்டசாட்டமாக நான்கு நபர்கள், “ஏய்... யார்ரா அது..? திருட்டுப் பயலுகளா இங்க என்னடா செய்றீங்க இந்த நேரத்தில?” என்று கையில் பெரும்பெரும் தடிகளுடன் ஓடி வர, பதிலுக்கு மூப்பும், “எங்க ஊர்ல வந்து தடுப்பு வைச்ச அவுசாரி மகன்களா, நீங்க யார்ரா?” என பதிலுக்குச் சத்தம் போட்டார்.

“யோவ் வார்த்தையை அளந்து பேசு, நாங்க போலீஸுய்யா.” “நான் இந்த ஊரோட மூப்புடா..!” என்று கூறி வாக்குவாதம் முற்றுகிறது.

“கழியை (தடுப்பை) இப்ப எடுக்கல, உடைச்சு எறிஞ்சுருவேன்” என்று மூப்பு திமிற, அகத்தியும் மற்ற பெரியவர்களும் மூப்பை தடுத்து, குண்டுகட்டாகத் தூக்கி, “மூப்பு சொன்னா கேளு, விடியட்டும் பார்ப்போம்” என்று அகத்தி சப்தமிட்டு வண்டியில மூப்பை ஏற்ற, தடுப்பு போலீஸ்காரர்களால் உயர்த்தப்பட்டது. மாட்டு வண்டி சலசலத்த சலங்கைச் சத்தத்துடன் தடுப்பைத் தாண்டி ஊருக்குள் நுழைய, வண்டியிலேயே அகத்தி, “விட்ரா அவனுங்களை வெட்டுறேன்” என்று மூப்பு திமிறிக்கொண்டிருந்தார்.

வண்டி மூப்பு வீட்டு வாசலில் வந்து நின்றதுதான் தாமதம். மூப்பு குதித்து ஓடி வீட்டின் மாடத்துக்கு அருகில் கொக்கியில் மாட்டியிருந்த கொடுவாளை எடுத்துக்கொண்டு தடுப்பை நோக்கி ஓட....

“மூப்பே, மூப்பே அவசரப்படாதே! மூப்பே கொஞ்சம் கேளு” என்று அகத்தி மூப்பை நெஞ்சோடு கட்டிப்பிடிக்க, மூப்பு கோபம் அடங்காதவராய், “விட்ரா அகத்தி, என் ஊர அடச்ச அந்தத் தே.... பசங்கள மலையப்பனுக்குப் பொலி போட்டறேன்” என்று கரகரத்த குரலில் கத்தியபடித் திமிறி இழுக்க, அகத்திக்கும், மூப்புக்கும் இழுபறியான தள்ளுமுள்ளு நடக்க, மூப்பை ஒரு கட்டத்தில் கட்டுப்படுத்த முடியாத சூழல் உருவாக, பொறுமையிழந்த அகத்தி உரத்தக் குரலில் “அடேய்..! வனபடுகா..! ஊர்மேல பழிவந்துருன்டா..! பழிவந்துருன்டா..!”

சுமார் இருபது ஆண்டுகளுக்குப் பின் மூப்பின் சொந்த பெயரைச் சொல்லிக் கத்த, மூப்பு பெருமூச்சுவிட்டவராய், இதயம் படபடக்க அகத்தியையே பார்த்தார்.

அகத்தி தன் உயிர் நண்பனை நெஞ்சோடு இறுக்கமாகக் கட்டிப்பிடித்து அழு குரலில், "மூப்பே எந்த ஊருக்காக நீ உயிரை வைச்சு இருக்கியோ, அந்த மக்கள்மேல பழி வந்துருன்டா நண்பா, பழி வந்துருன்டா" என அகத்தி அழ, மூப்பு அழ, அன்னரசு மற்றும் பெரியவர் எல்லாரும் அழகின்றனர்.

மூப்பு கரகரத்த குரலில், "அகத்தி..! டேய் அகத்தி..! நம்ம சொந்த மண்ணுலையே நமக்குத் தடுப்பு வைச்சுட்டாங்கடா..! தடுப்பு வைச்சுட்டாங்கடா..! அய்யோ..! வயிறு எரியுதே..! வயிறு எரியுதே..! அடேய் மலையப்பா..! நீ பார்த்துக்கிட்டுதான் இருந்தியா..! ஊருக்கு சோதனை வரப்போகுதுனு சொன்னியே, ஊரக் காப்பாற்ற வழியைச் சொன்னியா..? மலையே உன் மலைதானே..! தடுப்ப வைக்கவிட்டுட்டியே மலையப்பா..!" மூப்பனின் வேதனையான கடுங்குரல் மலை குன்றுகளின் மீது எதிரொலித்தது.

அந்த நள்ளிரவு நேரத்தில் நிலவின் வெளிச்சத்தில் ஆலமர, அரசமரங்களில் அமர்ந்திருந்த ஆயிரக்கணக்கான காக்கைகளும், குருவிகளும், கொக்குகளும் இறக்கையைப் படபடவென அடித்துப் பறக்கத் தொடங்கியது. வண்ணாத்திப்பாறையே மிரண்டு போன தருணம் அது.

பகுதி 8

தந்தையின் நினைவால் மன உளைச்சலில் பூங்குழலி

உச்சி வெயிலில் வயது முதிர்ந்த வைரம் பாய்ந்த காட்டுக் கருவேலம் மரங்கள், ஏரியில் தண்ணீர் அருந்துவதுபோல் வளைந்து, சாய்ந்து கிடக்க, காற்று அழகாய் தொட்டில் ஆட்டுவதை போன்று ஆட்டிவிட, சாய்ந்து கிடக்கும் கருவேலம் மர வாதுகள் ஏரித் தண்ணீருடன் உறவாட, தண்ணீரில் விழும் மரத்தின் நிழலில் தலையை நீட்டியபடி மீன் குஞ்சுகள் வாயைத் திறந்துதிறந்து மூட, விரால் மீன் ஒன்று நூற்றுக்கணக்கான தனது ஆரஞ்சு கலர் குஞ்சுகளுடன் மரத்தின் நிழலில் தண்ணீருக்குள் உலா வர, கரையோரத்தில் மரத்தின் புரையோடிக் கிடந்த தடித்த வேரில் கவலை தோய்ந்த முகத்துடன் மணப்பெண் அமர்ந்திருப்பதைப் போன்று குத்துக்கால் இட்டு, தனது இரு முழங்கால்களையும் கைகளால் இறுகக் கட்டியபடி தலையை முழங்கால்களின் மீது சாய்த்து வைத்தபடி, காற்றின் வேகத்தால் கரை வந்து மோதும் நீர்நிலைகளையே பார்த்துக்கொண்டிருந்தாள் பூங்குழலி. தனக்குப் பின்னால் கொக்குகள் தலையில் அமர, அதை விரட்டியபடி தலையசைத்து மணியோசை எழுப்பியபடி எருமைகள் புற்களை மேயும் சப்தம் ஒருபுறம் காதில்விழ, இப்படி தன்னைச் சுற்றிச் நடக்கும் இவை எதுவும் பூங்குழலியின் இதயத்தில் நடக்கும் தந்தை மீதான, பாசப்போராட்டத்தைத் தடுத்து தன் பக்கம் திருப்ப இயலவில்லை.

தாய், தந்தையின் முகங்களைக்கூடக் கண்டிராத பூங்குழலிக்கு, தாத்தா அகத்தி சொன்ன செய்தி, ஒரு பக்கம் தாயின் கொடூரமான மரணம் கடும் அதிர்ச்சியைத் தந்த போதும், மற்றொரு பக்கம் தன்னைப் பெற்ற தகப்பன் உயிரோடு இருக்கிறார் என்ற தகவல் ஓர் இனம்புரியாத சந்தோஷத்தைத் தந்தது. அதே நினைவாகவே உழல ஆரம்பித்தாள். எப்படி அடிவாரம் போவது..? யாரிடம் விசாரிப்பது..? தந்தை முகம்கூடத் தெரியாத நிலையில் அவரைத் தேடுவது எப்படி..? ஊருக்குத் தெரிந்தால் தாத்தா மற்றும் மூப்புக்கு ஏற்படும் அவமானம்? என பலவிதமான மனஉளைச்சலால் என்ன செய்வது என்று புரியாமல், யாரிடம் உதவி கோருவது என்று புலப்படாமல் தடுமாறியபடி சில தினங்களாக யாரிடமும் பேசாமல் இறுக்கமான முகத்துடனே காணப்பட்டாள்.

இறுதியில் நடந்த அத்தனை உண்மைகளையும் தன் பாலிய கால நண்பனும் பள்ளித்தோழனுமான எத்தனிடம் கூறி, உதவி கேட்பது என்று முடிவுசெய்த நேரம், தூரத்தில் செவ்வந்தி என்ற மாடு மேய்க்கும் சக தோழி, “ஏய் பூங்குழலி பொழுது சாய்ந்திட்டு இருக்கு, உன்னுடைய மாடு எல்லாம் அதுவா பட்டிக்குப் போய்ட்டு இருக்கு, இன்னும் நீ ஏரிக்கரையில என்ன செய்ற? சோத்து சட்டியும் மதியம் சாப்பிடாம மரத்திலத் தொங்கிட்டு இருக்கு, பேய் அறஞ்ச மாதிரி இப்படி தனியா உக்காந்து இருக்கே, வாடி எந்திருச்சு” என்று குரல் எழுப்ப, கண்ணீர் துளிகள் முட்டி இருந்த சிவந்த கண்களைத் துடைத்தவாறு எழுந்து, மற்ற மாடுகளையும் பட்டியை நோக்கி ஓட்டத் தொடங்கினாள் பூங்குழலி.

அவசரஅவசரமாக எருமைகளைக் கொண்டுவந்து பட்டியில் கட்டிவிட்டு, மலை சரிவில் தனியாக உள்ள எத்தனின் வீட்டுக்குத் தான் கட்டியுள்ள பாவாடை கால்களில் சிக்க, மூச்சிரைக்க ஓடி வருவதைப் பார்த்த எத்தனின் தாய், “ஏய், ஏன்டி இப்படி மலைச்சரிவுல ஓடியாரா? விழுந்தா, அந்தப் பெரியவரப் பாக்குறது யாருடி?” என்று கேட்டாள்.

“உன் பையன் எத்தன் எங்கே?” என்று குனிந்து, முட்டியில் இரு கைகளையும் வைத்து, மூச்சை இழுத்துவிட்டபடி கேட்டாள் பூங்குழலி.

எத்தனின் தாய், “ஏன்டி இப்படி மூச்சிரைக்க ஓடியாரா? அவன இழுத்துக்கிட்டு ஓட போறீயா?” என்றாள் கிராமத்துக் குசும்புடன்.

“கிறுக்குக் கணக்கா பேசாத. எத்தன் எங்கன்னு சொல்லு?” என்றாள் பூங்குழலி.

“மலைக்கு மேற்கால காட்ல கிழங்கு வச்சுட்டு இருந்தான். பொழுது சாய்கிற நேரம் ஆயிற்று வந்துருவான்” என்றாள் எத்தனின் தாய்.

“சரி நானே போய் பார்க்கிறேன்” என்று சொல்லிக்கொண்டே பூங்குழலி ஓடினாள்.

“அடியேய் அகத்தி பேத்தி..!, பாத்துப் போடி!” என்று சொல்லியபடி தான் செய்துகொண்டு இருந்த கோழி அடைக்கும் பணியை தொடங்கினாள் எத்தனின் தாய்.

சிறிது தூரத்தில் எத்தனும் எதிரில் தென்பட, அவன் ஆச்சரியமாய் பூங்குழலியைப் பார்த்தான். இத்தனை ஆண்டுகளில்

இந்தப் பகுதிகளுக்கு வந்தே இல்லாத ஒரு விருந்தாளி, மற்றொன்று ஆழ்மனதில் மெல்லியதாய் முளைத்திருந்த ஒன்றாம் வகுப்பு முதல் பன்னிரண்டாம் வகுப்புவரையான ஒருதலைக் காதல் ஒரு புறம், பள்ளிக் காலங்களில் பெயர்ச் சொல்லி அழைத்து கொண்ட பின், ஊரில் அவ்வளவாகப் பேசியது இல்லை. முதன் முதலில் 'எத்தா' என்று தன் பெயர் சொல்லி அழைத்தபடி அங்கங்கள் குதித்தெழுந்தபடி ஓடிவரும் அவளை ஆழ்மனதில் ரசித்தவனாகப் பதில் அளித்தான். "நானே வர்றேன், ஓடிவராத பூங்குழலி" என்று சொல்லிக்கொண்டே வேகமாக அவளை நோக்கி வருகிறான்.

ஓடிவந்த பூங்குழலி, சிறிய பாறையின் மீது சாய்ந்துகொண்டு மூச்சுக்காற்றை ஆசுவாசப்படுத்திக்கொண்டிருந்தாள். எத்தனும் அந்தப் பாறை அருகில் வந்துசேர்ந்தான். "சொல்லு பூங்குழலி என்ன விசயம்?" என்றான்.

'சொல்றேன்...' என்பதைப் போன்று மூச்சு வாங்கியபடி கையைக் காட்டினாள்.

இரவு தொடக்கம் மாலையின் மசங்கை நேரம் பத்தடியில் வரும் ஆள் தெரியாது. பொழுது சாய்ந்து இருந்தது.

"பூங்குழலி, வாப்பா போயிட்டே பேசுவோம்" என்று அழைத்து இருவரும் அன்னநடை நடக்கலாயினர்.

"எத்தா எனக்கு ஒரு உதவிசெய்யணும்? மறுக்காம செய்யணும்? நீ செய்யுற உதவி என் வாழ்நாளில் உன்னை மறக்கவே முடியாத உதவியா இருக்கும்" என்றாள்.

"என்னான்னு சொல்லுப்பா?" என்று பூங்குழலியை ஏறிட்டான் எத்தன். பூங்குழலி கண்களில் கண்ணீர் கோர்த்தபடி சிவந்த முகத்துடன், பேச்சு ஏதும் வராமல் தடுமாற, "ஏய் ஏப்பா அழற? பூங்குழலி இந்தாப்பா பூங்குழலி" என்று எத்தன் பேசிக் கொண்டிருக்கும் போதே, பூங்குழலி, "என்னைய என் அப்பாட்ட கூட்டிப்போவியா?" என்று சத்தமாக அழ தொடங்கினாள். "அப்பாவா? என்னப்பா சொல்ற? அழுகாம விபரமா சொல்லுப்பா?" என்றான் எத்தன்.

எத்தனின் வீடும் அருகில் வர, "வாப்பா உன்னைய உங்க வீடுவரை கொண்டுவந்து விட்டு வர்றேன்" என்று பேசியபடி இருவரும் நடந்தனர்.

M.அபுபக்கர் சித்தீக்

தன் தாவணியைக் கொண்டு கண்ணைத் துடைத்தபடி, "நீ எனக்கொரு சத்தியம்பண்ணு, நான் சொல்வதை யாரிடமும் சொல்ல மாட்டேன்னு" என்று எத்தனிடம் மலையப்பன்மீது சத்தியமும் வாங்கியப் பின், அகத்தி சொன்ன அனைத்தையும் ஒன்றுவிடாமல் சொல்லி முடிக்க, இருவரும் அகத்தியின் குடிசை அருகே வந்து நின்றனர்.

"ரொம்ப கஷ்டமா இருக்கு. மூப்பு எப்பவுமே பெரியவுக தான். அகத்தி தாத்தாவும் எவ்வளவு வேதனையை அனுபவித்து இருக்காரு. கவலைப்படாத, மலையப்பன்மீது பாரத்தைப் போட்டு, கூடிய சீக்கிரமே அடிவாரம் போவோம். நானும் யாருக்கும் தெரியாமல் விசாரித்துவைக்கிறேன். நான் கிளம்பட்டாப்பா இருட்டிருச்சு பெரியண்ணனப் பார்த்துட்டு வீட்டுக்குப் போகணும் வர்றேம்பா பூங்குழலி" என்று கிளம்பியவன், "தாத்தா எப்ப வருவாருப்பா?" என்று கேட்டு, பதிலைப் பெற்று நடக்க தொடங்கினான்.

அவனுக்குப் பூங்குழலி தன் கஷ்டத்தைச் சொல்லி அழும் போது, அவளை இறுக அணைத்து ஆறுதல் கூற மனம் துடித்தது. அவனின் இதயப் பரப்பில் கிட்டதட்ட பெரும் பகுதியை ஆக்கிரமித்திருந்தாள் பூங்குழலி.

பகுதி 9

எத்தனும், பூங்குழலியும் அடிவாரத்துக்குப் பயணம்

தாத்தா அகத்தியிடம், டவுனில் தான் படித்த பள்ளிக்குச் சென்று சர்டிபிகேட் (சான்றிதழ்) வாங்க, தன் தோழிகளுடன் போய் வருவதாகக் கூறிவிட்டு, அதிகாலையில் எத்தனுடன் மாயன்பாடிவரை இருவரும் தனித்தனி சைக்கிளில் சென்றனர். மாயன்பாடியில் இருந்து மலைபஸ் ஏறி அடிவாரத்துக்குப் பயணம் ஆகினர்.

அடிவாரம் காலை நேரத்தில் பரபரப்பாகக் காணப்பட்டது. இப்பவோஅப்பவோ என்று இருக்கும் பேருந்துகள் வந்துநிற்க பள்ளி மாணவ, மாணவிகள் இறங்கி பேசி சிரித்தவாறு பள்ளியை நோக்கி நடந்துகொண்டிருந்தனர். காட்டு வேலைக்குப் போகிற மக்கள் கையிலே கஞ்சிச் சட்டியுடன் ஆங்காங்கே பேருந்து மற்றும் வண்டிகளுக்காகக் காத்திருந்தனர். டீக்கடை முன் மரபெஞ்சுகளில் அமர்ந்து நாளிதழ்களைப் புரட்டி வியாக்கியானம் பேசியபடி ஒரு பெரியோர் கூட்டம் காணப்பட்டது. டீக்கடை ரேடியோவில் சத்தமாக 'அடி ஆத்தாடி, இளம் மனசொன்னு ரெக்கைகட்டி பறக்குது சரிதானா, உயிரோடு... உறவாட...' என இளையராஜா பாடல்கள் ஒருபுறம்.

அடிவாரம் வந்து மலைபஸ் நின்றது. 'அடிவாரம் எல்லாம் இறங்கு' என்ற குரல் எழுப்பியபடி நடத்துனர் இறங்கி டீக்கடைக்கு நடையைக் கட்டினார். எத்தனும், பூங்குழலியும் இறங்கினர். ஆனால், என்ன செய்யுறது? எப்படி விசாரிப்பது? என்று இதுவரை புரியாத புதிராகவே இருக்கிறது. அடையாளம் தெரியாது, கறுப்பா, சிவப்பா, நெட்டையா, குட்டையா எதுவும் தெரியாது, ஆனாலும், ஒரு முடிவுடன் இருந்தாள் பூங்குழலி.

எத்தன் விறுவிறுவென பால் கேன்களை ஏற்றிக்கொண்டிருந்த மினி வேனை நோக்கி நடந்தான். "அண்ணே லத்தீப்பாய் பால் பண்ணை எங்கே இருக்குண்ணே?" என்றான்.

"நீங்க எந்த ஊருப்பா?"

"நான் மலைணே... வண்ணாத்திப்பாறை."

“ஓ..! அப்படியா!”

“லத்தீப் அத்தா பால் பண்ணைய எடுத்து ஏழெட்டு, பத்து வருசம் ஆச்சே தம்பி. அவருக்கு ரெண்டு, மூணு லாரி ஓடுது, வாழைக்காய் மண்டி வைச்சு இருக்காரு. ஆபீஸுகூட டவுனில்தான் இருக்கு...” என்று அந்த நபர் முடிக்கும் காட்டி, “எந்த இடமுன்னு சொல்லுங்களேன்?” என்றாள் பூங்குழலி.

“எந்த இடம் என்று சரியா தெரியலமா, ஆனா, போராளுங்க சொல்லுவாங்க. டவுனுக்கு முன்னாடி அவுட்டர்ல இருக்கிற அல்லாஹ் கோயில் பக்கத்திலதான் அவரு வீடும் மண்டியும் இருக்கு. போய் விசாரிச்சீங்கன்னா சொல்லப்போறாங்கா” என்றார் அந்தப் பால்வண்டி நபர். நன்றி தெரிவித்து டவுன் பஸ் எப்ப வரும் என்ற கேள்வி எழுப்பி, பதிலையும் பெற்று காத்திருந்தனர் இருவரும் .

பூங்குழலி எத்தனிடம், “லத்தீப்பாய் யாரு? அவர இப்ப கண்டுபிடித்து என்ன செய்யப்போறோம்?” என்றாள்.

“உங்க அப்பா மலையில பால் எடுத்து கண்டிப்பாக ஏதாவது ஒரு பால் பண்ணையிலதான் கொடுத்திருக்கணும். அதனாலதான் நேற்றே மலையில பால் எடுக்க வர்ற ஆளுங்ககிட்ட விசாரித்தேன். அவர்கள்தான் லத்தீப்பாய்தான் பழைய ஆள் அவரிடம் கேட்டா தெரியும் என்றனர். ஆனா, இப்ப அவரு எங்கே இருக்காருன்னு தெரியல? என்று சொன்னாங்க. அதான் விசாரித்தேன். முகவரி கிடைச்சு இருக்கு, போய்ப்பார்ப்போம் என்ன நடந்திருக்கும் என்று, கண்டிப்பாக அவருக்குத் தெரிய வாய்ப்பு இருக்குமுன்னு நினைக்கிறேன். அதுக்கு மேல மலையப்பன்விட்ட வழி” என்றான் எத்தன்.

“நீ ஏன் பூங்குழலி ஒரு மாதிரியாவே இருக்கே? அதுதான் விசாரிக்கிறோமில்ல. சீக்கிரமாகக் கண்டுபிடித்துவிடலாம் கவலைப் படாதப்பா” என்றான்.

“அவரு ஏன் அம்மாவத் தேடி வரவே இல்லை? அம்மா அன்னைக்கே ஊரும் வேணாம், ஒரு மண்ணும் வேணான்னு அவருகூடப் போயிருக்கணும். நான் அனாதை என்று வாழும் போதுகூட என் மனசு இப்படி வலிக்கல எத்தா. நான் அனாதை இல்லைன்னும் அப்பா, அம்மா பற்றி தெரிந்த பின்னும் என்னால ஒரு கணம்கூட அமைதியா இருக்க முடியல” என்று கவலை தோய்ந்த முகத்துடன் பதில் உரைத்தாள் பூங்குழலி.

ரொம்ப கஷ்டப்பட்டு பள்ளம் மேடுகளில் விழுந்து, எழுந்து ஹாரன் சத்தத்துடன் டவுனுக்குப் போகும் பஸ், பழைய இஞ்சின் ரயில் வண்டி புகையைக் கிளப்பிக்கொண்டு இரயில் நிலையம் வந்து நிற்பதைப் போன்று புழுதியைக் கிளப்பிக்கொண்டு வந்து நின்றது. இருவரும் ஓடிப்போய் வண்டியில் ஏறிக்கொண்டனர். சிறிது நேரத்தில் வண்டி இரைச்சலுடன் கிளம்பியது.

மூப்பின் முயற்சியில் வண்ணாத்திப்பாறையில் இருந்து டவுனுக்கு வந்து +1, +2 வகுப்புகள் படித்த ஒரு சிலரில் எத்தனும் ஒருவன்.

பேருந்து பயணத்தில் தான் படித்த பள்ளியைச் சரியாக ஒன்றரை ஆண்டுகள் கழித்துப் பார்க்கிறாள். பழைய நினைவுகளுடன் பள்ளிக்கூடத்தையே பார்த்துக்கொண்டிருந்தாள். இறுதியாக நடந்த ஆண்டு விழாவில்கூட எல்லா மாணவர்களும் தமது பெற்றோருடன் கலந்துகொண்ட போது நான் மட்டும் யாரும் அற்ற அனாதையாய் சிறந்த மாணவி விருதை பெற்றேன். பெற்ற தகப்பன் அருகில் இருந்தும் அனாதையாய் வாழ்ந்துள்ளேன் என்ற மனக்குமுறல் கண்ணீரை வரவழைத்து இருந்தது.

பெரும் போராட்டத்துக்குப் பின்னால் எங்கேயும் பேருந்து நின்றுவிடாமல் சாமர்த்தியமாகப் பேருந்தை இயக்கி புகை மண்டலத்துடன் அவுட்டர் வந்து நிறுத்தினார் ஓட்டுனர்.

இருவரும் இறங்கி அல்லாஹ் கோயிலைத் தேட, மதியம் சரியாக 12.30 மணி பள்ளிவாசலில் இருந்து தொழுகைக்கு அழைப்பு சத்தம் கேக்க, அதோ அல்லாஹ் கோயில் என்று பள்ளிவாசலை நோக்கி வேகமாக நடக்க தொடங்கினர் .

அருகில் சென்று அங்கு இருந்த பெரியவர் ஒருவரிடம் “அடிவாரத்தில் பால் பண்ணை வைத்து இருந்த லத்தீப்பாய் வாழைக்காய் மண்டி எதுங்க பாய்.”

பெரியவர் சற்றும் யோசிக்காது வலது கையைக் கிழக்குப் பக்கமாக நீட்டி, அந்தா லாரி லோடு ஏத்திக்கிட்டு இருக்கில்ல அதுதான் அவரு வாழைக்காய் மண்டி. அவரு இருக்காரான்னு தெரியல, அவரு பசங்க இருப்பாங்க விசாரிங்க” என்று சொல்லி விட்டு பள்ளிக்குள் பிரவேசம் ஆனார்.

வேகமாக நடந்துவந்து கடைக்குள் எட்டிப் பார்த்தனர். அறுபத்தைந்து வயது மதிக்கத்தக்க ஒரு முதியவர் தலையிலே தொப்பியுடன் முண்டா பனியன் அணிந்தபடி அமர்ந்திருந்தார்.

கையில் ஓர் அட்டையுடன் வண்டியில் ஏறும் வாழைத் தார்களின் எண்ணிக்கையைப் பேனாவால் எழுதிக்கொண்டிருந்த பையனுக்கு இருபத்தியெட்டு வயது இருக்கும். வண்டியில் இருந்து, 'திடும்' என்ற சப்தம் வர, "ஏய் கவனமாடா" வெளியே எட்டிப்பார்த்தபடி பெரியவர் திரும்ப, எதிரே எத்தன் மற்றும் பூங்குழலி நின்றிருந்தனர்.

"வாங்கப்பா என்ன வேணும்?" என்றார் பெரியவர்.

குரலைத் தாழ்த்தியவாறு, "லத்தீப்பாய்..?" என்று எத்தன் இழுக்க, சட்டென்று குறுக்கிட்டு, "நான்தாம்பா சொல்லுங்க?" என்றார் லத்தீப். "ஐயா உங்கட்ட ஒரு முக்கியமான விசயம் பேசணும்?" என்றாள் பூங்குழலி. "என்ன விசயம்மா?" லத்தீப் பாய் கேட்க, "என் பேரு பூங்குழலி, என் தாத்தா பேரு அகத்தி, ஊர் மலை வண்ணாத்திப்பாறை, எனக்கு வயசு இப்ப பத்தொன்பது" என்று துவங்கி, கிட்டத்தட்ட எத்தனுடன் அடிவாரம் வந்து, அவரை விசாரித்ததுவரை கண் கலங்க சொல்லி முடித்தாள்.

"எங்க அப்பாவப் பாக்கணுங்கய்யா?" என்று அழு குரலில் கை எடுத்து கும்பிட்டவாறு நின்றாள் பூங்குழலி.

கன்னத்தில் கை வைத்தவராக பூங்குழலியையே பார்த்தார் லத்தீப். 'தன்னிடம் சுமார் இருபது வருடங்களாக வேலைசெய்து குடும்பத்தில் ஒருவனாக இருந்துவரும் சந்திரன் மகள்தான் தன் எதிரில் நிற்கின்ற பெண் பிள்ளை என்றும் அவனது முகஜாடை அப்படியே இருக்கே!' என்று ஆச்சரியமாய் பார்த்தார்.

கடை பையனைவிட்டு, "காபி வாங்கிட்டு வா... அந்த ஸ்டூல எடுத்து வெளியே போடு" என்றார்.

பையனும் எடுத்துப்போட, "உக்காரும்மா" என்று கூறிவிட்டு தாவாங்கட்டையில் மூன்று விரல்களையும், உதட்டின் மீது ஆள் காட்டி விரலையும், கழுத்தில் கட்டைவிரலை வைத்து அழுத்திய படி அமைதியாய் எதுவும் பேசாமல் பூங்குழலியையே கவனித்தார் லத்தீப்பாய்.

"ஐயா என்ன ஒண்ணும் பேசாம இருக்கீங்க? ஏதாவது தகவல் சொன்னீங்கன்னா நல்லா இருக்கும். உங்க அமைதி எங்களுக்குப் பயமா இருக்கு" எத்தன் பாயிடம் தன் கவலையைத் தெரிவித்தான்.

"உங்க அப்பன் பேரு சந்திரன், சந்திரான்னு கூப்புடுவோம்மா. என்றாவது ஒருநாள் என் அன்னம்மாளும், குழந்தையும் வருவாங்க. அந்த நாளுக்காகதான் இந்த உசுர வச்சுருக்கேன்னு

அடிக்கடி சொல்வாம்மா அந்தப் பய" என்று பெரியவர் லத்தீப் சொல்லும்போதே, கதறி அழ ஆரம்பித்தாள் பூங்குழலி. வண்டியில் லோடு ஏற்றிக்கொண்டிருந்த, கடைக்குள் இருந்த ஆட்கள் எல்லாம் திரும்பிப் பார்க்க, எத்தன் சமாதானப்படுத்த முயல, அனைத்தையும் தாண்டி கண்ணீர் வடித்து அழுகிறாள் தன்னிலை மறந்து 'அப்பா, அப்பா' என்று கதறும் காட்சி வீதியில் நடந்து செல்லும் பாதசாரிகளையும் நின்று கவனிக்க வைத்தது.

லத்தீப்பாயும், "அழாதம்மா, இந்தாம்மா பாப்பா கண்ணைத் தொடைம்மா" என்று சமாதானபடுத்த முயன்றார்.

ஒரு கட்டத்தில் பொறுமை இழந்த எத்தன், பூங்குழலி தலையை முதன் முதலாய் தொட்டு, தன் நெஞ்சோடு சாய்த்துக் கொண்டான். ஏதேனும் கோபப்பட்டுவிடுவாளோ என்ற படபடப்பில்தான் அப்படி செய்தான். ஆனால், பூங்குழலி தனக்கு ஆறுதல் சொல்லும் எத்தனின் இச்செயலை மனமுவந்து ஏற்றே அவன் நெஞ்சில் தலையைச் சாய்த்தாள் சிறிது நேரம் அமைதி நிலவ மூக்கைத் துடைத்தவாறு, "ஐயா, எங்க அப்பாவை பார்க்கணுங்கையா.. வரச்சொல்லுங்கையா" பாவமாய் அழுகிறாள் பூங்குழலி.

லத்தீப்பாய், "இங்க வாம்மா, நீ முதல்ல உக்காரும்மா நான் வரச்சொல்லுறேன். உங்க அப்பன் டவுசர் போட்ட காலத்தில இருந்து எங்கிட்டதாம்மா வேலை செய்யுறான். ரொம்ப நல்ல பய. ஏதாவது திட்டிபுட்டேன்னா, 'போயா லத்தீப்பு'ன்னு முறைச்சுக்கிட்டு அந்த மூலக் கடையில போய் கொஞ்ச நேரம் உக்காந்திருந்திட்டு வந்துடுவான். சொன்ன வேலையைத் தட்டாம செய்வான், வெளியூர் வியாபார சம்பந்தமான காசு கொடுக்கல், வாங்கல் எல்லாம் அவன்தான் பாக்குறான். இப்பகூட மதுரை போயிருக்கான். உன்னைப் பத்தி தெரிஞ்சா பதறிப்போயிருவான். நேற்றுதான் போயிருக்கான் வாழைத்தாரு பூராம் இறக்கிட்டு, இருந்து வசூல் பண்ணிட்டு, லாரி வெறும் வண்டியா வராம ஏதாவது லோடு பார்த்து ஏத்திட்டுத்தான் வருவான். இரண்டு நாள் ஆகும். ஏதாவது முக்கியமான செய்தின்னா டெலிபோன் பண்ணுவான். நான் தகவல் சொல்லி வரச்சொல்லுறேன்."

"இல்லங்கையா நான் மதுரைக்கே போய் பாக்கிறேன். எனக்கு விலாசம் சொல்லுங்கையா எங்கப்பாவ நா பாக்கணுய்யா" என்று கண்கலங்கக் கும்பிடுகிறாள் பூங்குழலி.

கும்பிட்ட கையைப் பற்றிய பெரியவர் லத்தீப், "என்ன வேலை செய்யிற தாயி இம்புட்ட நாள் கழித்து உன்னைய இங்கு

கொண்டுவந்து சேர்த்த இறைவனுக்குதான் நன்றி சொல்லணும். மதுரைக்குப் போய் தேடுறது எல்லாம் அவ்வளவு சாதாரணமான காரியம் இல்லம்மா."

எத்தன் குறுக்கிட்டு, "எப்ப வந்தாலும் அவர மலைக்கு வரச் சொல்லுறீங்களாய்யா?"

"அது முடியாதுப்பா, வைராக்கியம் புடிச்சவன்பா அவன். இன்னைக்கு என் அன்னம்மாளுடன்தான் வருவேன், இல்லை இரண்டு பேரும் மலையில இருந்து குதித்து உசுரவிட்டோமுன்னு சேதி வரும் என்று வீம்போடு மலை ஏறிய பய அவன். என்னைக்கு அவமானப்பட்டு மலையைவிட்டு இறங்கினானோ அதுக்கு அப்பறம் மலையில அவன் கால் வைக்கவே இல்லை. கண்டிப்பா வர மாட்டான். வெள்ளிக்கிழமை எங்க சுத்தியும் என்னையும், பசங்களையும் தொழுகைக்கு மாத்திவிட கடைக்கு வந்துருவான். வெள்ளிக்கிழமை வாங்க, அதுக்கிடையில போன் செய்தான்னா சொல்லிவைக்கிறேன். கடை நம்பர் நீங்களும் எழுதிக்கோங்க ஃபோன் பண்ணுங்க" என்று சொல்லி முடித்தார் லத்தீப்.

"பூங்குழலி வா போகலாம், அடிவாரம் போய் கடைசி மலை பஸ்ஸ புடிக்கணும், நேரம் ஆயிருச்சு வா" என்று எத்தன் அழைக்க, பூங்குழலி மசியவில்லை.

"நான் வரலை, நீ போ எவ்வளவு நாள் ஆனாலும், என் அப்பாவ பார்க்காம நான் வர மாட்டேன்" என்று கடை ஓரத்தில் குத்துகாலிட்டு அமர்ந்துகொண்டாள் பூங்குழலி. லத்தீப்பாய் குறுக்கிட்டு, "பாப்பாவை வேணுன்னா என் வீட்டுக்கு அழைச்சுட்டு போறேன். என் வீட்ல இருக்கட்டும்பா."

"இல்லங்கய்யா அதுல வேறு சில பிரச்னை எல்லாம் இருக்கு ஊருக்குள்ள போகாட்டி பிரச்னை ஆகிரும்." மீண்டும், "பூங்குழலி வா போவோம்" என்று அழைக்க, அவள் வர மறுத்தாள். கோபமான எத்தன், "இதுதான் என்மேல் வைத்து இருக்கிற மரியாதையா? இதற்குதான் என்னை கூப்பிட்டியா?" எத்தன் சீறினான். பூங்குழலி எத்தனின் கையை அழுதுகொண்டே பிடித்து எழுந்து, லத்தீப்பாயைப் பார்த்து குழந்தையைப்போல், "எங்க அப்பாவ வரச்சொல்லுங்கயா? அவரு மகள் பூங்குழலி வந்தேன்னு சொல்லுங்கயா?" என்று சொல்லி, கண்ணீருடனே கிளம்பினாள்.

டவுனில் இருந்து அடிவாரம் வந்து மலை பஸ்ஸில் மாயன் பாடி வந்திறங்கினர்.

காவல் துறையின் ஊதா கலர் வஜ்ரா வாகனங்கள் அணி வகுத்து நிற்க, ஏராளமான அதிரடி படைவீரர்கள் இறங்கி, பொட்டுப் பாட்டி டீக்கடையில் காண்டாலைட்டு வெளிச்சத்தில் டீ, சிகரட் வாங்கிக் கொண்டு இருந்தனர்.

எத்தனும், பூங்குழலியும் தனது சைக்கிளை எடுத்து தள்ளிக் கொண்டு சிறிது தூரம் போலீஸ்காரர்களைக் கவனித்தவாறு வந்தனர். எதிரே வந்த பழக்கப்பட்ட ஒருவரிடம் என்ன மலையில இவ்வளவு போலீஸ் எங்க போறாங்க?" என்று எத்தன் கேட்டான்.

அந்த நபர், "உங்க ஊருதான் வண்ணாத்திப்பாறைக்கு வந்துருக்காங்க" என்று பதில் சொல்ல, திகைத்துப் போயினர்.

இருவரும் விறுவிறுவென சைக்கிளை மிதிக்க ஆரம்பித்தனர். சரியாக இருள் சூழ்ந்து இரவு தொடங்கிய தருணம் அது.

பகுதி: 10

வண்ணாத்திப்பாறை முற்றுகை

மரத்தடி ஊர்க்கல்லில் காலை 8 மணிமுதல் கர்ப்பிணி பெண்கள், உடம்பு சுகவீனமான, வயதான பெரியவர்கள், கைகுழந்தைகளுடன் பெண்மணிகள் அனைவரும் காத்திருந்தனர். வாராவாரம் டவுன் தர்மாஸ்பத்திரியில் இருந்து வரும் பெண் மருத்துவருக்காகக் காத்திருந்தனர்.

சரியாக நேரம் பதினொரு மணி ஆயிற்று, இன்னும் ஒன்பது மணிக்கு வரவேண்டிய மருத்துவர் வரவில்லை. ஒரு நாளும் இவ்வளவு நேரம் ஆனது இல்லை.

நிறைமாத கர்ப்பிணிகளும் உண்டு, வாரம் மாத்திரை வாங்கும் பெரியவர்களும் உண்டு. கட்டுப்பிரிக்க வேண்டிய நோயாளிகளும் உண்டு, காய்ச்சல், இருமல் என பச்சிளம் குழந்தைகளும் உண்டு.

வண்ணாத்திப்பாறையை பொறுத்த அளவில் மருத்துவ மனையே செவ்வாய் அன்று வரும் மருத்துவர்தான். மற்றபடி நாட்டு வைத்தியம்தான் .

ஆனால், மருத்துவர் மதியம் கடந்தும் வரவில்லை. ஏன் என்று புரியாமல், 'இந்தப் பட்டுகிடப்பான் இப்படி வராம போய்ட்டான்' என்று வசைபாடியபடி பெரியோர்களை அழைத்துசென்றனர். சிலர் மாலைவரை காத்திருந்து வசைபாடியபடி மெல்ல நடந்து சென்று மூப்பிடம் முறையிட்டனர். மூப்பு, "ஏதாவது முக்கியமான வேலையா இருக்கும் காத்தால வருவாரு" என்று சொல்லி அனுப்பினார்.

நள்ளிரவு நேரம் மூப்பு வீட்டைவிட்டு வெளியே வந்து காத்தாட உலாவுவது வழக்கம். அப்படி வந்தபோது எப்போதும் பால் ஏற்ற வரும் வண்டி நள்ளிரவே ஊர் பொட்டலில் வந்து நிக்கும். இன்றைக்கு வண்டி வந்திருக்கவில்லை. ஏன் வரல? என்ற கேள்வியுடனே மூப்பு தூங்கச் சென்றார். அதிகாலை இரண்டு மணிக்கு பால் பீச்ச தொடங்கி மூன்று மணிக்கு ஊர் பொட்டலுக்கு மாடு வைத்து இருக்கும் அனைவரும் பாலைக் கொண்டுவந்துருவாங்க. மூன்றரை மணிக்குள் அனைத்து பாலும் எடைகட்டி வாங்கி விடியும்காட்டி அடிவாரம் போயிரும்

வண்டி இது, எப்போதும் நடக்கும் வழக்கமான நிகழ்வு. ஆனால், இன்று மணி நான்கைத் தாண்டியும் பால் வண்டி வரவில்லை. கவலையில் பழங்குடி மக்களும் மூப்பும் தன் வீட்டைவிட்டு வெளியே பொட்டலுக்கு வர ஓர் அசாதாரண சூழல் நிலவுவதைக் கவனித்தார். மக்கள் எல்லாம் மூப்பிடம் பால் பாத்திரம், கேன்களுடன் முறையிட, "யாரும் கவலைப் படாதீங்க, வண்டி ஏதும் பஞ்சர் ஆயிருக்கும், இல்ல மலை பாதையில ரிப்பேர் ஆகி எங்கய்யாவது நின்றுபோயிருக்கும். வேற வண்டி வரும் பொறுமையா இருங்க" என்றார் மூப்பு.

அங்கு பால் பீச்சிய சில்வர் வாலியுடன் நின்றுகொண்டிருந்த பூங்குழலியை அழைத்து, "பால் பாத்திரத்தை அப்படியே வைச்சுட்டு அகத்திய கொஞ்சம் கூப்பிட்டேன்னு கூட்டியா" என்று மூப்பு சொல்லிக்கொண்டிருக்கும் போதே, பால் கொண்டு சென்ற பேத்தியைக் காணம் என்று தேடிக்கொண்டு பொட்டலுக்கு வந்துவிட்டார் அகத்தி.

"அகத்தி... இப்படி வா" என்று தனியாக அழைத்துசென்றார் மூப்பு. "இது ஏதோ வண்ணாத்திப்பாறை மக்களுக்கு எதிராக அரசாங்கம் செய்யுற சதி மாதிரி தெரியுது அகத்தி? நேத்து மருத்துவச்சி வரலை. இன்றைக்குப் பால் வண்டி வரலை. ஏதோ நடக்குது அகத்தி என்ன செய்யலாம்? எனக்கு ஒன்றும் புரியல."

"இல்ல மூப்பு, அப்படியோர் சந்தேகம் இருந்தா மாயன் பாடிக்கு ஆள்விட்டா, மருத்துவச்சி வந்தாலா, பால்வண்டி வந்துச்சான்னு தெரிஞ்சிபோகுது. அங்கேயும் பால் எடுக்கிறது நம்ம ஊர்ல எடுக்கிற மணியன் பால்பண்ணை வண்டிதான்" அகத்தியின் யோசனையை ஏற்று உடனே ஆள் அனுப்பினார் மூப்பு .

அதுவரை ஊர் எல்லையில் ஒப்புக்கு வைக்கப்பட்டு திறந்தே இருந்த தடுப்பு கம்புகள் அன்று மூடியிருக்க, சைக்கிளில் சென்ற பையனிடம், "எங்கே போற?, யார்?" என்று விசாரித்து பெயர், தகப்பனார் பெயர், முகவரி என அனைத்தையும் பதிவுசெய்த பின்னரே அனுமதித்தார்கள். இது என்ன புதிதாக இருக்கு என்ற அந்தப் பையன் கேட்க, "இனி இப்படிதான் இருக்கும் போ" கடுமை காட்டி அனுப்பினார் அங்கிருந்த காவல் அதிகாரி.

சரியாக ஒன்றரை மணி நேரம் கழித்து மாயன்பாடி சென்று திரும்பி வந்த அந்தப் பையன் மூப்பிடம், "பால் வண்டி வந்துட்டு மாயன்பாடியுடன் திரும்பியது. மருத்துவரும் நேற்று மாயன்பாடி வந்து திரும்பியுள்ளார். பொட்டுப் பாட்டி கடையில விசாரித்த

போது அரசாங்கம் வண்ணாத்திப்பாறைக்குப் போகக் கூடாது என்று உத்தரவு போட்டு இருக்காங்க என்று சொல்லிட்டு போனாங்களாம்" என்ற தகவலைக் கூறினான். "அதேபோல சாயங்காலம் காய் ஏற்ற வருகிற வண்டியும் வராதுங்கலாம். வண்ணாத்திப்பாறைக்கு இனி வியாபார சம்பந்தமாக எந்த வாகனங்களும் வராதுன்னு" சொல்ல, கோபத்தின் உச்சத்துக்கே சென்றார் மூப்பு.

மூப்பு, "ஏதாவது செய்யனும் அகத்தி?"

"கொஞ்சம் பொறுமையா இரு மூப்பு" அகத்தி சமாதானம் செய்ய, காடுகரைகளுக்குச் செல்லக்கூடியவர்களைக்கூட செக் போஸ்டில் விசாரித்தே அனுப்புகிறார்கள் என்ற சேதி பரவ இன்னும் கூடுதலாக மூப்புக்கு ஆத்திரம் தலைக்கு ஏற அகத்தியிடம் சீறினார் மூப்பு.

"தடையை வைச்ச அன்னைக்கே அந்த அவுசாரி மகன்களைக் கண்டம்துண்டமா பொளந்து இருந்தா இன்னைக்கி இப்படி நடந்திருக்குமா? நீதான் வேணாம், வேணான்னு சொன்ன. தப்பு பண்ணிட்டோம் அகத்தி, தப்பு பண்ணிட்டோம். இன்னைக்கே அவனுவள வெட்டிப் போட்டுட்டு நான் ஜெயிலுக்குப் போறேன் நீ ஊரப் பாத்துக்க அகத்தி" ரொம்ப நிதானமா தன் கோபத்தை வெளிப்படுத்தினார் மூப்பு.

"மூப்பு அவசரப்படாத, கொஞ்சம் பொறுமையா இரு" மூப்பின் தோளில் கை வைத்தார் அகத்தி. கையைத் தட்டிவிட்டவராக, "எது வரைக்கும்பா பொறுமையா இருக்கிறது சொல்லு..? வண்ணாத்திப் பாறை வீடுகள் எல்லாம் எரிகிற வரைக்குமா..? இல்ல மலை யப்பனைத் தூக்கி சுமந்து தேர் இழுத்த இந்த வீதியில பழங் குடிகளின் பிணங்களைத் தூக்கி செல்லுற வரைக்குமா..? சொல்லு அகத்தி" தடுமாற்றம் இன்றி ரொம்ப நிதானமா அகத்தியை நோக்கி கேள்விகளை வீசிக்கொண்டிருந்தார் மூப்பு.

சிறிது நேரம் அமைதி நிலவ, "மூப்பு கிளம்பு, டவுனுக்குப் போவோம் வா?" அகத்தி அழைக்க, 'ஏன்?' என்று கேட்கும் விதமாக அகத்தியை மூப்பு ஏறிட்டார்.

"நான் சொல்லுறத கேளு மூப்பு. ஏற்கனவே மலையில எட்டு பழங்குடிகளின் மூப்புகளையும் கண்டு வண்ணாத்திப்பாறை பிரச்னையைப் பேசி இருக்கோம். அவங்களும் நல்லது, கெட்டது எதுவானாலும் சொல்லிவிடுங்க வந்தறோமுன்னு சொல்லி இருக்காங்க. இன்னைக்கி எல்லா மூப்புக்கும் தகவல்

அனுப்புவோம், நாளைக்கி காலையில எல்லாரும் அடிவாரம் போயி, ஓட்டுகேட்டு வந்த, M.P, MLA, எதிர்கட்சிகார மாவட்ட செயலாளர்கள், தோழர் கட்சிகளையும் சந்தித்து அரசு செய்யுற அராஜகத்தை எடுத்துச்சொல்லுவோம். ஒரு நல்ல வழக்கறிஞரையும் பார்த்து கோர்ட்ல முறையிட முடியுமான்னு பார்ப்போம், அப்படியே கடைசியா பத்திரிகைக்காரங்களையும் சந்தித்துப் பேசுவோம்" அகத்தி யோசனை கூறினார்.

"இது எல்லாம் சரி வராது அகத்தி" விரக்தியுடன் மூப்பு முனங்கிக்கொண்டிருந்தார்.

"இல்ல மூப்பு, ஏற்கனவே இது மாதிரி பிரச்னை எல்லாம் சந்தித்து கடுமையாக சோதனைகளுக்கு ஆளான பழங்குடிகள் செய்யத் தவறியவை என்று பத்திரிகைகளில், ஏன் கோர்ட்கூட சொல்லி இருக்கு. நீங்க சட்டத்தைக் கையில் எடுக்கிறதுக்கு முன்னாடி எங்கிட்ட சொல்லுங்க, அப்பறம் எதுக்கு கோர்ட், போலீஸ் எல்லாம் என்று சொல்லி இருக்கு. நாம கடைசியா அதையும் செய்திடுவோம். எழுந்திடு வா போவோம்" அகத்தி மூப்பின் கையைப் பற்றி இழுக்க, மூப்பும் அரைகுறை மனதுடன் அகத்தியின் யோசனைக்குச் சம்மதம் தெரிவித்து, மலையில் உள்ள அனைத்து மூப்புகளுக்கும் தகவல் அனுப்பத் தொடங்கினார்.

"அகத்தி அந்த மொச மவன (எத்தன்) வரச்சொல்லணுப்பா நீ சொன்ன வெண்ணைகளுக்கு எல்லாம் நம்ம கோரிக்கையைக் கடுதாசியா எழுதணும் அவனுக்கு அந்த விசயமெல்லாம் தெரியும்."

அங்கிருந்த மக்களிடத்தில் நடந்த சம்பவங்களை விவரித்து நாளை முக்கியமானவர்களைச் சந்தித்து முறையிட உள்ள செய்திகளையும் பகிர்ந்து, ஆறுதல் சொல்லி அனுப்பி வைத்தனர் அகத்தியும் மூப்பும்.

பகுதி 11 – உட்பிரிவு 1

பெரியண்ணன் தலைமையில் இளைஞர்கள் ஒன்றுகூடல்

அதிகாலை சூரிய வெளிச்சம் மெல்ல வண்ணாத்திப்பாறை மலைகளின் முகடுகளில் படரத் துவங்குகிறது. மெல்லிய குளிர்ந்த காற்று வனத்தில் உள்ள மரம், செடிகொடிகளின் தலையைக் கோதிவிட, வெட்கத்தில் கம்பீரமாய் வீற்றிருந்த பனைமரங்கள்கூட ஞான தட்டையைப் போன்று அசைந்தாட, மாடுகளும், ஆடுகளும் அழகாய் அசைபோட, பஞ்சாரத்தில் இருந்து திறந்து விடப்பட்ட சேவல்கள் பெட்டைக் கோழிகளை விரட்டிச்சென்று செல்லமாய் தலையைக் கொத்தி, முதுகில் சிம்மாசனமிட்டு தன் காலைப் பணியை முடித்து, சேவல்களும், கோழிகளும் செல் உதிர்ப்பதைப் போன்று உடலை உதுப்பி அலுப்பை போக்க, கையிலே வட்ட வடிவ 'தப்புடன்' தப்படித்தபடி தண்டோரா போடும் அந்த நபர் சில செய்திகளை கிராமவாசிகளின் மத்தியில் சொல்லிவந்தார். ஆங்காங்கே நின்ற கிராம மக்கள் கோபத்துடனும், விரக்தியுடனும், சிலர் கண்ணீருடனும் செய்தியைக் கேட்டு வந்தனர். தண்டோரா போடும் அந்த நபர் தற்போது பெரியண்ணன் வீட்டருகில் உள்ள வனையசாமி கோயில் வாசலில் கூடி நிற்கும் சிறு கூட்டத்துக்கு மத்தியிலும் அரசின் அந்த செய்தியைத் தப்படித்துச் சொல்லத் தொடங்கினார்:

"அதாவது வண்ணாத்திப்பாறை மக்களுக்குச் சொல்ல வருவது என்னவென்றால்... கொக்குகள் காப்பகம் அமைக்க வண்ணாத்திப்பாறையை அரசாங்கம் தேர்வுசெய்து இருப்பதால், கொக்குகள் அதிகம் புழங்கும் ஏரிக்கரையில் மாடுகள் மேய்ப்பதை தடைசெய்து, கிராம மக்களையும் அடிவாரத்துக்குப் போக உத்தர விட்டது அரசு.

ஆனால், வண்ணாத்திப்பாறை மக்கள் கிராமத்தைக் காலி பண்ணாமலும், மாடுகளைத் தொடர்ந்து மேய்த்துவருவதாலும் வண்ணாத்திப்பாறை மக்களை வெளியேற்ற மாவட்ட ஆட்சித் தலைவர் உத்தரவிட்டுள்ளார்.

ஆகவே, வண்ணாத்திப்பாறை மக்கள் இன்னும் நாற்பத்தி யெட்டு மணி நேரத்தில் அதாவது இரண்டு பகல், இரண்டு இரவுகள் முடிவதற்குள் வெளியேற வேண்டும் என மாவட்ட

ஆட்சியர் உத்தரவிட்டுள்ளார்" என்று தப்பபடித்தவாறு கடந்து சென்றார் அந்த நபர். செய்தியைக் கேட்ட மாத்திரத்தில் வயதான மூதாட்டி ஒருவர் நடுப்பாதையில் அமர்ந்து, அழுது புலம்பியபடி சாபம்விட ஆரம்பித்தார். வண்ணாத்திப்பாறையில் பரபரப்பு தொற்றிக்கொள்ள ஆங்காங்கே பயம், பதற்றம், கோபம், இயலாமை என மக்களின் அன்றாடச் சூழல் இப்படி ஒருநாளும் விடிந்தது இல்லை.

செய்தியைக் கேட்ட இளைஞர்கள் சிலர், பெரியண்ணன் தலைமையில் அவசரஅவசரமாக அடர்ந்த காட்டுப் பகுதியில் ஒன்றுகூடினர்.

அவர்களின் கடந்த கால செயல்பாடுகளையும், அவர்கள் கூடுவதையும், பெரியண்ணன் சம்பந்தமான தகவல்களையும், வனத்துறை அதிகாரிகள் ஊரில் உள்ள ஒற்றர்கள் துணையுடன் அறிந்தேவைத்திருந்தனர். இத்தகவல் மாவட்ட S.P (காவல்துறை கண்காணிப்பாளர்) வரை தெரியப்படுத்தவும் செய்திருந்தனர்.

அடர்ந்த காடு வான் உயர்ந்து வளர்ந்து நிற்கும் பெரியபெரிய மரங்கள், தரையிலும், மரத்திலும் சுற்றி வளைத்து வளர்ந்து இருக்கும் கொடிகள், பல விதமான செடிகள். ஆதவன் என்றாலும் எங்கள் வனத்தில் அனுமதி இல்லை என்பதை போன்று முற்றிலும் பச்சை இலைகள், கொடிதண்டுகளால் மூடியிருக்கும் பகலிலும் இருள் சூழ்ந்த பகுதி, நிசப்தமான சூழல் ஆங்காங்கே வண்டு எழுப்பும் சப்தமும், அணில் போன்று சிறு, சிறு உயிரிகள் மரங்களில் பழங்களைத் தின்னும்போது தவறி விழும் துகள்களின் சப்தமும், தூரத்தில் மயில்கள் எழுப்பும் கர ஓசையும், சற்று பள்ளத்தாக்கு போன்ற மலை சரிவான பகுதியில் காட்டில் தண்ணீர் ஊற்றெடுத்து சலசலவென ஓடிவந்து குட்டை போன்று காட்சி தரும் வனப்பகுதியில் அழகான தேக்கத்தில் ஆங்காங்கே கிடக்கும் பெரும்பெரும் பாறைகளின் மேல் பெரியண்ணனும் சில இளைஞர்களும் கூடியிருக்க, யாரும் இங்கே இல்லை என்பதை உறுதிசெய்தபின் பேசத் துவங்கினர்.

பெரியண்ணன் எல்லார் முகங்களையும் பார்த்துவிட்டு "எல்லாரும் வந்தாச்சுல்ல" என்றான்.

"எத்தன் மட்டும் வரல" என்றான் மணிமுத்து என்ற இளைஞன்.

பெரியண்ணன் "ஆமாம்! வரல, கடந்த ஒரு சில கூட்டங்களுக்கே வரல, விசாரித்தேன். ஏதோ முக்கியமான வேலையாக அடிவாரம் போனேன். டவுனுக்குப் போனேன் என்று

மழுப்பலான பதில் சொன்னான். அவனுக்கு நமது போராட்ட வடிவில் உடன்பாடு இல்லை. மலையில் உள்ள மக்களைத் திரட்ட வேண்டும். அரசின் கவனத்தை ஈர்க்கும் விதமாகப் போராட்டங்களை முன்னெடுக்க வேண்டும்" என்று என்னிடம் விவாதம் செய்தான்.

"இப்படியான முட்டாள்தனமான போராட்டங்கள் ஒரு போதும் பலன் தராது. பழங்குடிகளுக்குச் சொந்தமான கனிம வளங்களைக் கொள்ளை அடித்து, ஆயிரக்கணக்கான மக்களைக் கொன்று குவித்த இந்த அரசுகளிடம் போராடினால் நீதி கிடைக்கும் என்று நம்புவது, மாமிசம் உண்பது உடலுக்குக் கேடு விளைவிக்கும் என்று தன் சக நண்பனை அடித்து வாயில் ரத்தம் சொட்டசொட்ட கவ்விக்கொண்டு பொறுமையாய் நடந்துபோகும் ஒற்றை சிறுத்தையிடம் நூற்றுக்கணக்கான புள்ளிமான்கள் ஓரமாய் நின்று கத்தி புரட்சி செய்துகொண்டிருப்பதற்கு சமமாகும்.

நூறு வேண்டாம், ஒரு பத்து புள்ளிமான்கள் ஒன்றுசேர்ந்து ஒற்றை சிறுத்தையை அடித்திருந்தால் தன் இனம் காப்பாற்றப் பட்டிருக்கும். இதுதான் இன்றைய ஜனநாயக ரீதியான போராட்டங்களுக்கும், நமது புரட்சி போராட்டத்துக்குமான வேறுபாடு. எத்தனை நம் கூட்டத்தில் இருந்து வெளியேற்ற நான் முடிவுசெய்துள்ளேன். அதில் யாருக்கேனும் மாற்றுக் கருத்து இருந்தால் சொல்லுங்கள்" பேசிமுடித்து பெரியண்ணன் பாறையின் மீது அமர்ந்தான்.

சிறிது நேரம் அமைதி நிலவ, அனைவரும் ஒற்றைக் குரலில், 'வெளியேற்றுவது சரிதான் என்றும் நம் பயணமே பழங்குடிகளுக்கு நிரந்தர தீர்வை தரும்' என்றும் ஒருசேர முழங்கினர். பெரியண்ணன் மீண்டும் பேசத் தொடங்கினான். "வண்ணாத்திப்பாறை முழுவதும் முற்றுகையிடப்பட்ட நிலையில் இருக்கு. நம்முடைய நிலங்கள், மாடுகள், பழங்குடிகளின் பண்பாடு, கலாச்சாரம், உயர்ந்த உறவு முறை, நமது பழக்கவழக்கங்கள், நம்முடைய மலை, பழங் குடிகளுக்கே சொந்தமான இந்த காடு, காட்டு விலங்குகள், ஏரி, நமது மருத்துவ அறிவு, பழங்குடிகளின் உடலில் இருக்கும் வனம் சம்பந்தமான, மருத்துவம் சம்பந்தமான அறிவுகளையும், பழங்குடிகளின் உணர்வுகளையும் ஒன்றுவிடாமல் அனைத்தையும் பிடுங்கிக்கொண்டு, உயிர் உள்ள செத்த பிணங்களை அடிவாரம் கொண்டுசெல்ல முயல்கிறது அரசாங்கம்.

ஆம், நாம் எதிர்வினை ஆற்ற வேண்டும். காட்டில் உள்ள விலங்குகளும் உத்தரவிட்டவுடன் வெளியேறாது எதிர்த்து

நின்று அடிக்கும், அப்படி அடித்தே ஆக வேண்டும். மலைவாழ் பழங்குடிகளின் மீது கை வைத்தால் நம் வீட்டில் இருக்கும் பெண்களின் தாலி அறுபடும் என்ற பயம் ஒவ்வொரு அதிகாரிக்கும் வர வேண்டும். வர வைப்போமா" என்று அழுத்தமாக உணர்ச்சி பொங்க தசைகள் எல்லாம் ஆடி நிற்க பெரியண்ணனின் ஆவேசப் பேச்சு, சிறு குழப்பங்களில் இருந்த இளைஞர்களையும் வெகுவாக ஈர்த்து இருந்தது.

"வனத்தைப் பாதுகாக்கும் பழங்குடிகளைப் பாதுகாக்கத் தயாரா" என்று மீண்டும் பெரியண்ணன் கேள்வி எழுப்பினான்...

"உயிரை கொடுத்தேனும் பழங்குடிகளின் பண்பாட்டைப் பாதுகாப்போம்" என்று அனைவரும் ஒருசேர குரல் எழுப்பினர்.

"கிராமத்தைவிட்டு வெளியேற பூர்வகுடிகளான நமக்கு அரசாங்கம் கொடுத்துள்ள நேர அவகாசம் நாற்பத்தெட்டு மணி நேரம். இப்ப நாம என்ன செய்யபோறோமுன்னா அரசாங்க அடியாட்களான வனத்துறை அதிகாரிகளையும், காவல்துறை அதிகாரிகளையும் இருபத்திநான்கு மணிநேரத்தில வண்ணாத்திப் பாறையை விட்டு வெளியேற்ற இருக்கிறோம். அவன் அடி வாரம் போவானா? இல்ல பரலோகம் போவானா?ன்னு அவன் கும்பிடுற சாமிதான் முடிவுபண்ணணும்" என்று பெரியண்ணன் எகத்தாளமாகச் சொல்ல, அனைவரும் சிரிக்க, காடே தங்கள் கட்டுப்பாட்டில் வந்ததைப் போன்று பெருமிதம் கொண்டனர்.

புதிதாக அமைக்கப்பட்ட வண்ணாத்திப்பாறை செக் போஸ்டைத் தாங்களே செய்த கையெறி குண்டுகளை வீசி தகர்க்க முடிவு செய்தனர்.

யார் யாருக்கு என்னென்ன வேலைகள் என்று பிரித்து கொடுத்து, மீண்டும் எப்போது எங்கே கூடுவது போன்ற பகிர்வுகளுடன் ஒவ்வொருவரும் கட்டியணைத்து வனக்காட்டை விட்டு வெளியேறத் தொடங்கினர்.

'ரிங், ரிங், ரிங், ரிங்' "ஹலோ யாரு நான் SP (காவல்துறை கண்காணிப்பாளர்) கரிகாலன் பேசுறேன் கேக்குதா."

எதிர்முனையில் பதற்றத்துடன் "சார்... நான் மலையன் பேசுறேன்."

"சொல்லுங்க" என்று சட்டென்று முடித்தார் SP.

“சார் நான் வண்ணாத்திப்பாறை மலையன்” என்று முன்பே நன்கு பழக்கப்பட்டவரிடம் பேசுவதை போன்று பேசினான் மலையன்.

“ஆங் இப்ப தெரியுது, சொல்லுங்க மலையன். எப்படி இருக்கீங்க..? ஏதும் தகவல் உண்டா?” என்றார் SP.

“ஆமா சார்... பெரியண்ணன் சம்பந்தமான ரொம்ப முக்கியமான தகவல் உண்டு உங்களை நேரில் பார்த்து சொல்லணும்...”

“நல்லது மலையன் நீங்க எங்கே இருக்கீங்க...”

“மாயம்பாடி வனத்துறை ஆபீஸ்லதான் இருக்கேன் சார்.”

“அங்க இருக்கிற ஆபீஸர்ட்ட போன கொடுங்க.”

“இந்தா கொடுக்கிறேன் சார்.”

எதிர்முனையில் வேறொரு வனத்துறை அதிகாரி இணைப்பில் வந்து “ஹலோ சார்... நான் பார்த்தசாரதி பேசுறேன்.”

“பார்த்தசாரதி உடனே ஜீப்ப எடுத்துக்கிட்டு மலையனை அழைச்சிட்டு SP ஆபீஸ் வாங்க” என்று இணைப்பைத் துண்டித்தார் SP.

மலையனும், பார்த்தசாரதியும் அவசரஅவசரமாகக் கிளம்பி சென்றனர்.

பகுதி 11 - உட்பிரிவு 2

வண்ணாத்திப்பாறையில் ஊரைக் காலிசெய்யச் சொல்லி நாற்பத்தியெட்டு மணி நேரம் அவகாசம் கொடுத்து தண்டோரா போடப்பட்ட சில மணி நேரங்களுக்கு முன்பாக...

அதிகாலை கருக்கலின் மசங்கையான நேரம், அகத்தி எழுந்து சென்ற மாடுகளுக்குத் தண்ணீர் வைத்துவிட்டு குடிசைக்கு வர, பூங்குழலியும் எழுந்து வாசல்கூட்டி, பாத்திரங்கள், சமைத்த மண்பாண்டங்களை வாசலில் கொண்டுவந்து போட்டுவிட்டுப் பாத்திரம் தேய்க்கத் தொடங்கினாள்.

“அம்மா பூங்குழலி இரண்டு பானை தண்ணீர் ஊத்தும்மா குளிச்சிட்டு சீக்கிரம் டவுனுக்குப் போகணும்” என்றார் அகத்தி.

எழுந்துசென்று வீட்டின் மேற்கு மண்சுவரை ஒட்டி வரிசையாக வைக்கப்பட்டு இருந்த தண்ணீர் நிரப்பிய மண்

பானைகளில் ஒரு பானையைத் தூக்கி இடுப்பில் சுமந்து வந்து மண்தொட்டியில் ஊற்றியபடி, "தாத்தா நானும் டவுனுக்குப் போகணும் தாத்தா. இன்னைக்கிதான் படித்த சான்றிதழ் வாங்க வரச்சொல்லி இருக்காங்க."

"அம்மா நாங்க பெரியவங்களா போறோம். பக்கத்து ஊர் மூப்பெல்லாம் வர்றாங்க எப்படிமா? மாடு வேற அவுக்கணும்" என்று அகத்தி புலம்ப, "தாத்தா இன்னைக்கி போகாட்டி கிடைக்காது தாத்தா. அப்பறம் நான் மெட்ராஸ் போய்தான் வாங்கணும், அதான் தாத்தா."

"சரி, நீங்க போங்க, எத்தனும் டவுனுக்கு வேலை இருக்குன்னு சொன்னான், எத்தன கூட்டிட்டு மலைபஸ்ஸுல டவுனுக்குப் போய்ட்டு வர்றேன். மாட்டை செவ்வந்தி பிள்ளையைப் பார்க்க சொல்லிட்டு வர்றேன் தாத்தா" என்றாள் தகப்பனைக் காணும் ஆவலில் பூங்குழலி.

"அம்மா, எத்தனையும் மூப்பு டவுனுக்குக் கூப்பிட்டு இருக்காகம்மா. சரி, நீ சொன்னா கேக்க மாட்ட எத்தன அழைச்சுட்டு மலை பஸ்ஸுல வாங்க, நாங்க வண்டியில முன்னாடி போறோம்" என்று சொல்லிக்கொண்டே அகத்தி கிளம்பினார். மலை கிராமத்தின் பெரும்பாலான மூப்புகளும், வண்ணாத்திப்பாறை பெரியவர்களும், டவுனில் உள்ள பாராளு மன்ற உறுப்பினர், மத்திய மந்திரி மண் ராதாகண்ணன் இல்ல அலுவலகத்தில் காத்திருந்தனர்.

பரபரப்பாகவே காணப்பட்டது மந்திரி ஆபீஸ். எழுதப்பட்ட வெள்ளை காகித மனுக்களுடன் ஆங்காங்கே இரண்டு, மூன்று பேர்களாகக் கூடி நின்று, மந்திரி வீட்டுக் கதவையே பார்த்துக் கொண்டு இருந்தனர்.

வெளியே இருந்து கட்சிக்காரங்க வெள்ளையும் சொள்ளையுமாக வந்து நேராக மந்திரியின் திறந்த வீட்டுக்குள் புகுந்தனர்.

வந்திருந்த பெரியவர் ஒருத்தர், "ஐயா எந்திருச்சிட்டாங்களா."

அங்கிருந்து ஆசாமி ஒருவர் மிக மரியாதையுடன், "பெருசு உக்காருங்க. ஐயா வருவாரு அவரும் மனுசன்தானே ஒரு நாளைக்கு எத்தனை பேரப் பாப்பாரு" என்று அல்லக்கை வேலையை அழகாகப் பார்த்துக்கொண்டிருந்தார்.

சொரக்கா பெரியவர், "மந்திரி ஓட்டுக்கேட்டு வந்தப்பவே கேக்கணுமுன்னு நெனைச்சே, அவரு சிக்கல. உங்களுக்காவது தெரியுமா தம்பி."

"கேளு பெருசு"

"ஒண்ணுமில்ல ஐயா... பேருக்கு முன்னாடி 'மண்' என்று வருதே அது என்ன?"

"மந்திரி ஆகிறதுக்கு முன்னாடி ஐயா மண்ணு லாரி ஓட்டிக் கிட்டு இருந்தாரா என்ன?" என்று பெரியவர் கேட்டார்.

"பெருசு இதுதான் கிராமத்துக் குசும்புங்கிறதா?"

"இல்லை தம்பி. தெரியாமத்தான் கேக்கிறேன்."

"அது ஒண்ணும் இல்ல பெருசு. மந்திரி ஐயா இந்த மண்ணு மேல அவ்வளவு பாசம் வைச்சு இருக்காரு. இந்த மண்ணுக்கு ஒன்று என்றால் கொதித்துப் போயிருவாரு. யாருக்காகவும் எதுக்காகவும் ஒருபுடி மண்ணைகூட விட்டுதர மாட்டாரு. அது இல்லாம இந்த மண்ணின் மைந்தர் வேற" என்று மந்திரியின் புகழ் பாடி முடிக்க...

"மண்ணுக்குப் போனாலும் இந்த மண்ணுலதான் போவாரு இல்ல தம்பி" பெரியவர் குசும்பாய் வாய்விட...

"யோவ் பெருசு என்ன நக்கல் பண்ணுறியா? போயா, போய் உக்காருய்யா" என்று சீறினான் மந்திரியின் அல்லக்கை.

இரண்டரை மணி நேரக் காத்திருப்புக்குப் பின் மொட்டை அடித்து சில நாட்களே ஆன நிலையில், வெள்ளையும், சொள்ளையுமாய் கும்பிட்டுக்கொண்டே மந்திரி வெளியே வர, வண்ணாத்திப்பாறை மூப்பு, "ஐயா நாங்க மலையில இருக்கிற பன்னிரண்டு ஊர் பழங்குடியின மக்களின் தலைவர்கள், ஊர் பெரியவங்க ஐயாவ சந்திக்கணுமுன்னு வந்திருக்கோம்" என்றார்.

"சொல்லுங்க பெரியவரே நல்லா இருக்கீங்களா? இன்னைக்கி நான் மந்திரியா இருக்கேன்னா உங்க மலையில இருக்கிற பழங் குடியின மக்கள் சிந்தாமல் சிதறாமல் போட்ட ஓட்டுதான். உங்களுக்கு ஏதாவது கைம்மாறு செய்யணுமுன்னு நினைச்சுட்டே இருந்தேன். அதுக்கு இப்பதான் நேரம் கிடைத்து இருக்கு போல. என்ன பிரச்சனைன்னு சொல்லுங்க? உங்க முன்னாடியே சரி செஞ்சுபுடுறேன். எல்லா ஊர்க்காரங்களும் வந்து இருக்கீங்க. நாளைக்கு ஓட்டு கேட்டு மலைக்கு வந்தா நீங்க மதிக்கணுமுல்ல, என்ன பெரியவரே நான் சொல்லுறது?"

"ஆமா, ஆமங்கய்யா அது உங்க மலைய்யா நீங்க எப்ப வேணுமுன்னாலும் வரலாம்."

வண்ணாத்திப்பாறை மூப்பு நடந்த செய்திகளையும், சம்பவங்களையும் முழுமையாக விவரித்து முடிக்க...

அனைத்தையும் செவியுற்ற மந்திரி, "கொக்குகள் காப்பகம், பூங்கா இது எல்லாம் வேற துறை, அதில நான் தலையிட முடியாது. இருந்தாலும் நான் பேசிப்பாக்கிறேன். அதே சமயம் அடிவாரத்தில இடம் தர்றேன்னு சொல்லுறாங்கல்ல அங்க போறதுல ஏதும் வண்ணாத்திப்பாறை மக்களுக்குப் பிரச்னையா?" என்று பொடி வைத்துப் பேசினார் மந்திரி.

"அதெப்படிங்கய்யா தலைமுறைதலைமுறையா வாழ்ந்த மண்ணு, காடு, மலை அதை விட்டுபுட்டு வர்றது? இந்தக் காடு எங்க ரத்தத்துடன் கலந்ததுங்கய்யா. அதை ஒருபோதும் விட்டுதர மாட்டோம். காட்டில் வாழும் விலங்குகளைத் திடீர் என்று வெளியேறு என்றால் வெளியேறுங்களாய்யா? அதுபோலதான் விலங்குகளுக்கும், பறவைகளுக்கும் காடு வாழ்விடமோ அதே போலதாங்கய்யா பழங்குடிகளுக்கும் காடு வாழ்விடம்.

அந்தக் காட்டவிட்டு வெளியேறினால் நாங்க செத்து போயிருவோம்கய்யா" என்று வலியோடு ஒவ்வொரு செய்தியும் ஒவ்வொரு மூப்பன்மார்கள் எடுத்துவைத்து பேசினர்.

அனைத்தையும் செவியுற்ற மந்திரி, "கொஞ்சம் இருங்க. வனத்துறை மந்திரியிடம் பேசிட்டு வருகிறேன்"னு சொல்லிட்டு உள்ளே சென்று டெலிபோன் ரிஸீவரை எடுத்து காதில் வைத்து மாவட்ட ஆட்சித் தலைவருக்கு டயல் செய்யத் தொடங்கினார். எதிர்முனையில் ஆட்சியர் கிடைக்க மந்திரி பேசத் தொடங்கினார்.

"என்ன கலெக்டரே எப்படி இருக்கீங்க?"

"நல்லா இருக்கேன் சார்."

"வண்ணாத்திப்பாறை மக்களும் பத்து, பன்னிரண்டு மலை கிராம தலைவர்களும் வந்து இருக்காங்க. இப்படி பழங்குடிகளை ஒன்றுசேரவிடுறது நமக்கு ஆபத்து. காலம் தாழ்த்தாம சீக்கிரம் வண்ணாத்திப்பாறையைக் காலி பண்ணுங்க. வண்ணாத்திப் பாறை மலையும், அதைச்சுற்றி இருக்கிற கனிம வளங்களின் மதிப்புத் தெரியாம எருமை மேய்க்க அனுமதி கொடுங்கன்னு வந்து நிக்கிறானுவ முட்டாப்பசங்க.

கலெக்டரே, கொக்கு தலையில பாரத்தைப் போட்டு இவனுங்கள கீழ இறக்கிற வழியப் பாருங்க. இன்னைக்கி என்னைச் சந்திக்க வந்தவனுங்க, நாளைக்கி கோர்ட்கீர்ட்டு,

போராட்டம் என்று போனா பெரிய சிக்கல் ஆகிரும். கிடைத்த இந்த ஒண்ணு, ரெண்டு நாள்ல காலி பண்ணுங்க என்ன தேவையோ செய்யுங்க, எதை வேணும் என்றாலும் செய்யுங்க.

மலையில என்ன நடக்குது என்ற செய்தியை நாம கொடுக்கிறது மட்டும்தான் பத்திரிகையில வரணும். தனிப்பட்ட முறையில எந்த மீடியாகாரனையும் மலைக்கு விடாதீங்க. இரண்டு நாளில் வண்ணாத்திப்பாறையில் மனிதர்கள் வாழ்ந்தார்கள் என்ற எந்தச் சுவடுகளும் இருக்கக் கூடாது. என்ன கலெக்டரே இது கோடி ரூபாய் புராஜக்ட் இல்லை மில்லியன், பில்லியன், ட்ரில்லியன் கணக்கு.

உங்க பங்கு என்னான்னு சொல்லிவிடுறேன் மயக்கம் போட்டு விழுந்திராம சீக்கிரம் வேலைய முடிங்க, வச்சறேன்." எதிர்முனையில் எந்தப் பதிலையும் பெறாமல், உத்தரவாய் பிறப்பித்துவைத்தார் மந்திரி.

ரிஸிவரை வைத்த கையுடன் வெளியே வந்து மூப்புகளிடம், "ஒண்ணும் கவலைப்பாடாதீங்க, வனத்துறையோட மத்திய மந்திரி கிட்ட நம்ம நாட்டு பழங்குடி மக்களைவிட, வெளிநாட்டு கொக்குகள் உங்களுக்கு முக்கியமாபோச்சான்னு கோபமா பேசிட்டேன். இந்தத் திட்டத்தைத் திரும்ப பெறவில்லையினா பிரதமர்கிட்ட பேசவேண்டி வரும் என்று சொன்னவுடன் பயந்திட்டாரு. என்னை ஜெய்க்க வைத்த பழங்குடி மக்களுக்கு ஒண்ணு என்றால் என் மந்திரி பதவியை ராஜினாமா செய்யவும் தயங்க மாட்டேன்னு கட்டன்ரைட்டா சொல்லிட்டேன். அவருக்கு என்னோட தொகுதியின்னு தெரியாம போச்சுன்னு ரொம்ப வருத்தப்பட்டாரு. இன்னைக்கி அமெரிக்கா போராறாம் வந்த உடனே மொத கையெழுத்து வண்ணாத்திப்பாறை கொக்குகள் காப்பகம் கேன்சல் பண்ணுற கையெழுத்துதான்னு உறுதிபட சொல்லிட்டாரு.

நீங்க கவலைப்படாம நேரா ஊருக்குப் போங்க. வேறு யார்ட்டையும் மனுகினு கொடுத்துகிட்டு இருக்காதீங்க" என்று பக்குவமாய்ப் பேசி மனுவைப் பெற்று அனுப்பிவைத்தார் மந்திரி.

ஊர்த் தலைவர்களும் பெருமிதத்துடன் நன்றி தெரிவித்து விடை பெற்றனர்.

இத்தனையும் பார்த்துக்கொண்டிருந்த மந்திரி டிரைவர் மனதுக்குள்ளே சிரித்துக்கொண்டு பழங்குடிகளை ஏளனமாய் பார்த்து வழியனுப்பிவைத்தான்.

“அடுத்து எங்க போறது MLAவ பார்த்திருவோம்” என்று சிலர் சொல்ல, சில பெரியவர்கள், “இல்லைய்யா மந்திரி பார்த்துகிறேன் சொல்லிட்டாரு. அதுக்கப்புறம் MLAட்ட மனு கொடுக்கிறது சரியில்லை. மந்திரி ஒரு கட்சி. MLA ஒரு கட்சி நீங்க எப்படி அவன்ட்ட மனு கொடுக்கலாமுன்னு சண்டைக்கு வந்து நமக்கு எதிராக திரும்புனா என்ன செய்யுறது? வேணாம் வாங்கய்யா மலைக்கிப் போவோம்” என்றனர்.

அகத்தி குறுக்கிட்டு, “ரொம்ப சிரமப்பட்டு வேலைவெட்டி எல்லாம் விட்டுபுட்டு பத்தூருகாரக வந்திருக்கோம். மந்திரி நடவடிக்கை எடுக்கலைன்னா அப்பறம் மறுவடியும் MLAவ தேடிக்கிட்டு வேலைவெட்டிய விட்டுபுட்டு வர முடியுங்களா. தலைக்கு மேலே வெள்ளம் போயிருச்சி இனி காலம் தாழ்த்த அவகாசம் இல்லை. வந்தது வந்துட்டோம், எல்லாத்தையும் பாத்து வைச்சுட்டு போறதுதான் சரியா இருக்கும்.”

மற்றொரு பெரியவர், “ஆமா, ஆமா அவரு சொல்லற மாதிரியே செய்வோம். நம்ம ஊர் பசங்க மேற்படிப்பு படிக்க வைக்க முக்கியமா சாதிசான்றிதழ் தராம தாசில்தார் இழுத்தடிக்கிறாருன்னு இதே மந்திரிகிட்ட பத்து முறை மனு கொடுத்தும் நடக்கலை. வரும்போது எல்லாம் வாழப் பழத்தை உரிச்சு வாய்ல வைக்கிற மாதிரி பேசி அனுப்பிவைச்சுருவாரு மந்திரி. ஆனா ஒண்ணும் நடக்கலை” ஆதங்கமாக சொன்னார்.

எல்லாரும் ஒரு மனதாக MLA உட்பட அனைவரையும் சந்திக்க முடிவு செய்து MLA ஆபிஸை நோக்கிப் புறப்பட்டனர்.

பகுதி 11 – உட்பிரிவு 3

முற்பகல் நேரம் பரபரப்பாக இயங்கிக்கொண்டிருந்தது அவுட்டர் கடைவீதி. வெளியூர்களில் இருந்து வந்திருந்த வாழைத் தார்களை ஓட்டமும், நடையுமாய் இறக்கும் பணியில் ஊழியர்கள் ஈடுபட்டிருந்தனர். லத்தீப்பாய் கடை வாசலில் ஒரு லாரியில் லோடு இறக்கும் பணியில் இருக்க இன்னும் இரண்டு லாரிகள் லோடு இறக்கக் காத்திருந்தது. லத்தீப்பாய் இன்னும் கடைக்கு வரவில்லை. அங்கு வேலைசெய்துகொண்டிருந்த பலரது முகங்களை தன் தந்தையாக இருக்குமோ என்று மனதில் உள்ள ரணங்களை மறந்து கூர்ந்து கவனித்தபடி லத்தீப்பாய் கடைக்கு எதிரே மூடியிருந்த ஏதோ ஒரு கடை குடோனின் உடைந்த படிக்கட்டுகளில் அமர்ந்திருந்தாள் பூங்குழலி.

வெகு நேரம் காத்திருந்த எத்தனும், MLA ஆபீஸ்வரை போய், தலையைக் காட்டிவிட்டு வருவதாகக் கூறி, ஜாக்கிரதையாக இருக்க அறிவுறுத்தி பூங்குழலியை அங்கு விட்டு சென்றிருந்தான்.

தனியாகப் பதபதக்க, வேதனையுடனான மகிழ்ச்சி ததும்ப, இதயம் எல்லைமீறி துடிக்க, கைகளும் கால்களும் நடுக்கம் கொடுக்க, கண்கள் ஒருபுறம் அழாமலே கண்ணீர் ததும்பி வழிய. தனது உடல், உணர்வு, மனம் ஒன்றுசேர்ந்து தனது ஒற்றை உறவை, தன்னைப் பெற்ற தந்தையின் முகத்தை இன்றாவது காண்போமா? என்ற ஏக்கத்துடன் காத்துக்கிடந்தாள் பூங்குழலி. பள்ளிவாசல் தெருவில் உள்ள தனது இல்லத்தில் இருந்து கடை நோக்கி வந்து கொண்டிருந்தார் லத்தீப்பாய். அவரைப் பார்த்த மாத்திரத்தில் குறுக்கே வாகனங்கள் வருவதைகூடப் பொருட்படுத்தாமல் வாகன ஓட்டிகளின் வசைபாடலையும் தாண்டி ஓடி வந்தாள் பூங்குழலி.

"அம்மா... அம்மா பார்த்துமா" என்றவர், "கழுதை இப்படியா ஓடி வருவ பொம்பள பிள்ளை கை, கால ஒடைச்சுகிட்டா என்ன பண்ணுறது?" என்று உரிமையோடு கடிந்துகொண்டார் லத்தீப்பாய்.

எதையும் காதில் வாங்காத பூங்குழலி, "தாத்தா எங்க அப்பா? எங்க மொதல்ல காட்டுங்க?"

"எப்பமா வந்த, எதிர்த்த கடையில இருந்து ஓடிவர்ற, வீட்டுக்கு வரவேண்டியதுதானே" என்று லத்தீப்பாய் பேசிக்கொண்டே போக, "தாத்தா நான் வந்து இரண்டு மணி நேரம் ஆயிருச்சு. அதைவிடுங்க அப்பாவக் காட்டுங்க தாத்தா" என்று லத்தீப்பாயின் கையைப் பிடித்துக்கொண்டு முகம் கோணல்மாணலாகப் போக, கண்ணீர் கொட்ட, வாய் குழற, "அப்பா... தாத்தா" என்று அடி தொண்டையில் இருந்து வார்த்தை தடுமாறி வர...

"அழுவாத தாயி உன்னைப் பற்றியும் உங்க அம்மா இறந்த சேதியையும் கேட்டு இரண்டு நாளா அழுது புலம்பிக்கொண்டு, சாப்பிடாமகூட நீ எப்ப வருவேன்னு எதிர்பார்த்து காத்திருந்திருக்கான் உன் அப்பன்.

எங்கேன்னு கேக்குறியா. அங்க இருக்கிற பள்ளிவாசல் திண்ணையில காக்கிச் சட்டையுடன் குப்புறபடுத்து தூங்குறானே அவன்தான்.

இரண்டு நாளா அவன் தூங்கவே இல்லை. அவன் இப்படி அழுது நான் பார்த்து பத்தொன்பது வருசம் ஆச்சுமா. போய் பாரு இறைவன் உங்களுக்கு அருள்புரியட்டும்" என்று லத்தீப்பாய் சொல்லி முடிக்க, திகைத்துப் போய் நின்றாள் பூங்குழலி, இதய படபடப்பு அதிகமாக, பள்ளிவாசலை நோக்கி சிறிய

இடைவெளியில் ஒவ்வொரு எட்டுகளாய் எடுத்துவைத்து அழுத முகம் அழுகையைச் சற்று நேரம் நிறுத்தி அப்படியே பிரமித்து போய் நிற்க கிட்டத்தட்ட தன் தகப்பனின் அருகில் நெருங்கினாள்.

அங்கே பூங்குழலியின் தந்தை சந்திரன் அழுகை தோய்ந்த முகத்துடன் கையைத் தலையணையாக்கி முகத்தைப் பள்ளி வாசலின் சுவரின் பக்கம் சாய்த்துவைத்து உறங்கிக்கொண்டிருந்தார்.

பூங்குழலி தன் தந்தையை முதன்முதலாய் காண்கிறாள். அழுகை பீறிட, தன் தந்தையின் கால்களின் அருகில் அமர்ந்து தன் கைகளை முகத்தில் வைத்தபடி அழுகையைக் கட்டுப்படுத்த முயன்று முடியாமல் கதறி அழ ஆரம்பித்தாள்.

கதறல் சத்தம் கேட்டு அன்னம்மா, அன்னம்மா தன் மனைவியின் பெயரை சொல்லிக்கொண்டே வாரி சுருட்டிக் கொண்டு எழுந்தார் சந்திரன்.

தன் கால்மாட்டில் தன் மனைவி அன்னம்மாளை உரித்து வைத்தாற்போல் அமர்ந்திருக்கும் பூங்குழலியைப் பார்த்தவுடன், தன் மகள் என்பதைத் தெரிந்துகொண்ட சந்திரன், "அம்மா, அம்மா, வந்திட்டியா அம்மா நான் பெத்த மகளே" என்று உரத்தக் குரலில் கத்தி அழ, தூரமாக நின்று கண்கலங்கப் பார்த்துக்கொண்டிருந்தார் லத்தீப்.

பூங்குழலியின் தலையை தன் நெஞ்சில் புதைத்து தந்தை மகள் இருவரின் கண்ணீர் சந்திரன் நெஞ்சிலும், பூங்குழலியின் தோளிலும் துளிகளாய் விழுந்தோடியது... "என்ன மன்னிச்சிரும்மா தாயி, என்னை மன்னிச்சிரும்மா தாயி, உங்களைக் காப்பாற்றத் தவறிட்டோம்மா" தன் குற்றத்தை எண்ணி வேதனைப் பட்டார் சந்திரன்.

தொலைவில் நின்ற லத்தீப்பாயைப் பார்த்தவுடன் மகளை அழைத்துக்கொண்டு ஓடோடி வந்து, "லத்தீப் அத்தா, லத்தீப் அத்தா எம்மகளைப் பார்த்தீங்களா..? எம் மக வந்துட்டாத்தா... நான் செத்தா, என் தலைமாட்டில் உக்காந்து அழ மகள் இருக்காத்தா" என்று சந்திரன் உணர்ச்சிவசப்பட... "டேய், டேய் என்ன வார்த்தைடா சொல்லுற நல்ல நாளும் அதுவுமா?" என்று லத்தீப் சப்தம் போட்டார்.

"யோவ் போய்யா லத்தீப்பு, எம்மகள் வந்துட்டாய்யா" என்று உரிமையுடன் பேசி அழுகைகள் கொஞ்சம்கொஞ்சமாய் ஆனந்தமாய் மாறத் தொடங்கியது.

தன்னோடு பணியாற்றும் அனைவரிடமும் பூங்குழலியைக் காட்டி, "எம் மகள் வந்துட்டா கருப்பையா... என் மகள் வந்துட்டா பார்த்தியா..? என் அழகு மக வந்துட்டா" என்று சந்திரன் கொண்டாடித் தீர்த்தான்.

லத்தீப் குறுக்கிட்டு, "சரி பிள்ளைய வீட்டுக்கு அழைச்சுட்டு போடா நம்ம வீட்டுக்குக் கூட்டிப்போய் அம்மாட்ட காட்டிட்டு போடா" என்றார்.

"போத்தா எம்மகளை முதலில் என் வீட்டுக்குத்தான் கூட்டிப் போவேன்" என்று மகளின் கையைப் பற்றியவாறு நடந்தார் சந்திரன்.

சிறிது எட்டுகள் தகப்பனுடன் சென்ற நிலையில் திரும்பி மலர்ந்த முகத்துடன், "லத்தீப் தாத்தா" சத்தமாக அழைத்தாள் பூங்குழலி.

"சொல்றா பேத்தி?" என்று பதிலுரைத்தார் லத்தீப்.

"முன்னாடி கை, கால ஒடைச்சுக்கிட்டா பொம்பள பிள்ளை என்ன பண்ணுவன்னு கேட்டீங்கல்ல..?"

"ஆமாடி பேத்தி."

"கை, கால் ஒடஞ்சுபோச்சுனா எங்க அப்பா இருக்காரு என்னையப் பாத்துக்க" என்று ஆனந்தமாய் சொன்னாள் பூங்குழலி.

"அடிப்போடி கழுதை" சிரித்துக்கொண்டே கடைக்குள் நுழைந்தார் லத்தீப்.

பகுதி 11 - உட்பிரிவு 4

மந்திரியின் தொலைபேசி உரையாடலுக்குப் பின் மாவட்ட ஆட்சியர் ஏற்பாடு செய்திருந்த உயர்மட்ட அதிகாரிகள் மட்டும் பங்கெடுக்கும் அவசர ஆலோசனைக் கூட்டம், ஆட்சியர் தலைமையில் காவல்துறை கண்காணிப்பாளர் (SP), மாவட்ட வருவாய் அலுவலர் (DRO) மாவட்ட வன அதிகாரி (DFO) RDO உள்ளிட்ட அதிகாரிகள் பங்கெடுக்க, கூட்டத்தைத் தொடக்கி வைத்து பேசினார் ஆட்சியர்:

"வந்திருக்கிற அனைவருக்கும் வணக்கம். வண்ணாத்திப் பாறை பிரச்னை உச்சக்கட்டத்தை எட்டியிருக்கு. இதுவரைக்கும் சின்ன மலை கிராமத்து பிரச்சனையா இருந்தது, இப்போ வெளி

உலகுக்குத் தெரிய ஆரம்பித்து இருக்கு. இன்னைக்கி மலையில இருக்கிற அனைத்து கிராம பெரியவர்கள் அதாவது, மூப்புகள் ஒன்றுசேர்ந்து M.P, MLA, எதிர்க்கட்சிகள் என அனைத்து கட்சியினரையும் சந்தித்து முறையிட்டு வர்றாங்க, கோர்ட்டுக்குப் போறதற்கும் வாய்ப்பு இருக்கு. விசயம் பெரிதாகும் முன்பு வேலையை முடிக்கணும்" என்று ஆட்சியர் பேசிக்கொண்டிருக்கும் போது,வெளியே இருந்து பணி ஆள் ஒருவர் ஓடிவந்து...

"ஐயா MLA அவசரமா உங்கட்ட பேசணுமா லையனில் இருக்காரு."

"மீட்டிங் நடக்குதுன்னு சொல்ல வேண்டியதுதானே."

"சொல்லிட்டேன் சார்... இருந்தாலும் அவசரமா பேசணும் கொடுண்ணு சொல்லுறாரு."

"இவனுங்களுக்கு மாமா வேலை பார்க்கத்தானே எங்கப்பன் என்னைய IAS படிக்க வைச்சான்" என்று முனங்கியபடி, "ஒரு நிமிடம் வந்துறேன்" என்று சொல்லிவிட்டு, ரிஸீவரை நோக்கி நடந்து சென்று ரிஸீவரை எடுத்து காதில் வைத்து "ஹலோ சார் குட்மார்னிங்" என்றார் ஆட்சியர் .

எதிர்முனையில் சட்டமன்ற உறுப்பினர் தொடர்பில் வர, "கலெக்டருக்கு வணக்கம், சுகமா இருக்கியளா" என்றார்.

"இருக்கேன் சார்" என்றார் கலெக்டர்.

"வண்ணாத்திப்பாறை விசயமா மலைவாழ் மக்களின் முக்கியஸ்தர்கள் இப்பதான் என்னை வந்து சந்திச்சிட்டு போறாங்க. பிரச்னை பெருசா போற மாதிரி தெரியுது. ஏன்னா என்னிடம் கொக்குகள் காப்பகத் திட்டத்தை செயல்படுத்தினா மலைவாழ் மக்களின் வாழ்வாதாரம் பாதிக்கப்படும். அதை நீங்கதான் உடனே நிறுத்தணும் என்று மனு ஒன்றை கொடுத்து இருக்காங்க.

இன்னும் நிறைய பேரச் சந்திக்க போறாங்களாம். இறுதியா என்கிட்டயே நல்ல வக்கீல் வைச்சு கோர்ட்டுக்குப் போய் கேஸ் போட்டா நிறுத்த முடியுமா?ன்னு யோசனை கேக்கிறாங்க.

அதெல்லாம் வேணாம், முதலமைச்சர்கிட்ட சொல்லி சுமுகமா முடிச்சு விட்டரலாமுன்னு அனுப்பிவைச்சேன்.

கலெக்டர் சாருக்குத் தெரியும் அந்த வண்ணாத்திப்பாறையோட வேல்யு என்னான்னு. இந்த எருமைமாட்டு பயலுவளுக்குத் தெரியாது. நீங்க உடனடியாக ஆக்சன்ல இறங்குங்க. இது சம்பந்தமாக மந்திரியே இப்பதான் என்கிட்ட பேசினாரு."

"யாரு சார்... மண் ராதாகண்ணன் சாருங்களா!" ஆட்சியர் ஆச்சரியமாய் கேட்டார்.

"ஆமா கலெக்டரே."

"உங்ககிட்ட பேசின விசயத்தையும் சொன்னாரு. மத்தியில எங்களுக்கு அவங்க எதிர்க்கட்சி என்றாலும் கமிசன்னு வந்துட்டா நாங்க எல்லாம் ஒரே கட்சிதான்.

அதனால நீங்க எதைப் பற்றியும் கவலைப்படாம துணிந்து அடிங்க. மீடியா, கீடியா எல்லாத்தையும் நாங்க பாத்துகிறோம் சரிங்களா கலெக்டரே? உங்க பர்ஸன்டேஜ் என்னான்னு சொல்லி இருப்பாரே மந்திரி. கேட்டீங்கன்னா நீங்களே தானா வேலை செய்வீங்க. போனை வைச்சுட்டு எங்கேயும் போயிறாதிய தமிழக சட்டமன்ற எதிர்க்கட்சியோட மாவட்ட செயலாளர் இன்னும் கொஞ்ச நேரத்தில உங்களுக்கு லையனில் வருவாரு.

உங்கள நேர்ல வந்து சந்தித்தாலும்கூட ஆச்சரியப்படுவதற்கு இல்லை. ஏன்னா இப்பதான் ஆதிவாசி குரூப்பு அவர்ட்ட போயிருக்கு. என்ன கலெக்டரே பார்த்துகோங்க. எல்லாம் உங்க கையிலதான் இருக்கு..." என்றபடி இருமுனைகளிலும் இணைப்பு துண்டிக்கப்பட்டது.

ஆட்சியர் தலையைச் சொறிந்தபடி டெலிபோன் அருகிலேயே நிற்க, பணியாள் ஓடிவந்து, "சார் எதுவும் வேணுங்களா?".

ஆட்சியர் கோபமாக, "யோவ் போய் ஒரு ஸ்டூல் இருந்தா எடுத்துவாய்யா. எங்கப்பன் எனக்கு போன் பண்ணுறேன்னு சொல்லி இருக்கான்" என்று சினத்தோடு பேசிவிட்டு மீட்டிங் நடக்கும் அறைக்குச் சென்றார்.

பகுதி 11 – உட்பிரிவு 5

உச்சி சூரியன் மேற்கே சாயத் தொடங்கி மூன்று மணி நேரம் கடந்திருந்தது.

அலுவலக பெயர்ப்பலகை பரிதாபகரமாய் ஏற, இறங்க தொங்கிக்கொண்டிருக்க, ஒரு பத்துக்குப் பத்து சதுரடி கொண்ட கூம்பு வடிவ கூரையில் இயங்கிவருகிறது தமிழக ஒடுக்கப்பட்டோர் கட்சி அலுவலகம்.

அலுவலகத்தின் முழு செயல்பாடுகளும் வாசலில் உள்ள வேப்பமரத்தின் நிழலில்தான். கட்சி மீட்டிங், தொழிலாளர்கள்

கூட்டம், ஆட்டோ ஓட்டுனர்கள் சங்க மீட்டிங் என அனைத்தும் சிலுசிலுவென காற்று வீசும் வேப்பமர நிழலில்தான்.

பத்து, பதினைந்து சாயம் போன பிளாஸ்டிக் நாற்காலிகள், அதில் ஒன்று, இரண்டு கால் ஒடிந்து கம்பு வைத்து கட்டப்பட்டு பரிதாபமாய் இருந்தது.

"வாங்க, வாங்க, ஐயா உக்காருங்க" என்றபடி நாற்காலிகளை எடுத்துப்போட்டுக்கொண்டிருந்தார் அங்கிருந்த ஆட்டோ டிரைவர் முருகேசன்.

"மாவட்ட செயலாளர் ரெத்தினம் வீடு பக்கம்தா,ன் இப்ப வந்துருவாரு. மாவட்ட தொழில் சங்க செயலாளர் சந்திரன் அண்ணே வீடு டவுனுக்குள்ள இருக்கு, அவரு வர வாய்ப்பு இல்லை. இவுங்க இரண்டு பேருதான் முக்கியமானவங்க. எல்லாப் போராட்டம், ஆர்ப்பாட்டம், நல்லது கெட்டது எல்லாம் அவங்கதான்" என்று முருகேசன் சொல்லிக்கொண்டிருக்க, வந்திருந்த மலைகிராமத்து பெரியவர்கள் வேண்டாவெறுப்பாய் அமர்ந்திருந்தனர்.

"இவர்களுக்கும் ஒரு மனுவைக் கொடுத்துவிடுவோம்" என்று எத்தனின் வற்புறுத்தலினால்தான் மூப்பு உட்பட பெரியவர்கள் வந்திருந்தனர்.

"ஆபீஸே மரத்தடிக்குக் கீழ நடக்குது. இதில இவங்கட்ட மனு கொடுத்து என்ன பண்ணுவாங்க?" என்று புலம்பியபடி அமர்ந்திருந்தனர் பழங்குடிகள்.

மாவட்ட செயலாளர் ரெத்தினம் வந்துசேர்ந்தார்.

"வாங்க... வாங்க... வாங்க பூர்வகுடிகளுக்கு வணக்கம்" பெரிய வணக்கமாகப் போட்டுவிட்டு அனைவருக்கும் டீ வாங்க ஆள் அனுப்பினார் ரெத்தினம்.

"நம்ம ஊர் பிரச்னை அரசல்புரசலாய் எங்க காதுக்கு வந்துச்சு. சரி, போய் பார்த்துட்டு வரலாமுன்னு பேசுனோம். கடைசியில தொழில் சங்க மாவட்ட செயலாளர் சந்திரன் திடீர்ன்னு மலைக்கு நான் வரலை எனக்கு வேலை இருக்குன்னு சொல்லிட்டாரு. சரி மற்றொரு நாள் சேர்ந்து போய்கலாமுன்னு இருந்துட்டோம்.

அதுங்காட்டியும் நீங்களே வந்துட்டீங்க. சொல்லுங்கய்யா அரசாங்கம் தரப்பில என்ன சொல்லுறானுங்க?" என்று கேட்டு பேச்சை முடித்தார் ரெத்தினம்.

வண்ணாத்திப்பாறை மூப்பு பேச்சைத் தொடங்கி, ஊரில் நடந்த சமீபத்திய சம்பவங்கள், தற்போது மந்திரி உள்ளிட்ட

M.அபுபக்கர் சித்தீக்

அரசியல் பிரமுகர்கள் சந்திப்பு என அனைத்தையும் ரத்தின சுருக்கமாய் மாவட்ட செயலாளர் ரெத்தினத்திடம் சொல்லி முடித்தனர்.

ரெத்தினம் குறுக்கிட்டு "கலெக்டர் தரப்பில் இருந்து உங்களுக்கு முறையாக நோட்டீஸ் ஏதும் கொடுக்கப்பட்டுச்சா?" என்று கேட்டார்.

"அப்படி ஏதும் கொடுக்கலைங்க" என்றனர் ஊரார்.

"கொடுக்காம இருக்க மாட்டாங்களே..." என்று இழுத்து விட்டு, "வேற ஏதும் ஊருக்குள்ள கையெழுத்து வாங்கினாங்களா?"

"ஆமாங்க சார் சாதி சான்றிதழ் வரப்போது எல்லாரும் விலாசத்தை எழுதி கையெழுத்துப் போட்டு கொடுங்கன்னு ஆம்பளை, பொம்பள, பிள்ளகுட்டிங்கன்னு சகட்டு மேனிக்கு கையெழுத்து வாங்கிட்டு போனாரு தலையாரி" அப்பாவியாய் சொன்னார் மூப்பு.

"ரைட்டு அதுதான் கலெக்டர் கொடுத்த நோட்டீஸ்" என்றார் ரெத்தினம்.

"கலெக்டர் கொடுக்கல ஊர்மக்கள்தானே எழுதிக் கொடுத்தோம்" வெள்ளந்தியாய் பதில் கூறினர் பழங்குடிகள்.

"அதாங்க தலைவரே, கலெக்டர் கொடுத்த நோட்டீஸ வாங்கி, கொக்குகள் காப்பகம் அமைக்க வண்ணாத்திப்பாறை மக்கள் முழு ஒத்துழைப்பு தருவதாகவும், ஊரை விட்டு வெளியேற முழுமனதுடன் சம்மதிப்பதாகவும் எழுதிக் கையெழுத்து போட்டு கொடுத்து இருக்கீங்க. அதாவது கையெழுத்து மட்டும் போட்டு தலையாரி வாங்கிட்டு போயிருப்பாரு. அவருக்கே அது தெரியுமான்னு தெரியல, மீதி எல்லாம் கலெக்டர் எழுதிப்பாரு.

சரி, போனது போகட்டும் இனி ஆகவேண்டியதைப் பார்ப்போம்.

நாலு, ஐந்து பேருக்கு உடனடியா முறையீட்டு மனு அனுப்பனும்" என்றார் ரெத்தினம்.

"முறையீட்டு மனு அப்படினா என்னாது?" என்று வந்திருந்த சொரக்கா பெரியவர் கேள்வி எழுப்ப, யாராவது செத்துப்போன அவசரமா தந்தி அடிப்போமுல தந்தி, அது மாதிரி" என்றார் ரெத்தினம்.

பதிலுக்கு அந்தப் பெரியவர், "இப்ப யாரு செத்துப் போனா?" தந்தி அடிக்க என்றார்.

வண்ணாத்திப்பாறை மூப்பு ஆவேசமாய் எழுந்து, "கலெக்டர் செத்துப்போனாருன்னு தந்தி அடிப்போம்" என்றதும் கூட்டத்தில் ஒரே சிரிப்பலை.

"நீங்க மேல சொல்லுங்க சார்" என்று கூறி அமர்ந்தார் மூப்பு.

ரெத்தினம் தொடர்ந்தார்:

"இந்தத் திட்டத்தால் பழங்குடியின மக்கள் எப்படி பாதிக்கப் படுகிறோம் என்று முழுத்தகவலையும் சொல்லி, இத்திட்டத்தை மறுபரிசீலனை செய்ய வலியுறுத்தி மத்திய, மாநில திட்ட அமைச்சர்கள் மற்றும் அலுவலர்களுக்குக் கோரிக்கை மனுவை தயார்செய்து அனுப்பனும்.

வண்ணாத்திப்பாறை பூர்வகுடிகளுக்கு நாசம் உண்டாக்கும் கொக்குகளுக்கான காப்பகம் அமைக்கும் இத்திட்டத்தை நாங்கள் எதிர்க்கிறோம் என்று கிராம ஊராட்சியில் தீர்மானம் போடுங்க. இந்த மாதிரி தீர்மானத்தை மலையில இருக்கிற எல்லா ஊராட்சியிலும் போட வையுங்கள். அந்தத் தீர்மானத்தை ஜனாதிபதி, பிரதமர், சம்பந்தப்பட்ட மத்திய அமைச்சர், தமிழக முதல்வர், தமிழக வனத்துறை அமைச்சர் என எல்லாத்துக்கும் உடனே அனுப்பணும். இப்ப உடனே ஊரைக் காலிபண்ணு என்று சொல்லும் கலெக்டரின் உத்தரவுக்கு நீதிமன்றம் சென்று தடை ஆணை வாங்கணும்.

இப்படி சட்ட ரீதியாகப் போராட்டம் ஒரு பக்கம் இருக்க, ஜனநாயக ரீதியாக நம்ம எதிர்ப்பை அரசாங்கத்துக்குத் தெரிவிக்கும் வண்ணம் மக்களைத் திரட்டிப் போராட்டம் ஒன்றை உடனே நடத்தணும்.

அப்படி நடத்தும் பட்சத்தில்தான் பொதுமக்கள் மத்தியில நமது நியாயமான கோரிக்கை போய்ச்சேரும் நமக்கு. பொது மக்களின் ஆதரவும் கிடைக்கும்.

இப்ப உடனே போனா கலெக்டர் இருப்பாரு. அவருக்கு வண்ணாத்திப்பாறை பழங்குடிகளின் வாழ்வாதாரத்தைப் பாதிக்கும் இத்திட்டத்தைத் திரும்ப பெற வேண்டும் என்று முறையாக, கோரிக்கை மனு ஒன்றைக் கொடுப்போம். வாங்க..." என்று எழுந்தார் மாவட்ட செயலாளர் ரெத்தினம்.

"சார் அவருதான் (கலெக்டர்) பிரச்னைக்குக் காரணமே. வண்ணாத்திப்பாறையை மொட்டை அடித்து அலகு குத்தணு முன்னு ஒத்தக் காலில் நிக்கிறாரு. அவரிடமே மனுங்கிறது மரம் வெட்டுற கோடாரியிடமே மனு கொடுத்த மாதிரி இருக்காதுங்களா சார்?" மற்றொரு ஊர் மூப்பு கேள்வி எழுப்பினார்.

“கலெக்டர் நம்ம மனுவை ஏத்துகிறாரு, ஏத்துகலை அதை பத்தி நாம கவலைப்பட வேண்டாம். கோர்ட்டுக்குப் போனா முதல் வார்த்தை கலெக்டர்கிட்ட மனு கொடுத்தியளா?, SP கிட்ட மனு கொடுத்தியளா?ன்னுதான் கேட்பாரு நீதிபதி.

அதுக்காகக் கொடுத்துவைக்கிறதுதான். வேற ஒன்றும் இல்லை” என்று ரெத்தினம் பதில் சொல்லிவிட்டு, முருகேசனிடம், “தம்பி டீ குடித்த டம்ளரு எல்லாத்தையும் கழுவி எடுத்துவைச்சுட்டு, தொழில்சங்க மாவட்ட செயலாளர் சந்திரன் வந்தா கலெக்டர் ஆபீஸ் போயிருக்கோமுன்னு சொல்லு, எங்கேயும் போறதா இருந்தா இரும்புக் கதவை நல்லா இழுத்து வைச்சு சங்கிலியைப் போட்டுப் பூட்டிவிட்டு சாவியைக் கூரையில சொருகி வைச்சுட்டு போப்பா” என்று சொல்ல, முருகேசனும், “சரிங்க மாவட்டம்” என்றான்.

அனைவரும் கிளம்பி ஒரு கிலோ மீட்டர் தொலைவில் உள்ள மாவட்ட கலெக்டர் அலுவலகத்துக்குச் சென்றனர்.

பகுதி 11 – உட்பிரிவு 6

தமிழக ஒடுக்கப்பட்டோர் கட்சியின் மாவட்ட செயலாளர் ரெத்தினம் அவர்களின் தலைமையில் வண்ணாத்திப்பாறை மூப்பு மற்றும் மலைவாழ் மக்களின் தலைவர்கள் கலெக்டர் அலுவலகம் வருகைதந்து அலுவலக வரவேற்பறையில் காத்திருந்தனர்.

ரெத்தினம், எத்தனிடம், “தம்பி கோடு போடாத பேப்பர் ஒரு குயரு வாங்கிட்டு, ஐந்து ரூபாய் பேனா இரண்டு வாங்கிட்டு வா?” என்று அனுப்பிவிட்டு, வரவேற்பு அறையில் பதிவு புத்தகத்துடன் அமர்ந்திருந்த பெண்மணியிடம் வந்து, “மேடம் கலெக்டரப் பாக்கணும்” என்றார்.

“கலெக்டர் ரொம்ப நேரமா S.Pகூட மீட்டிங்ல இருக்காரு சார். வெய்ட் பண்ணுங்க வந்துருவாரு” என்றாள் அப்பெண்மணி

மீட்டிங் நடக்கும் கதவுக்கு வெளியே வண்ணாத்திப்பாறை மக்களைப் பாதுகாப்பது சம்பந்தமாக மனு அளிக்க மலைவாழ் மக்களின் தலைவர்கள் காத்திருக்க...

உள்ளே மாவட்ட ஆட்சித்தலைவர் தலைமையில் வண்ணாத்திப் பாறை மக்களை வெளியேற்றுவது சம்பந்தமான ஆலோசனைக் கூட்டம் நடைபெற்றுவருகிறது.

கலெக்டர் மீட்டிங்:

"நண்பர் ஒருவர் வந்திருக்கிறார், பத்து நிமிடம் பார்த்துவிட்டு வந்துவிடுகிறேன்" என்று ஆட்சியரிடம் அனுமதிபெற்று வெளியே வந்த S.P கரிகாலன் சரியாக இருபது நிமிடம் கழித்து மீட்டிங் நடக்கும் அறைக்கு வந்தார்.

கலெக்டர், மாவட்ட வன அதிகாரி DFO மதியழகனிடம் ஏதோ பேசி வர உள்ளே வந்த S.P அவசரமாய் கலெக்டரின் பேச்சை இடைமறித்து, "கலெக்டர் சார் வண்ணாத்திப்பாறை மக்களை வெளியேற்ற அருமையான வாய்ப்பு நமக்குக் கிடைத்திருக்கு. நம்ம வேலய ரொம்ப ஈசியா ஆக்கிட்டாங்க அந்த ஊர்க்காரங்க" என்று புன்னகை பூக்கப் பேசி வந்தார் S.P கரிகாலன்.

மாவட்ட கலெக்டருக்கு ஒண்ணும் புரியல, "மிஸ்டர் கரிகாலன் என்ன விசயம் என்று சொன்னா நாங்களும் சந்தோஷப்படுவோம்?"

"சொல்லுறேன்... சொல்லுறேன் இப்ப வெளியே வந்திருந்தது வண்ணாத்திப்பாறையைச் சேர்ந்த நமது ஒற்றன் (Informer) மலையன்தான். அவன் சொன்ன செய்தி ஒருபக்கம் நமக்கு பிரச்சனையான ஒன்று என்றாலும், சரியாகக் கையாண்டோம் என்றால் பெரிய அளவில் நம்ம திட்டத்துக்குப் பயன் தரும்" SP பொடி வைத்து பேச...

கரிகாலன் "விசியத்தச் சொல்லுங்க?"

"கலெக்டர் சார்... வண்ணாத்திப்பாறையில் நாம அமைத்து இருக்கும் செக்போஸ்டை இன்று இரவு பெரியண்ணன் என்பவனின் தலைமையில் கையெரி குண்டு வீசி தகர்க்க போறாங்க.

நீங்க... அன்று சொன்ன வனபயங்கரவாதிகள்" என்று சிரித்தார் SP.

திடுக்கிட்டு போன DFO மதியழகன், "SP சார் என்ன சொல்றீங்க. என் வேலைக்கே வேட்டுவைச்சுருவீங்க போல இருக்கே?"

"கலெக்டர் சார் என்ன சொல்றாரு இவரு?" கலெக்டரின் பக்கம் DFO திரும்ப, கலெக்டரும், "கரிகாலன் கொஞ்சம் பொறுமையா நீங்க சொல்ல வந்தத சொல்லுங்க?"

"கலெக்டர் சார், அவரு என் வேலையை விட்டு தூக்க போறாருன்னு நினைக்கிறேன்" DFO பதற்றத்துடன் புலம்புகிறார்.

ஆட்சியர் இடைமறித்து, “DFO கொஞ்சம் பொறுமையா இருங்க ப்ளீஸ். அவரு என்ன சொல்ல வர்றாருன்னு கேட்போம்?”

SP கரிகாலன் தொடர்ந்தார், “செக்போஸ்ட்ட அவர்கள் தாக்கட்டும். பெரியண்ணன் என்பவனின் தலைமையில் அதிக பட்சம் எட்டு நபர்கள் இருப்பதாக தெரிகிறது. அவர்களை இன்று இரவு செக்போஸ்ட் அட்டாக் நடந்த உடனே ரிமாண்ட் செஞ்சுடுவோம்.

இதையே பூதாகரமாகச் சித்தரித்து மிகப்பெரிய பயங்கரவாத குழுக்கள் வண்ணாத்திப்பாறையைச் சுற்றியுள்ள வனப்பகுதியில் இயங்குகிறது என்று சொல்லி, வண்ணாத்திப்பாறை மக்களுக்கு ஆதரவாக இருக்கிற மற்ற மலைவாழ் மக்களையும் சேரவிடாம செய்துவிடலாம். மீறி வண்ணாத்திப்பாறை மக்களுக்கு ஆதரவாக செயல்பட்டால் உங்களைக் கைது செய்யவேண்டிவரும் என்று ஒரு மிரட்டு மிரட்டினா ஓடிருவானுங்க. நம்ம காரியத்தை ஈசியா முடிச்சுருலாம். என்ன நான் சொல்வது” என்றார் SP.

“அது சரி SP, கையெரி குண்டு வைச்சு அவனுங்க செக் போஸ்டைத் தாக்கி என்ன விளைவை ஏற்படுத்த முடியும்? மிகப் பெரிய பயங்கரவாத செயலாய் எப்படி உலகை நம்ப வைக்க முடியும் எனக்குப் புரியல.”

“கலெக்டர் சார் அவனுங்க வீசுவது கையெரி குண்டுதான். நாமதான் அதை மிகப்பெரிய RDX குண்டா மாற்றணும். நீங்க ஒண்ணும் கவலைப்படாதீங்க. அதை நான் பார்த்துகிறேன். அது சார்ந்த நிறைய வேலை செய்யவேண்டி இருக்கு. கலெக்டர் அவர்கள் அனுமதி தந்தா சிறப்பா செய்திடலாம்” புன்முறுவல் பூத்தபடி ஆட்சியரை ஏறிட்டார் SP.

‘டொக், டொக்’ மீட்டிங் ஹால் கதவு திறக்கப்படுகிறது. ஆட்சியரின் தனிச்செயலர் ரொம்ப பவ்வியமாகத் தலையை நீட்டி, “சார் உங்களைப் பார்க்க வண்ணாத்திப்பாறை ஊர்க்காரங்க மற்றும் தமிழக ஒடுக்கப்பட்டோர் கட்சி மாவட்ட செயலாளர் ரெத்தினம் ஆகியோர் வந்து இருக்காங்க. ரொம்ப நேரம் வெய்ட் பண்ணுறாங்க, நச்சரிக்கிறாங்க. அதான் சார் தட்டினேன்.”

“ரைட்டு சைத்தான் சைக்கிள்ள வருது” என்று முனங்கிய படி, “OK கரிகாலன் நீங்க ஆரம்பிங்க பாத்துக்குவோம், அவனுங்க தலையெழுத்து அதுதான் என்றால் நம்ம என்ன செய்ய முடியும்? DFO மதியழகன் நீங்க SP சாருக்கு சப்போர்ட் பண்ணுங்க” என்றார் ஆட்சியர்.

“அப்ப என் வேலை?” என்று பாவமாக கேட்டார் DFO மாவட்ட வனத்துறை அதிகாரி மதியழகன்.

S.P குறுக்கிட்டு, “சார் வர்ற கமிசன் 10 தலைமுறைக்குப் போதும். அதை வைச்சுகிட்டு காசி, ராமேஸ்வரமுன்னு போவீங்களா அதை விட்டுபுட்டு வேலை, வேலைன்னுகிட்டு, வாங்க சார்” என்று அனைவரும் விடைபெற்றனர்.

வெளியே வந்த ஆட்சியரைப் பார்த்த ரெத்தினமும், ஊர்ப் பெரியவர்களும் எழுந்து வணக்கம் சொல்ல. ‘வணக்கம், வணக்கம்’ என்று வேண்டாவெறுப்பாக சொல்லிவிட்டு, வரவேற்பு பகுதியில் நின்றபடியே மனுவை வாங்கி பார்த்துவிட்டு ‘நடவடிக்கை எடுக்கிறேன்’ என்று ஒற்றை வரியில் பதில் சொல்லி காரைநோக்கி நடக்கத் தொடங்கினார் ஆட்சியர்.

“சார் உங்களப் பார்க்கத்தான் மணிக்கணக்கா காத்திருக்கோம்... நீங்க பாட்டுக்குப் போறீங்க?” என்றார் ரெத்தினம்.

“என்ன செய்யணும்” என்று கோபமாக ரெத்தினத்திடம் சீறினார் கலெக்டர். “மனு கொடுத்தீங்க வாங்கிட்டு நடவடிக்கை எடுக்கிறேன் சொல்லிட்டேன். அதுக்கு மேல என்ன செய்ய? உங்களோடு வந்து காட்டில் இலையைக் கட்டிக்கிட்டு ஆடட்டா சொல்லு, செய்வோம்” என்று கலெக்டர் சீறிக்கொண்டிருக்க, கலெக்டரின் தனி செயலர் ரெத்தினம் உள்ளிட்டவர்களை, “இங்கிட்டு வாங்க... இங்கிட்டு வாங்க... கலெக்டர் காலையில இருந்தே முக்கியமான மீட்டிங் அதான் கோபப்படுறாரு நடவடிக்கை எடுப்பாரு” என்று சமாதானம் சொல்லி அனுப்பினார்.

கலெக்டர் கார் வெளியேறியது.

“திருட்டு பயலுவ, மந்திரி, மயிருன்னு எவனாவது வந்தா எழுந்து பல்ல இளிச்சுகிட்டு நிப்பானுவ” என்று கோபமாக வண்ணாத்திப்பாறை தலைவர்களிடம் பேசிக்கொண்டே வெளியே வந்தார் ரெத்தினம். எதிரே S.P கார் கிராஸ் பண்ண, உள்ளே வண்ணாத்திப்பாறையைச் சேர்ந்த மலையன் இருப்பதை அனைவரும் கவனித்தனர். “இவன் ஏன் SP வண்டியில போறான்?” என்று மூப்பு அகத்தியிடம் அதிர்ச்சியாய்க் கேட்டார்.

எத்தன் மூப்பிடம், “அப்பா உங்களுக்குத் தெரியாம சில விசியம் நம்ம ஊரில் நடந்துகிட்டு இருக்கு” என்று தொடங்கி பெரியண்ணன் சம்பந்தமான அனைத்து தகவல்களையும் கொட்டித் தீர்த்தான்.

கடும் கோபம் கொண்ட மூப்பு, “நீ மயிரா புடிங்கிட்டு இருந்த இவ்வளவு நாளு” என்று எத்தனைக் கடுமையாகத் திட்டிவிட்டு, “அகத்தி நான் சொல்லல, இந்த நாய்ங்க போடும் எலும்புக்கு நம்ம பய எவனாவது நாக்கத் தொங்கப்போட்டு உளவு சொல்லுவான்னு பார்த்தியா? மலைசாதிய சேர்ந்த மலையனை?”

அகத்தி, மூப்பின் கையைப் பிடித்து அமுக்கி, “மூப்பு எல்லா ஊர்க்காரங்களும் வந்து இருக்காங்க நம்ம ஊருக்குப் போய் பேசிக்கிவோம்.”

“சார் ரொம்ப நன்றி. நாங்க கிளம்புறோம். நாளைய மறுநாள் வந்து உங்களைச் சந்திக்கிறோம்” மாவட்ட செயலாளர் ரெத்தினத் திடம் கூறிவிட்டு எல்லாரும் கிளம்பினர் மலையை நோக்கி.

“அகத்தி, மலையனைப் போடணுன்டா” கடும் கோபத்தை அடக்கிக்கொண்டு மூப்பு மெல்லிய குரல் கிசுகிசுத்தவாறு வண்டி கிளம்பியது. •

பகுதி 11 - உட்பிரிவு 7

சந்திரன் வீடு, சிறிய மட்டபாறை வீடுதான், வீட்டைச் சுற்றி வேலி அடைக்கப்பட்டு கோழிக்கு, புறாவுக்குத் தனித்தனியே கூண்டு அமைக்கப்பட்டு இருந்தது.

மணி என்ற நாயும் கட்டாமல் திரிந்தது. ஒரு பெரிய மாமரமும் வாசல் ஓரத்தில் படர்ந்து, வளர்ந்து இருந்தது. வீட்டில் உள்ள பறவைகளையும், மரம் செடிகளையும் பராமரித்து வந்த சந்திரனின் தாயும் சமீபத்தில் இறந்து போக, பராமரிப்பு இன்றி அலங்கோலமாய் காட்சியளித்தது வீடும், வாசலும்.

தன் மகள் பூங்குழலியிடம் வீட்டைக் காட்ட, தூரத்தில் கோயில் கட்டையில் படுத்திருந்த மணி ஆளை கண்டதும் வாலை ஆட்டிக்கொண்டு ஓடோடி வந்தது.

மணியிடமும் மகளை அறிமுகம்செய்துவைத்துவிட்டு, தன் மனைவி அன்னம்மாளுக்காக வாங்கிய இரண்டு பவுன் செயினை எடுத்து மகளின் கழுத்தில் அணிவித்தான்.

தன் மனைவி பற்றிய செய்திகளை சந்திரன் சொல்லசொல்ல கன்னத்தில் கை வைத்தவண்ணம் கண் கலங்க கனத்த இதயத்துடன் கேட்டுக்கொண்டிருந்தாள் பூங்குழலி.

நேரம் சென்றதையே மறந்து போய் இருந்த பூங்குழலி திடீர் என எத்தனின் ஞாபகம் வர, “அப்பா சீக்கிரம் மலை பஸ்ஸுக்குப்

போகனும் நேரம் ஆச்சுப்பா, வாப்பா, அகத்தி தாத்தாட்ட சொல்லிட்டு நாளைக்கு வர்றேன்னு” சந்தோஷமாய்க் கிளம்பினாள் பூங்குழலி.

“அம்மா இங்கேயே வந்துருமா. அப்பாவுக்கு வேற யாரும் இல்லமா.”

“தாத்தாவுக்கும் என்னையவிட்ட யாரும் இல்லப்பா” என்றபடி, “வாப்பா பஸ்ஸு போயிரும் சீக்கிரம் போகலாம்” அவசர அவசரமாக இப்ப அடிவாரத்துக்கு எந்த பஸ்ஸு இருக்குன்னு தெரியலையே” என்றபடி சந்திரன் வெளியே வந்தார்.

“பஸ்ஸா? ஏம்பா நீ வேற. நம்ம லாரிய எடுப்பா. எனக்கு என் சொந்த வண்டியில அப்பாகூடப் போகணுமுன்னு ஆசையா இருக்கு.”

“உனக்கு இல்லாததடா ஏருடா வண்டியில. எம் மகளை வைத்து ஓட்ட எத்தனை நாள் கனவு” உணர்ச்சிவசப்பட பேசிய சந்திரன் லாரியைக் கிளம்பினார்.

இதயக்கோவில் படத்தின், ‘ஊரோரம்மா ஆத்துப் பக்கம் தென்னந்தோப்பு, தோப்போரமா இந்தப் பக்கம் குவிருக்கூடு’ லாரியில் இளையராஜாவின் இசை கச்சேரி நடக்க, தகப்பனும், மகளும் சந்தோஷ மழையில் நனைந்தபடி அடிவாரத்தை நெருங்கிக்கொண்டிருந்தனர்.

அடிவாரம், வண்ணாத்திப்பாறை பெரியோர் எல்லாம் முன்னே செல்ல, கடைசி பஸ்ஸில் வரும் பூங்குழலியை அழைத்து வர வேண்டும் என்ற தன் எண்ணத்தை அகத்தி வேண்டுகோளாய் சொல்ல, எத்தன் சட்டென்று தலையசைத்து இறங்கினான் அடி வாரத்தில்.

எத்தன் மட்டும் அடிவாரத்தில், மலைக்குக் கிளம்பத் தயாராக இருந்த மலை பஸ்ஸில் பூங்குழலியைக் காணாத பதற்றத்தில் அமர்ந்திருந்தான். பஸ் கிளம்பி ரோதைகள் உருளத் துவங்க, படபடப்புடன் எத்தன் எழுந்து கீழே இறங்க, படிகட்டின் மீது கால்களை வைத்தான். வேகமாக மூச்சிரைக்க ஓடிவந்து கீழ்ப்படிகட்டில் ஏறினாள் பூங்குழலி.

தூரத்தில் லாரியுடன் நின்று சந்திரன் டாடா காட்ட, பஸ்ஸின் உள்கண்ணாடி வழியே பூங்குழலியும் கையசைத்தாள். எத்தன் எதையும் கவனிக்காத மாதிரி அமைதியாய் அமர்ந்திருந்தான். கடைசி சீட்டில் இடம் கிடைத்து அமர்ந்துகொண்டு, தகப்பனைக்

கண்ட பெருமிதக் கனவுகளுடன் மனது வனத்தில் பறந்துவந்தது. மாயன்பாடியில் பேருந்து வந்து நின்றது. ஓட்டுனர் "மலைமேல போறவங்க இறங்கிக்கங்க" என்று குரல் எழுப்பினார், கனவுகளில் மிதந்துகொண்டிருந்த பூங்குழலி ஓட்டுனரின் குரல் கேட்டு பதறியடித்துக்கொண்டு இறங்கினாள், எத்தன் இறங்கி தன் சைக்கிள் நிறுத்தப்பட்டிருக்கும் பொட்டுப் பாட்டி கடை அருகே சென்று சைக்கிளின் பூட்டைத் திறந்து வெளியே எடுத்து சீட்டில் அமர்ந்து மிதிக்க முற்பட்டான்.

சைக்கிள் நகரவில்லை, மீண்டும் வேகமாக மிதித்து நகர்த்தி பார்க்கிறான், நகர்வதாகத் தெரியவில்லை. திரும்பிப் பார்க்காமலே, "பூங்குழலி சைக்கிளை விடு" ஆச்சரியப்பட்ட பூங்குழலி, "எப்படி எத்தா..? நான்தான் உன் சைக்கிளைப் பிடிச்சிருக்கேன்னு உனக்கு தெரியும்?"

முறைத்தபடியே எத்தன், "நீ பிடிக்காம உன் அப்பனா பிடிச்சு இருப்பாரு?"

கோபம் கொண்ட பூங்குழலி, "என் அப்பாவப் பத்தி பேசாத எத்தா, நான் அப்பறம் உன்கிட்ட பேசவே மாட்டேன்."

இப்ப மட்டும் பேசிக்கிட்டா இருக்க, "உன் அப்பனைப் பார்த்த உடனே என்னைக் கண்டுக்காம கழற்றிவிட்டவதானே நீ."

"நீ தனியா கடைசி பஸ்ஸுக்கு வருவியேன்னு காத்துக்கிடந்தா, நீ பாட்டுக்குக் கடைசி சீட்டில போய் உக்காந்திட்டு வர்ற. உனக்கு உன் அப்பா கிடைச்சுட்டார்ல சரி போ, நான் என் வேலையைப் பார்க்கிறேன்."

தலையைக் குனிந்தபடி அமைதியாய் இருந்த பூங்குழலியின் கண்களில் இருந்து விழும் கண்ணீர் துளிகள், சைக்கிள் சீட்டின் மீது வைத்து இருந்த எத்தனின் கைகளின் மீது பனித்துளி போன்று மொட்டுமொட்டாய் விழுந்தது.

தன் ஆழ்மனது காதலி பூங்குழலியின் கண்களில் வழியும் கண்ணீர் எத்தனையும் கண்கலங்க செய்தது. "பூங்குழலி" என்று அவளின் தலையை வருடினான் எத்தன்.

கையைத் தட்டிவிட்டு முன்னே நடக்க தொடங்கினாள் பூங்குழலி.

"ஏய் பூங்குழலி நில்லு" என்றான் எத்தன்."

“பேசாத என்னைத் திட்டிட்டல்ல” என்று கோபத்தை வெளிக் காட்டியவளாய் தன் சைக்கிள் நிற்கும் மரத்தடிக்கு வந்து மூக்கைச் சிந்தியபடி சைக்கிள் பூட்டைத் திறந்து, சைக்கிளைத் தள்ளத் தொடங்கினாள் பூங்குழலி.

“ஏய் பூங்குழலி காட்டுப்பாதையில் தனியா போற, புலி தூக்கிட்டுப் போயி எதுனா செஞ்சிறப் போகுது” என்று நக்கலாய் சொன்னான் எத்தன்.

“புலிக்கே புள்ளை பெத்துக்கிறேன் நீ ஒண்ணும் கவலைப் படாத.”

சைக்கிளை நடுரோட்டில் நிறுத்திவிட்டு, கற்களைத் தேடி எடுத்து, பின்னாடி சைக்கிளைத் தள்ளிக்கொண்டு வரும் எத்தனின் மீது எறியத் தொடங்கினாள் பூங்குழலி.

சைக்கிளை வேகமாக மிதித்து பூங்குழலியைத் தாண்டிச் சென்ற எத்தன், ஆயிரம் வாட்ஸ் பல்பு முகத்தில் எரிய, “ஏய் பூங்குழலி அப்ப எனக்குப் பிள்ளை பெத்துக்கமாட்டியா.”

“பெத்துத் தர மாட்டேன்டா மொச மவனே” என்று தம்மாதுண்டு கல்லை எத்தன் மீது வீச, கல் எத்தனின் தலை பொட்டில் பட்டு சின்ன அளவில் காயத்தை ஏற்படுத்தியது.

வலி இல்லை என்ற போதிலும், ஏதாவது நடக்காதா என்ற நப்பாசையில், எத்தன், “அய்யோ..! அம்மா..!” என்று கத்திக்கொண்டு நடுப்பாதையில் சைக்கிளைப் போட்டுவிட்டு, தலையைப் பிடித்தவாறு உட்கார்ந்தான்.

“எத்தா... என்னாச்சு?” தன் சைக்கிளைப் போட்டுவிட்டு ஓடி வந்து, காயம்பட்ட இடத்தைத் தேய்த்துவிட்டாள் பூங்குழலி.

எத்தன் சிரிக்க, கோபமான பூங்குழலி எத்தனின் தலை முடியைப் பிடித்து இழுத்து, “என்னையப் பார்த்தா கிண்டலா தெரியுதாடா உனக்கு?” என்று செல்லமாய், எத்தனின் நெஞ்சில் குத்திக்கொண்டே அவனின் நெஞ்சோடு சாய்ந்தாள்.

“ஏய் பூங்குழலி புலியா? எத்தனா? சொல்லிட்டு சாய்டி.”

“இனிமே கெட்ட வார்த்தையிலதான் பேசுவேன்டா எத்தா” என்றால் பூங்குழலி.

இரவு தொடக்கம், வனத்தில் மெல்லிய சூறைக்காற்று வீசுகிறது. மலைப் பாதையில் ‘காதல் மலர’ எத்தனின் சைக்கிளில்

முன்கம்பியில் பூங்குழலி அமர்ந்திருக்க, இருவரும் ஒரே சைக்கிளில் காதல் கவி பாடி பயணமாயினர் வண்ணாத்திப்பாறையை நோக்கி.

(அப்ப பூங்குழலி கொண்டுவந்த சைக்கிள் என்று வாசகர் கேட்க, இப்ப ரொம்ப முக்கியம் வண்ணாத்திப்பாறை செக் போஸ்ட் இன்னும் கொஞ்ச நேரத்தில் வெடித்து சிதறப்போகுது இங்க சைக்கிளைப் பற்றி ஆய்வு என்று வாசகரைக் காண்டாக்கினார் ஆசிரியர்.)

பகுதி: 12

பெரியண்ணனுடனான விவாதம்

இரவு சுமார் பதினொறு மணியளவில் மலையப்பன் கோயில் வளாகத்தில் பெரியண்ணன் மற்றும் அவரது நண்பர்கள் வரவழைக்கப்பட்டு கூட்டம் காரசாரமாக நடந்துவருகிறது.

“எலேய் கிட்டு மவனே... (பெரியண்ணன் தகப்பனார் பெயர் கிட்டு) என்ன செஞ்சிக்கிட்டு இருக்க ஊருக்குள்ள? ஊர மொத்தமா காலி பண்ணி பழங்குடிகள் எல்லாரையும் ஜெயில்ல களி திங்க வைக்காலாமுன்னு பார்க்குறியா?

பழங்குடி, ஆதிவாசி மலைவாழ் மக்களுக்கு என்று தனி மதிப்பும், மரியாதையும் இருக்கு. அதிலும் வண்ணாத்திப்பாறை பழங்குடிகள் பன்னிரண்டு மலை கிராமத்துக்கும் மூத்தகுடியா இருக்கிறோம். மடத்தனமா எதையாவது செஞ்சு தலைமுறை தலைமுறையா கட்டிக் காப்பாற்றிய மானம், மரியாதையை வாங்கிறாதிங்கப்பா” என்று கோபமாகச் பேச்சைத் தொடங்கி, சாந்தமாக முடித்தார் மூப்பு.

“என்னப்பா பெரியண்ணா... ஏதாவது பேசுனாதானே நீங்க என்ன நினைக்கிறீங்கன்னு எங்களுக்குத் தெரியும்?” கூட்டத்தில் பெரியவர் ஒருவர் குரல் எழுப்ப, அகத்தியின் காதோரம், “மலையன் வீட்டுக்கு வந்துட்டானா?” என்று கிசுகிசுத்தார் மூப்பு. “இன்னும் வரலை. அவன் பொண்டாட்டிக்கும் என்ன, ஏதுன்னு விபரம் தெரியல. எப்பவுமே எங்க சுத்தியும் ராத்திரி வீட்டுக்கு வந்துசேந்திருவானா, ஆனா இன்னைக்கி இன்னும் வரலைங்கிறா” என்றான் அகத்தி.

“ஏதோ ஊருக்குள்ள நடக்குது அகத்தி. ஊர் விசியம் நம்ம கைமீறி போயிருச்சோன்னு தோணுது?” என்று மூப்பு தன் கவலையை வெளிப்படுத்தினார்.

“மூப்பு, பெரியண்ணன் விசயத்தைப் பேசி முடிங்க மத்ததை அப்பறம் பேசுவோம்” என்றார் அகத்தி.

பெரியண்ணன் பேசத் தொடங்கினான்: “மூப்பு அவுக சொல்லுறது எல்லாம் வாஸ்தவம்தான், அதுல மாற்றம் இல்லை.

அதே சமயம் காலம்காலமாய் வாழ்ந்த இந்தப் புண்ணிய பூமிய விட்டு வெளியேற்ற நினைக்கிற அரசாங்கத்திடமும், பிணம்தின்னி அரசியல்வாதிகளிடமும் மனு கொடுத்தா சரியாகிவிடும் என்று நினைப்பது எவ்வளவு பெரிய மடத்தனம்..." என்று பெரியண்ணன் பேசிக்கொண்டிருக்கும் போதே, ஊர் பெரியவர்கள் எல்லாம், "எங்களப் பார்த்தா மடப்பயலா தெரியுதாடா உனக்கு?. உன் அப்பன் முகத்துக்காக உன்னையக் கூட்டிவைச்சு பேசிக்கிட்டு இருக்கோம், இல்லையினா மரியாதைக் கெட்டுப்போயிரும் பாத்துக்க?" என்று கூச்சல் போட்டனர்.

எப்பவுமே சீறும் மூப்பு அமைதியாய் எழுந்து, "ஏய் யாரும் சத்தம் போடாதீங்கப்பா, எல்லாரும் உக்காருங்க... உக்காருங்கப்பா" என்று சொல்லி, கூட்டத்தை ஆசுவாசப்படுத்தினார்.

அப்படியே பெரியண்ணன் பக்கம் திரும்பி, "தம்பி நீங்க நாலு எழுத்துப் படிச்சவுக, நல்லது, கெட்டது தெரிஞ்சவங்க. நீங்க சொல்லுற மாதிரி மடத்தனமாவே செஞ்சுட்டோமுன்னு வைச்சுக்கங்க, ஊர் என்ன செய்யணுமுன்னு நீங்க சொல்லுங்க... கேட்போம்?" என்று ரொம்ப சாதுவாகப் பேச்சை முடித்தார் மூப்பு.

அகத்தி, அன்னரசு உட்பட அனைவரும் மூப்பைப் பார்த்து, "மூப்பு என்ன பேசுறீங்க? இல்லை... என்ன பேசுறோம்முன்னு தெரிஞ்சுதான் பேசுறீங்களா? அவன் சின்னப் பையன் அவன்ட்ட போயி யோசனை கேட்டுக்கிட்டு இருக்கிய?" என்று மூப்பைக் கடிந்துகொண்டார்.

"கிட்டு மவனே முடிவா என்னதான் சொல்ல வர்ற சொல்லு?"

"நான் ஒண்ணும் சொல்லவரலை, நீங்கதான் கூப்டீங்க, நீங்க தான் சொல்லணும்?" ரொம்ப இலேசாக பதில் அளித்தான் பெரியண்ணன்.

இதற்கிடையில் கூட்ட ஓரத்தில் தோழிகளுடன் நின்றிருந்த பூங்குழலியைக் கண் அசைத்து, தான் நிற்கும் பக்கம் அழைத்தான் எத்தன். ஆரம்பத்தில் 'முடியாது' என்பதை போன்று முகத்தில் செய்கை காட்டிய பூங்குழலி, 'யப்பா இப்பவாவது கூப்டானே' என்பதைப் போன்று கூட்டத்தில் புகுந்து அவனருகில் வந்து சேர்ந்தாள்.

பூங்குழலியின் காதருகில் வந்து, "வாடி புலி பொண்டாட்டி எப்படி இருக்க?" என்றான் எத்தன். "ம்ம் நல்லா இருக்கேன்டா மொச மவனே" என்று பதில் சொன்னாள். இப்படியான ரண களத்திலும் கிளுகிளுப்பாய் காதல் தன் பணியாற்றியது.

மூப்பு எழுவதைப் பார்த்து அனைவரும் அவரைக் கவனிக்க தொடங்கினர்.

“கிட்டு மவனே ஊருக்குக் கட்டுப்படனும் அதான் ஊரோட முடிவு. மீறி எது செய்தாலும் ஊர் பார்த்துக்கிட்டு சும்மா இருக்காது.”

“ஊரே நாளைக்கு இருக்குமா?ன்னு தெரியல அரசாங்கம் ஊர காலி செய்ய நாற்பத்தியெட்டு மணி நேரம் கெடு வைச்சு பதினெட்டு மணி நேரம்ஆயிருச்சு. இன்னும் உக்கார்ந்துகிட்டு வெட்டி நாயம் பேசிக்கிட்டு இருக்கோம். நாளைக்கு போலீஸ்காரன் உள்ள புகுந்து அடிக்கறப்ப மந்திரியும் வர மாட்டான், MLAவும் வர மாட்டான், நாமதான் திருப்பி அடிக்கணும். வண்ணாத்திப்பாறையில் உள்ளே போனா, உயிரோட திரும்பி வர முடியாதுன்னு அரசாங்கத்துக்கு உணர்த்துணும். மிஞ்சிப் போன, வீட்டு கூரயக் கொளுத்துவானுங்க போகட்டும். ஆயிரக்கணக்கான சதுர கிலோ மீட்டர் வனம் நமக்கு சொந்தமானது, எவனும் உள்ள வர முடியாது. மீறி வர்றவன வனத்திலேயே புதைப்போம். அதைவிட்டுபுட்டு பூர்வகுடிகள் அடிவாரத்துக்குப் பொட்டிப் படுக்கையோடு போறது அவமானம்.

மீனு தண்ணீரில்தான் வாழும். சதுப்புநிலத்தில் ஒரு போதும் வாழாது, செத்துரும். அடிவாரத்தில் ஒவ்வொரு நாளும் செத்து செத்து உயிர் வாழ்வதைவிட, நம் வனத்தில் செத்தும் வனமாய் உயிர் வாழ்வது மேல்” என்று தன் கருத்தைப் பதிவுசெய்தான் பெரியண்ணன்.

“ஏய் என்ன சொல்லவர்ற ஊருக்குள்ள வர்ற வெளியாட்களை எல்லாரையும் வெட்டனுங்கிறியா?” கோபம் கொண்ட மூப்பு வெடித்து கிளம்ப, அகத்தி இடைமறித்து, “நான் கொஞ்சம் சபையில பேச மூப்பு உத்தரவு தரணும்.”

மூப்பு, “பேசு அகத்தி.”

“தம்பி பெரியண்ணா, நீ சொல்லுறது புரட்சிகரமா தெரியும். ஒரு காலத்தில் நானும் அப்படி எல்லாம் யோசித்தவன்தான். இப்படி தடாலென முடிவெடுத்து சாதித்தவர்கள் யாராவது உண்டா என்று தேடிப்பார்த்தேன். இன்றளவும் யாரும் தென்பட வில்லை.

இப்படி புரட்சிகரமா முடிவெடுத்து, இந்திய தேசத்தில் எந்த மாநிலத்திலையும் பழங்குடி மக்கள் நிம்மதியா வாழ்ந்ததாக வரலாறு இல்லை.

என் வயசுக்கு நிறைய அனுபவம் உண்டு. நீ எந்த மாநிலத்தை வேண்டுமானாலும் எடுத்துக்கோ, ஜார்கண்ட் உள்ளிட்ட வட கிழக்கு மாநிலங்களில் இப்படியான முடிவுகளால் பழங்குடி ஆதிவாசிகள் பெற்ற நன்மைகள் என்ன ஒண்ணு சொல்லு பார்ப்போம்?" என்றார் அகத்தி.

பெரியண்ணன் குறுக்கிட்டு, "அரசாங்கம் பயப்படுதுல அது ஆதிவாசிகளுக்குக் கிடைத்த வெற்றிதானே."

"சொல்லுங்க தம்பி, அரசாங்கம் பயந்து என்ன ஆச்சு? ஜார்கண்ட் மாநில வனப்பகுதியில இருந்து பல கோடிக்கணக்கான ரூபாய் மதிப்புள்ள கனிம வளங்களை அரசாங்கம் கான்ட்ராக்ட்டு விட்டு பெரும்பெரும் முதலாளிகள் கொள்ளையடிக்கத் துணை போகுது இதை எந்தப் புரட்சிப் படையாலும் தடுக்க முடிந்ததா?

எனக்குத் தெரிந்து இல்லை. மாறாக சமீபத்திய செய்திகள் அப்படியான புரட்சிப் படைகளின் ஒத்துழைப்புடன்தாம் கனிமங்கள் திருட்டே படுஜோரா நடக்குதாம்.

இப்படியான புரட்சிகரமான சிந்தனையுடைய புரட்சிப் படைகள் என்ன சாதித்தது? அல்லது அவர்கள் விலைபோய் விட்டார்களா? இல்லையா? என்பது எல்லாம் ஒருபக்கம் இருக்கட்டும். பழங்குடி மக்களுக்கு என்ன நன்மை பயன் தந்தது அதுதாம் இங்கே கேள்வி.

அவர்கள் பிறந்து வளர்ந்த வனக்காட்டில் சுதந்திரமாக உலா வர முடியலையே, வனபடுகைகளைச் சேகரிக்க முடியலையே, பெரும்பாலான வனக்காடுகள் அனைத்தும் அரசாங்கத்தின் காப்புக் காடுகள் என்று உள்ளே நுழைய அனுமதி இல்லையே, அவ்வளவு ஏன்? தேசிய அளவில் கல்வி கிடைக்கப் பெற்ற பழங்குடிகளில் நூற்றுக்கு இருபது பேர்கள்கூட இல்லையே. சுதந்திரம் பெற்று, அரை நூற்றாண்டைக் கடந்து வந்துவிட்டோம். மொட்ட பரதேசியாய் திரிந்தவன் எல்லாம் முதல்வர்களாக வர முடிந்த நாட்டில் பூர்வகுடியான பழங்குடிகள் இன்னும் வார்டு மெம்பரைத் தாண்டலையே?

நமது பாரம்பரிய மருத்துவத்தைகூட நாம் உரிமை கொண்டாட முடியலையே? கல்வி, மருத்துவம், அரசாங்க உத்தியோகம், அரசியல் என எதுதிலயும் பழங்குடிகள் முன்னேற்றம் அடைந்த மாதிரி தெரியலையப்பா பெரியண்ணன்.

பழங்குடிகளுக்குக் காடுதான் தெய்வம், மலைதான் கோயில் என்று வாழ்கிறோம், நம்முடைய கலாச்சாரம், பண்பாடு, பழக்க

வழக்கங்கள், உணவு முறை என அனைத்தும் இந்த அடர்ந்த வனக்காட்டோடு தொடர்புடையது.

அதே சமயம் நாம் வாழும் தேசமும், அதை ஆளும் ஆட்சியாளர்களும் 'வனம் தாம் பழங்குடிகளின் வாழ்விடம்' என்ற அடிப்படையைகூடப் புரிந்துகொள்ள மறுக்கிறார்களே.

நாம் விரும்பினாலும் சரி, வெறுத்தாலும் சரி, ஆளுகின்ற ஆட்சியாளர் எடுப்பதுதாம் முடிவு. பழங்குடிகளின் வனம் என்ற ஒற்றை சட்டத்தை நம்மால் இன்றளவும் கொண்டுவர இயல வில்லை. காரணம், நாம் பழங்குடிகள் என்ற மனப்பான்மையில் இருக்கிறோம். அவர்கள் நம்மை சராசரி வாக்காளர்களாய்ப் பார்க்கிறார்கள். எங்களை காட்டோடு விடுங்கள் என்றாலும் விடுவதாக இல்லை வேட்டையாடும் உரிமையை இழந்ததுதான் பாக்கி.

நம்மையும், வனத்தையும் பாதுகாக்க வேண்டிய பாராளு மன்றங்களும், சட்டமன்றங்களும், ஏன் நீதிமன்றங்களும்கூட இன்று நம்மை வெளியேற்ற சட்டங்களையும், தீர்ப்புகளையும் வழங்கிவருகிறது.

இங்கு ஒரு செய்தியை, அல்லது தேசத்தின் எதார்த்தத்தை நாம் புரிந்துகொள்ள வேண்டும். இனி பழங்குடி என்ற மனப் பான்மையுடன் இலை, தழைகளைக் கட்டிக்கொண்டு வனக் காட்டில் கிடைக்கும் வனபடுகைகளைத் தின்றுகொண்டு நாம் திரிந்தால், நம்மை அழித்து வனத்தை ஆக்கிரமிக்கவே செய்வர்.

நாம் இந்த நாட்டின் சட்டத்திட்டங்களைப் படிக்க வேண்டும். தேசிய அளவில் உள்ள எல்லாப் பழங்குடிகளையும் ஒன்றுசேர்க்க வேண்டும். ஒரு பக்கம் சட்டப் போராட்டத்தையும் மறுபக்கம் மக்கள் திரள் போராட்டங்களையும் முன்னெடுக்க வேண்டும்.

தேசிய அளவில் பழங்குடி மக்களை விகிதாச்சார பிரதி நிதித்துவத்தை நோக்கி நகர்த்த வேண்டும். குறிப்பாக பழங்குடிகள் சட்டமேற்றும் சபைகளை நோக்கி அரசியல் படுத்தபடவேண்டும்.

சந்தனமரம் வெட்டி கடத்தியதாகக் கூறப்பட்ட வழக்கில் விசாரணை என்ற பெயரில் மலைகிராமம் வாச்சாத்தி மக்கள்மீது காவல்துறையும், வனத்துறையினரும், அரசு இயந்திரங்களும் ஒன்றுசேர்ந்து வன்முறையை ஏவி மலைவாழ் பெண்களை கூட்டாக வன்புணர்வு செய்தனர். அனைத்து அரசு அதிகாரங்களும் வேடிக்கை பார்த்த நிலையில் அம்மக்களே நீதிக்கான சட்டப் போராட்டத்தை கையில் எடுத்து உயர் அதிகாரிகள் உட்பட 269

நபர்களை நீதிமன்ற தீர்ப்பின் மூலம் சிறைக்கு அனுப்பினர். இப்படியான சட்டப்போராட்டத்தை முன்னின்று நடத்த வேண்டும். மலைவாழ் மக்கள் தங்களின் கலாசாரத்தையும், பண்பாடுகளையும் ஒரு போதும் மாற்றிக்கொள்ள வேண்டிய தேவையில்லை. அதே சமயம், இந்நாட்டின் சட்டத்தையும், பாராளுமன்ற, நீதிமன்ற நடைமுறைகளையும் படிக்க வேண்டும், பழங்குடிகளுக்குப் படித்துக் கொடுக்க வேண்டும். அரசின் உயர் பொறுப்புகளுக்கு முன்னேற வேண்டும். குறிப்பாக வல்லமை கொண்ட சிறந்த சட்ட மாமேதைகளையும், வழக்கறிஞர்களையும் உருவாக்க வேண்டும், பழங்குடிகள் உருவாக்க முன்வர வேண்டும் இதுவே நிரந்தரத் தீர்வை தரும். ஒருபோதும் ஆயுத போராட்டம் பலன் தராது, மாறாகப் பழங்குடிகளைத் தேசிய நீரோட்டத்திலிருந்து பிரிக்கவே உதவும்" என்று அகத்தி அனுபவ ரீதியான ஆலோசனையை முன்வைத்து நீண்ட உரையையே நிகழ்த்தி முடித்தார்.

பூங்குழலி, "தாத்தா வழக்கறிஞர்கள் படிப்பு அவ்வளவு பெரியதா தாத்தா?"

"ஆமாம்மா, நம்ம வண்ணாத்திப்பாறையைக் காப்பாற்ற வழக்கறிஞரா படிக்க நம்ம ஊர் புள்ளைங்க எத்தனைப் பேர் தயாரா இருக்கீங்க சொல்லுங்க?" என்றார் அகத்தி. எத்தன், பூங்குழலி உட்பட எட்டு பேர் கை தூக்கினர்.

"பெரியண்ணா நீயும் உன் நண்பர்களும் கையைத் தூக்குங்கப்பா" என்று அகத்தி கூற, "அகத்தி ஐயா நீங்க சொல்லுறது எல்லாம் பேச நல்லா இருக்கும், நடைமுறைக்கு ஒத்து வராது" என்று பெரியண்ணன் விதண்டாவாதமாய் பேச... அதற்கு மூப்பு, "என்னடா எடக்குமடக்காவே பேசுற வண்ணாத்திப்பாறையை விட்டு வெளியே போடா மொதல்ல" பெரியண்ணனைப் பார்த்து சத்தம் போட்டார்.

பெரியண்ணன் பதிலுக்கு மூப்பை நோக்கி, "மரியாதையா பேசுங்க..." என்று கை நீட்டி பேச... மூப்பு, பெரியண்ணனை நோக்கி பாய, கூட்டத்தில் கடுமையான தள்ளுமுள்ளு ஏற்பட்டு, இரவு இரண்டு மணியளவில் கூச்சல், குழப்பத்துடன் கூட்டம் கலைந்து சென்றது.

பகுதி: 13

செக்போஸ்ட் குண்டு வெடிப்பு

அதிகாலை மூன்று மணி. SP கரிகாலன், DFO மதியழகன் ஆகியோரின் தலைமையில் போலீஸ் படையே வண்ணாத்திப் பாறைக்கு முன் சுமார் ஐந்து கிலோமீட்டர் தொலைவில் மலைப் பாதையில் முகாமிட்டு சுமார் மூன்று மணி நேரங்களுக்கு மேலாகக் காத்திருந்தனர்.

SP வேகமாகத் தனது காரை நோக்கி வருகிறார். காரின் பின் கண்ணாடியைத் தட்டுகிறார் கண்ணாடி இறக்கப்பட்டு, "சார்" என்று சத்தம் வர, "என்ன இன்னும் செக்போஸ்ட் வெடிக்கலை" என்றார்.

"கண்டிப்பா வெடிக்கும் சார், அப்படிதான் பிளான்செய்து இருக்கான் பெரியண்ணன்" என்று காருக்குள் இருந்து மலையன் பதில் சொன்னான். ஆம், SP காருக்குள் இருப்பது வண்ணாத்திப் பாறையைச் சேர்ந்த 'உளவாளி மலையனேதான்.'

பதற்றத்துடன், இறுகிய முகத்துடனும், SP இரண்டு DSP, DFO, உட்பட அனைவரும் கைக்கடிகாரத்தைப் பார்க்கவும், கையைப் பிசைவதுமாக இருந்தனர்.

அடிவாரம் இன்ஸ்பெக்டர் ராஜேந்திரன் வேகவேகமாக SP கரிகாலனை நோக்கி வந்து, "சல்யூட் சார்" என்று சல்யூட் அடித்து விட்டு, கரிகாலனின் காதருகே வந்து, "சார் குட் நியூஸ் பெரியண்ணன் டீம் செக்போஸ்டிலிருந்து சரியா 750 மீட்டரில் அடர்ந்த காட்டுப்பகுதியில் கூடி இருக்காங்க. கையில் மெட்டீரியல் வைச்சு இருக்காங்க. கும்மிருட்டா இருக்கிற காரணத்தால் சரியா எத்தனை நபர்கள் இருக்காங்கன்னு தெரியல, ஆறு நபர்கள் இருக்க வாய்ப்பு இருக்கு. செக்போஸ்ட் அட்டாக் முழு வீடியோ பதிவு செய்ய பக்கா ஏற்பாடு செய்து இருக்கோம் அவர்களுக்கு சந்தேகம் வராத அளவுக்கு மைனூட்டா பிளான்பண்ணி இருக்கோம். அதிகபட்சம் இருபதிலிருந்து முப்பது மினிட்ஸ் வரை நம்ம புராஜக்ட் வனபயங்கரவாதம் ஸ்டார்ட் ஆகிரும்" என்று முணுமுணுத்தவாறு விடைபெற்றார் இன்ஸ்பெக்டர் ராஜேந்திரன்.

இன்ஸ்பெக்டர் ராஜேந்திரன் SP கரிகாலனின் நம்பிக்கை நட்சத்திரம். எந்த முக்கிய வேலையாக இருந்தாலும் ராஜேந்திரனை வைத்துதான் முடிப்பாரு SP. DSP இரண்டு நபர்கள் இருக்க இன்ஸ்பெக்டர் ராஜேந்திரனிடமே வனபயங்கரவாதம் புராஜக்டை நடத்தி முடிக்க நியமித்து இருந்தார் SP கரிகாலன்.

"எல்லாரும் கவனமா இருங்க. அவரவர் இடத்துக்குப் போங்க. கொடுத்த வேலையைச் சரியா செய்யுங்க" என்று உத்தரவுகளைப் பிறப்பித்தார் SP கரிகாலன்.

எதிர்பார்த்ததைப் போன்று சற்று நேரத்தில் வனக்காட்டில் 'டமால்' என பெரிய சத்தம் கேட்டது. அடுத்த சில வினாடிகள் இடைவெளியில் அடுத்தடுத்து மூன்று வெடிக்கும் சத்தங்கள் கேட்டன. ஆயிரக்கணக்கான பறவைகள் இறக்கை அடித்து சட சடவென அந்தக் கும்மிருட்டில் பறக்கத் தொடங்கியது. தூரத்தில் காட்டுக்குள் யானை, புலி, குரங்குகள், காட்டுநாய்கள் என மிருகங்கள் அகோர சத்தம் எழுப்பத் தொடங்கின. மலையில் உள்ள பெரும்பாலான கிராமங்களுக்கு வெடி சத்தம் கேட்டு மக்கள் விழித்துக்கொண்டு, பயத்தால் ஆங்காங்கே பொது இடங்களிலும், கோவில்களிலும், கூடத்தொடங்கினர். பிற கிராமங்களின் நிலைமையே இப்படி என்றால் சம்பந்தப்பட்ட வண்ணாத்திப்பாறை எப்படி இருக்கும்? ஆம், முழுவதும் பதற்றம். கட்டியிருந்த மாடுகள் எல்லாம் மாட்டுப்பட்டியையே ஆட்டம் காண வைத்தது. ஏரிக்கரையில் எந்தக் குருவி, கொக்குகளும் இல்லை, அனைத்தும் பறந்துசென்று காடுகளில் உள்ள மரங்களில் அடைக்கலம் புகுந்தது. வண்ணாத்திப்பாறை பழங்குடிகள் எல்லாத் தெருக்களில் இருந்தும் குழந்தை, குட்டிகளைத் தூக்கிக்கொண்டு மூப்பின் வீட்டை நோக்கி ஓடிவர ஆரம்பித்தனர்.

ஆம், பெரியண்ணன் மற்றும் அவரது குழுவினரால் வீசப் பட்ட கையெறி குண்டுகளால் செக்போஸ்ட் சுக்குநூறாக வெடித்துச் சிதறியது.

செக்போஸ்ட் வனக்காவலர்கள் இரண்டு பேர் பலத்த காயத்துடன் குத்துயிரும், கொலை உயிருமாய்க் கிடக்க, குண்டு வீசிய அடுத்த சில நொடிகளிலேயே துப்பாக்கி முனையில் பெரியண்ணன் மற்றும் அவரது கூட்டாளிகளைச் சுற்றி வளைத்தது போலீஸ் பட்டாளம். பெரியண்ணன் உட்பட ஐந்து நபர்களையும் சட்டையைக் கழற்றி, அதே சட்டையால் கைகளைப் பின்புறம் வைத்துக்கட்டி, மூவரை ஜட்டியுடனும், ஜட்டி அணியாத இருவரை கைலியுடனும் வண்ணாத்திப்பாறை ஊர் பொது

மந்தையில் முட்டிக்கால் போடவைத்து சுற்றித் துப்பாக்கியுடன் போலீஸ் நின்றது.

மந்தையின் வலப்புற ஓரத்தில் உள்ள தனது தோழி செவ்வந்தியின் கூரைவீட்டின் ஓட்டை வழியே மந்தையில் என்ன நடக்கிறது என்று கூர்ந்து கவனித்தாள் பூங்குழலி, 'சரியாகத் தெரியவில்லை. அரை இருட்டில் மங்கலாய் பத்து போலீஸ்காரங்க நிற்கிறாங்க, அவர்களின் கையில் துப்பாக்கியோ அல்லது வேறு ஏதோ வைத்து இருப்பதைப் போன்று தெரிகிறது. கீழே ஐந்து, ஆறு பேர் உக்காந்திருக்காங்களா? இல்லை மண்டிபோட்டு இருக்காங்களா? என்றும், யார் அவர்கள் என்றும் தெரியலை' என்று உற்றுப்பார்த்தவாறு முணுமுணுத்தாள் பூங்குழலி. ஒரு வேளை பெரியண்ணனா இருக்குமோ? ஒண்ணும் புரியல குழப்பத்துடனே கூரை வழியாக மந்தையையே கவனிக்கத் தொடங்கினாள் பூங்குழலி.

மணி நான்கைத் தொட இன்னும் சிறிது நிமிடங்கள் மட்டுமே இருந்தன.

மந்தையில் போலீஸ் பட்டாளம் குவிக்கப்பட்டுள்ளது என்ற தகவல் தெரிய, மூப்பு வீட்டில் கூடியுள்ள மக்கள் மத்தியில் கடும் குழப்பம் மற்றும் பயத்தால் எந்தச் சத்தமும் இன்றி அமைதியாய் இருந்தது, மூப்பை வெளியே விடாமல் பார்த்துக்கொண்டார் அகத்தி.

படுகாயமடைந்த இரு காவலர்களில் ஒருவர் இறந்திருக்க, மற்றொருவர் உயிருக்கு ஆபத்தான நிலையில் வனத்துறைக்கு சொந்தமான ஜீப்பில் அடிவாரம் நோக்கி மின்னல் வேகத்தில் கொண்டுசெல்லப்பட்டார்.

SP கரிகாலனின் கார் சம்பவ இடத்துக்குச் சீறிப்பாய்ந்து வந்து நின்றது. (தற்போது *SP* காரில் உளவாளி மலையன் இல்லை) நெஞ்சை நிமிர்த்தியவாறு ஹானஸ்டான நடையுடன் மந்தைக்கு வந்தார் கரிகாலன்.

வந்த மாத்திரத்தில் கைகள் கட்டப்பட்டு அரை நிர்வாணமாய் முட்டிப்போட்டிருந்த பெரியண்ணனிடம் வந்து, "உன் பெயர் என்ன?" என்றார். போலிஸ் அடித்ததில் முகத்தில் ரத்தக் காயத்துடன் அரை மயக்கத்தில் கீழே தொங்கிக்கொண்டிருந்த தலையைத் தூக்க முற்பட்டு, வலி தாங்க முடியாமல், மீண்டும் தலை தொங்கிப்போனது.

அங்கிருந்த போலீஸ்காரரிடம் 'இவன் தலையை நிமிர்த்துங்க' என்று செய்கைகாட்ட, போலீஸ் ஒருவர் துப்பாக்கியின் அடி பாகத்தைக் கொண்டு பெரியண்ணனின் தலையை நிமிர்த்தினார். *SP* பெரியண்ணனின் முன் குத்துகாலிட்டு அமர்ந்து, "எப்பர்றா *SP* இந்த நடுச்சாமத்தில இங்கே இருக்கான்னு பார்க்கிறியா. எங்களுக்கு ட்ரைனிங்கிலேயே ஒரு செய்தியை ஆழமாகப் பதிய வைச்சு இருக்காங்க. அது என்ன தெரியுமா?

ஒன்று, குற்றவாளி கண்டிப்பாக ஏதாவது ஒரு தடயத்தை விட்டுச் செல்வான்.

இரண்டு, ஒவ்வொரு புரட்சிக் குழுவுக்குள்ளும் ஓர் ஒற்றன் கண்டிப்பாக இருப்பான். இந்த இரண்டையும் கண்டுபிடித்து விட்டால் வேலை ரொம்ப ஈ.சி. அவ்வளவுதான். உன்னுடைய புரட்சிக் குழுவில் இருந்த ஒற்றன் யார் தெரியுமா? அதை தெரிஞ்சுக்காம நீ செத்துறக் கூடாது அதான். மலையன் பேரு ஞாபகம் இருக்கா. வாய் வீங்கிய நிலையில் இருப்பதால் பெரியண்ணன் பேச முடியாமல் சிரித்தவாறு, *SP*யின் முகத்தில் காறித்துப்பிவிட்டு தலையைத் தொங்கவிட்டான். முகத்தில் வழியும் எச்சிலை துடைத்தவாறு, "பெரியண்ணன்... இது ஆரம்பம்தான் இனிமேதான் கச்சேரியே இருக்கு. நல்லபடியா நீ போய்ச் சேரு, உனக்கும் உன் புரட்சிப்படைக்கும் வீர வணக்கம்" என்றவாறு, *SP* கரிகாலன் சட்டென்று எழுந்து, "இன்ஸ்பெக்டர் ராஜேந்திரன்" என்று அழைக்க, "சார்" என்றவாறு அருகில் வந்தார் இன்ஸ்பெக்டர்.

"ஸ்பெசல் போர்ஸ் எல்லாம் தயாரா?"

"ரெடி சார். ஓகே முடிங்க."

"பக்கா ஹிஸ்டரி ரெடியா இருக்கணும், எங்கேயும் சின்ன மிஸ்டேக்கூட நடந்திடக் கூடாது" என்ற அறிவுறுத்தலுடன், *SP* கரிகாலன் வேகமாகத் தன்னுடைய காரில் ஏறி வண்ணாத்திப் பாறையை விட்டு வெளியேறி சுமார் இரண்டு கிலோமீட்டர் சென்று இருப்பார்.

கறுப்பு கலரில் பட்டை போடப்பட்ட மஞ்சள் கலர் டி.சர்ட் மற்றும் ட்ராக்சூட் அணிந்த துப்பாக்கி சுடுதலில் சிறப்பு பயிற்சி பெற்ற, சிறப்புப்படையினர் எட்டு நபர்கள் வரவழைக்கப்பட்டு தயார் நிலையில் இருந்தனர்.

பெரியண்ணன் மற்றும் அவருடைய கூட்டாளிகளைச் சுற்றி நின்ற போலீஸ்காரர்களைப் பார்த்து இன்ஸ்பெக்டர் ராஜேந்திரன்

சத்தம் இல்லாமல் கையைக் கொண்டு செய்கை செய்து 'நகர்ந்து தூரமாகப் போங்க' என்று உத்தரவிட்டார். அவர்களும் நகர்ந்து தொலைவில் செல்ல, சிறப்புப்படை கையில் துப்பாக்கிகளுடன் பெரியண்ணன் மற்றும் அவரது கூட்டாளிகளின் பின்புறம் போய் நின்று, துப்பாக்கியால் குறிபார்த்து முடித்த பின் 'தயார்' என்று இன்ஸ்பெக்டருக்குக் கட்டைவிரலை உயர்த்திக் காட்ட, இன்ஸ்பெக்டரும் தயார் ஆனார். கவுண்டவுன் ஸ்டார்ட் கையை உயர்த்தி, "4, 3, 2, 1 ஓகே" என்று இன்ஸ்பெக்டர் உத்தரவிட, சடசடவென துப்பாக்கியில் இருந்து தோட்டாக்கள் பலத்த கூச்சலுடன் பாய்ந்துசென்று உடல்களைச் சல்லடையாக்கியது. இருள் மாறாத அதிகாலைப் பொழுதில் பெரியண்ணன், மணி முத்து உட்பட ஐந்து நபர்களும் ரத்த வெள்ளத்தில் சரிந்து விழுந்து வண்ணாத்திப்பாறையின் ஒரு பிடி மண்ணைக் கையில் இறுகப் பிடித்தவாறு, அவர்களுக்குப் பிரியமான வனத்தின் மண்மீதே உயிர் பிரிந்தது.

துப்பாக்கிச் சூடு நடந்ததுதான் தாமதம். அடுத்த சில வினாடிகளில் மாயன்பாடி வனத்துறை அலுவலகத்தில் சக்தி வாய்ந்த குண்டை பெரியண்ணன் பெயரைச் சொல்லி போலீஸ் வெடிக்க வைத்து இருந்தது.

சத்தம் வனகாட்டின் காதுகளைக் கிழித்தது.

போலீஸ் வாகனங்களின் சைரன் சத்தம் பல மைல்கள் தூரம் கேட்க, சில மணி நேரம் இடைவெளியில் மீண்டும் வனக்காட்டில் பதற்றம் தொற்றிக்கொண்டது.

இரண்டாவது குண்டு வெடித்த மாயன்பாடி வன அலுவலகத்துக்குச் சற்று தொலைவில் கையில் சிகரெட் துண்டுடன், கேசுவலாக காரின் டிக்கியில் சாய்ந்தவண்ணம் சிகரெட்டிலிருந்து வரும் புகையை வானை நோக்கி ஊதியபடி காட்டினை வேடிக்கைப்பார்த்துக்கொண்டிருந்தார் SP கரிகாலன்.

முன்னே கார் ஒன்று வேகமாக வந்து நின்றது. பதற்றதுடன், "SP சார்... SP சார்..." என்றபடி இறங்கி ஓடிவந்தார் DFO மதியழகன். "சொல்லுங்க சார்?" என்றார் SP. மாயன்பாடி பாரஸ்ட் ஆபீஸ் வெடித்து சிதறிச்சு. நீங்க பாட்டுக்கு அமைதியா இருக்கீங்க..? செக்போஸ்டில் மட்டும்தான் தாக்குதல் நடத்துவாங்கன்னு சொன்னீங்க..? இப்ப என்னடான்னா இரண்டாவது தாக்குதல் நடந்து இருக்கு?

தன் வேலை பறிபோகும் பயத்தில் மூஞ்சியைப் பாவமாய் வைத்துக்கொண்டு, *SP* கரிகாலனிடம், கேள்வி எழுப்பிக் கொண்டிருந்தார் மதியழகன்.

S.P, "நான் பெரியண்ணன் குரூப் செக்போஸ்டைத் தாக்கப் போறாங்க என்று சொன்னேனா... நடந்துச்சா இல்லையா?"

"நடந்துச்சு... நடந்துச்சு... அப்ப இரண்டாவது குண்டு என்றார் மதியழகன்.

SP சிரித்தபடி "அது நாம வச்சது."

கண்ணு முழி எல்லாம் பிதுங்கி, வேர்த்து விறுவிறுக்க, பீதி அடைந்து, பேய் அறைந்த மாதிரி ஆடிப்போய், தலையில் கை வைத்தபடி பாதையிலேயே அமர்ந்தார் மதியழகன்.

"மதியழகன் சார் உங்க கார் சாவியைக் கொஞ்சம் கொடுங்க?" என்றார் *SP*.

"யோவ் *SP* என்னைய வைச்சு வேற ஏதும் செய்யப் போறியா?" என்றபடி சாவியைக் கொடுத்தார் *DFO* மதியழகன்.

சாவியைப் பெற்று வேறொரு காவலரிடம் தூக்கிப் போட்ட படி, "ச்சே, ச்சே அப்படி எல்லாம் உங்களை செய்ய மாட்டேன்" என்று நக்கலாக சிரித்தார் *SP*.

"மதியழகன் மந்திரி உங்களுக்கு ஸ்கார்பியோ கார் பரிசு கொடுத்து இருக்காரு தெரியுமா?"

"எனக்கு காரு வாங்கிக் கொடுக்க மந்திரிக்கு என்ன கிறுக்கா புடிச்சு இருக்கு?"

"கொடுத்து இருக்காரு என்றால் நம்புங்க மதியழகன், கலெக்டர் ஆபீஸ் வாசலில்தான் நிக்கிது" என்று *SP* பேசிக் கொண்டிருக்க, "என்ன இந்த அனாந்தர காட்டுக்குள்ள பெட்ரோல் வாசனை வருது, மூக்கைச் சுண்டியபடி, பார்வை தரையில் ஆரம்பித்து, மரம், காடு என பயணம் செய்து தன் காரின் பக்கம் திரும்பியபோது அதிர்ந்து போனார் மதியழகன்.

தன் காரின் மீது காவலர்கள் சிலர் பெட்ரோலை ஊற்றிக் கொண்டிருப்பதை கண்டு, "ஐயோ..! ஐயோ..! என்னோட கார கொளுத்த போறாங்க!" என்று மதியழகன் கூச்சலிட்டவாறு, *SP* கரிகாலனிடம் ஓடிவந்து, "யோவ் *SP* துப்பாக்கி எடுத்து சுடுயா" பதற்றதுடன் கத்திக் கதறியபடி தன் காரை நோக்கி ஓட முற்பட்டார்.

"மதியழகன் அங்க போகாதீங்க அவங்க எல்லாம் வனதீவிர வாதிங்க, பெரியண்ணன் ஆட்கள்நீங்க அங்க போனீங்க உங்களையும் காருக்குள்ள தூக்கிப்போட்டு கொளுத்தி விடுவானுங்க" என்று கலாய்த்தார் SP.

SPகரிகாலன் பக்கம் திரும்பி, "யோவ் SP அம்புட்டு பேரும் நம்மாளுங்கய்யா... உனக்குக் கண்ணுகிண்ணு அவிஞ்சு போச்சா என்ன?" என்று மதியழகன் கேள்வி எழுப்பிக்கொண்டிருந்த வினாடி, தனக்குப் பின்னால் கொஞ்சம் தொலைவில் பெரிய சத்தம் கேட்டு திடுக்கிட்டுத் திரும்பிப் பார்த்தார்.

மாமனார் ஆசைஆசையாய் தன் மருமகனுக்கு (மதியழகன்) வாங்கித் தந்த குவாலீஸ் கார் அரை பனைமரத்துக்கு மேல் வெடித்து சிதறிக்கொண்டிருந்தது.

"அய்யோ..! என் காரு..." என்றபடி தலைசுற்றி மயங்கி விழுந்த மதியழகனைத் தன் காருக்குள் தூக்கிப்போட்டுக் கொண்டு, இரண்டாவது குண்டு வெடிப்பு நடந்த மாயன்பாடி வன அலுவலகத்தை நோக்கி தன் பட்டாளங்களுடன் கிளம்பினார் SP கரிகாலன்.

வண்ணாத்திப்பாறை: அவசரஅவசரமாக உடல்களைச் சுற்றி கோடு போட்டு, தேர்ந்தெடுத்து வரவழைக்கப்பட்டிருந்த இரண்டு பத்திரிகை புகைப்படக் கலைஞர்கள் அர்னாப் சாமிநாதன் மற்றும் மிட்டல் பாண்டே ஆகியோரைக் கொண்டு விதவிதமாக புகைப்படம் எடுத்துக்கொண்டிருந்தார் இன்ஸ்பெக்டர் ராஜேந்திரன். புகைப்படக் கலைஞர் அர்னாப் சுவாமிநாதன் தன் கேமராவின் முன் மூடியைத் திருகிதிருகிக் கண்ணில் வைத்து புகைப்படம் எடுத்தபடி அருகில் இருந்த இன்ஸ்பெக்டரிடம், "சார் இந்த என்கவுன்டரை நீங்க காட்டுக்குள்ளே வைச்சு செய்து இருந்தா இன்னும் நல்லா இருந்திருக்கும்? ஏன் சொல்லுறேன்னா? ஐந்து நபர்களும் ஒரே இடத்தில், அதுவும் ஊர் மத்தியில் உள்ள பொட்டலில் அப்படிங்கிறப்ப, இது ஏதோ நல்லா திட்டமிட்டு செய்த மாதிரி தெரியும். நீங்க செய்த தப்புக்கு, பப்ளிக் டி.வி.யில நாங்க பதில் சொல்ல முடியாம தடுமாறிக் கேள்விக் கேட்டவர் மீதே ஜார்ச் பண்ணி ஷோவையே நிறுத்தவேண்டி வருது" என்று தன் ஆதங்கத்தைச் சொல்லியவாறு, "ஓகே இன்ஸ்பெக்டர் இதை சமாளிச்சுக்கிறோம். அடுத்த முறை சரியா செய்யுங்க?" என்று தேசத்தின் நான்காவது துணை காறி உமிழ்ந்து முடித்தார் அந்த அர்னாப் சுவாமிநாதன் என்ற பத்திரிகை நண்பர்.

மற்றொரு பத்திரிகையாளர் மிட்டல் பாண்டே, புகைப்படம் எடுக்க தன் கேமராவை வெளியே எடுத்தவர், மீண்டும் உள்ளே வைத்துவிட்டு, "இன்ஸ்பெக்டர் கொஞ்சம் இங்கே வாங்க?" என்று ஆய்வாளர் ராஜேந்திரனை அழைத்தார். ஆய்வாளரும் அருகில் வர, "இந்தத் தீவிரவாதிகளைப் பொறிவைச்சுப் புடிச்சீங்க ரைட்டு, ஜட்டியோட முட்டிபோட வைச்சு அடிச்சீங்க அதுவும் ரைட்டு. ஜட்டியோட சுடலாமா? அறிவு வேணாம் உங்களுக்கு. உங்க போலீஸ் பட்டாளம்தாம் திட்டமிட்டு செய்தது என்பதற்கு இதைவிட வேறென்ன ஆதாரம் வேண்டும். இதுவே போதுமே. எங்கப்பன் குதிருக்குள் இல்லை என்று நீங்களே காட்டிக் கொடுத்து விடுவீங்க போல இருக்கே. உடனடியா இந்தத் தீவிரவாதிகளுக்கு சட்டை, வேட்டியப் போட்டு, திருகிக்கிட்டு முகம் குப்புற விழுந்த மாதிரி, பத்து, பத்தடி டிஸ்டன்ஸ் விட்டு பாடியைப் போடுங்க. சுட்டது முதுகில்தானே சுட்டீங்க."

"ஆமாம்" என்றார் இன்ஸ்பெக்டர் ராஜேந்திரன்.

"அதை மட்டும்தான் சரியா செய்து இருக்கீங்க. அதுவும் சிறப்புப் படை சுட்டதால என்று நினைக்கிறேன்."

பத்திரிகை புகைப்படக் கலைஞர் மிட்டல் பாண்டே இட்ட கட்டளையைக் காவலர்கள் உதவியுடன் உடனே சரிசெய்து கொடுத்தார் இன்ஸ்பெக்டர்.

அனைத்தையும் சரிசெய்த பின் தன் பத்திரிகை தர்மத்தின் படி புகைப்படங்களை எடுத்து தள்ளினார் அர்னாப் சுவாமிநாதன், மிட்டல் பாண்டே.

பத்திரிகையாளர்கள் வந்த வேலை முடிந்து விடைபெற முயல, "சார் ஒரு நிமிசம் நில்லுங்க" என்றார் இன்ஸ்பெக்டர் ராஜேந்திரன். "சொல்லுங்க இன்ஸ்பெக்டர்?"

"இந்த நட்டநடு ராத்திரியில அந்தக் காட்டுக்கு ஏன் போனீங்க?ன்னு மக்கள் கேட்டா என்ன சொல்லுவீங்க? ஒரு கேள்வி வருமுல்ல அதான் கேட்டேன்?" என்று இன்ஸ்பெக்டர் கேட்க, அர்னாப்பும், பாண்டேவும் சிரித்த படி, "குருவி பிடிக்க போனோன்னு சொல்லுவோம்" என்றனர் நக்கலாக.

"நூறு கோடி மக்கள் முன்னாடி டி.வி.ய திறந்து வைச்சு இருபத்திநாலு மணி நேரமும் பொய்யோ, உண்மையோ நாங்க சொல்லுறதுதான் சரின்னு அடிச்சு சத்தியம் செய்து சொல்லும் எங்களுக்கே 'ட்ராவலிங் ஹிஸ்டரி' கேக்குறீங்க. SPயிட்ட சொல்லி உங்களுக்கு ஒரு ஹிஸ்ட்ரி ரெடி பண்ணிறலாமா? என்ன

இன்ஸ்பெக்டர்?" அர்னாப் சுவாமிநாதன் கேட்க, பதிலுக்கு இன்ஸ்பெக்டர் ராஜேந்திரன், "ஐயா தெரியாம கேட்டுபுட்டேன் என்னை மன்னிச்சிருங்க சாமீ. நீங்க கிளம்புங்க நானே என் கார்ல வேணாலும் கொண்டுவந்துவிடுறேன்" என்று பெரிய கும்பிடா போட்டு அனுப்பிவைத்தார்.

'ஆத்தீ இரண்டு பத்திரிகைக்காரன்களும் மொரட்டு தீவிரவாதியா இருப்பானுவ போல' என்று முணுமுணுத்துக் கொண்டார் இன்ஸ்பெக்டர்.

"மிட்டல் பாண்டே நீங்க ஏன் நேசனல் மீடியாக்களில் கால் பதிக்கக் கூடாது?" என்று அர்னாப் சுவாமிநாதன் தன் விருப்பத்தைத் தெரிவித்தவாறு தங்களின் வாகனங்களை நோக்கி நடந்துகொண்டிருந்தனர் இருவரும்.

பகுதி 14 – உட்பிரிவு 1

வீடுகளில் மரண ஓலம்

பளபளவென விடிந்து, பெரியண்ணன் கொல்லப்பட்ட மந்தையில் சூரிய வெளிச்சம் விழத் தொடங்கி இருந்தது.

வண்ணாத்திப்பாறை முழுவதும் காக்கிச் சீருடை அணிந்த மற்றும் சீருடை அணியாத நூற்றுக்கணக்கான போலிஸார் குவிக்கப்பட்டு இருந்தனர். ஆங்காங்கே பெரியபெரிய ஊதா மற்றும் வெள்ளை நிற 'வஜ்ரா' (போலீஸ்) வாகனங்கள் ஏற்றமும், இறக்கமுமாய், பாதையிலும், பாதையைவிட்டு புற்கள், செடிகளின் மீது நிறுத்தி வைக்கப்பட்டு இருந்தது.

அடிவாரத்தில் கூடுதல் போலீஸார் நிறுத்தப்பட்டு கடும் சோதனைக்குப் பின்னர் பத்திரிகையாளர்கள் மட்டும் மலைக்குச் செல்ல அனுமதித்தனர். எங்களையும் மலைக்குச் செல்ல அனுமதிக்க வேண்டும் என்று சாலை மறியலில் ஈடுபட்ட தமிழ் நாடு ஒடுக்கப்பட்டோர் கட்சியின் மாவட்ட செயலாளர்கள் ரெத்தினம் மற்றும் சந்திரன் தலைமையில் ஐம்பதுக்கும் மேற் பட்டோரைக் கைதுசெய்து வாகனங்களில் ஏற்றிக்கொண்டு சென்றனர் போலீஸார்.

டவுனில் இருந்து அடிவாரத்துக்குப் போகும் வழியில் மூன்று கிலோமீட்டர் தொலைவில் கருவேலம் மரங்கள் மண்டிக்கிடந்த சமவெளி பரப்பை ஐந்துக்கும் மேற்பட்ட JCP போன்ற ராட்சத இயந்திரங்களைக் கொண்டு சுத்தம் செய்து, தென்னங்கீற்றுகளால் வேயப்பட்ட தற்காலிகக் குடியிருப்புகள் அமைக்கும் பணியில் 'கரைவேட்டி' கட்டிய அரசியல் கட்சிகளின் பிரமுகர்கள் சிலர் ஈடுபட்டுவந்தனர்.

வண்ணாத்திப்பாறை மந்தையில் போலீஸாரால் படுகொலை செய்யப்பட்ட உடல்கள் ஆங்காங்கே துணியால் போர்த்தப்பட்டுக் கிடந்தது. போர்வையின் மேல்புறம் படிந்துள்ள ரத்தக் கறைகளின் மீது ஈக்கள் மொய்த்துக்கொண்டிருந்தன, வான் பரப்பில் நூற்றுக் கணக்கான நீள மூக்குடைய கழுகுகள், கனைத்தபடி வட்ட மிட்டது, ரத்த வாடையை நுகர்ந்த கழுதைப்புலிகளும், காட்டு நாய்களும், வேட்டை விலங்குகளும் வாய்ப்பை எதிர்பார்த்து

வனக்காட்டில் செடிகொடிகளுக்குள் மறைந்து காத்திருந்தன, மாவட்ட ஆட்சியரின் வருகைக்காகக் காவல்துறை, வனத்துறை, வருவாய்த்துறை, பத்திரிகைத்துறை என அனைவரும் காத்துக் கிடந்தனர். சம்பவத்தைக் கேள்விப்பட்டு சுற்றுவட்டாரப் பழங் குடி மக்கள் வண்ணாத்திப்பாறையை நோக்கி கூட்டம்கூட்டமாய் வரத் தொடங்கினர். ஆங்காங்கே இருக்கும் போலீஸார் லத்தி ஜார்ச் செய்து கூட்டத்தைக் கலைத்தவண்ணம் இருந்தனர்.

தற்போது DSP ரத்தின சபாபதியின் முழுக்கட்டுப்பாட்டில் வண்ணாத்திப்பாறை கிராமம் இருந்தது.

வண்ணாத்திப்பாறை பழங்குடிகளின் வீடுகளில் 'மரண ஓலம்' வண்ணாத்திப்பாறை கிராமத்தில் போலீஸார் குவிக்கப் பட்டு, தெருக்கள் எங்கும் நிறுத்தப்பட்டிருந்தனர்.

இறந்த பெரியண்ணன், மணுமுத்து, உப்பிடான், வனையன், கானி உள்ளிட்டோரின் வீடுகளில் கூடுதல் போலீஸார் நிறுத்தப் பட்டிருந்தனர். சம்பவம் நடந்த மந்தைக்கு வண்ணாத்திப்பாறை மக்கள் யாரையும் அனுமதிக்க மறுத்தனர்.

இறந்தவர்களின் வீடுகளில் பெண்கள் கூடி தலையை விரித்துப் போட்டபடி, ஒருவர் தோள்மீது ஒருவராகக் கைகளைப் போட்டு வட்டமாக அமர்ந்துகொண்டு ஒப்பாரி வைத்து வருகின்றனர்.

காட்டுக்கும், மலைக்கும் பிறந்தோனே!

மலையப்பன் பேர்தனை வைத்தோனே!

மலைச்சியின் மார்தனில் பால் குடித்தோனே!

அப்பனின் நெஞ்சில் எட்டி உதைத்தோனே!

நன்னானேஏஏ நன்னானேஏஏஏஏ நன்னானே!

மாமனின் மடியில் மொட்டை அடித்தோனே!

பள்ளிக்கு செல்ல மறுத்தோனே!

பழங்குடி வாழ்வுதனை நன்கு படித்தோனே..!

ஏரிக்கரைதனில் மீன்பிடித்தோனே !

மலைதனில் கொம்புத்தேன் எடுத்தோனே !

வனகாட்டில் வேட்டை விலங்காய் வாழ்ந்தோனே..!

நன்னானேஏஏ நன்னானேஏஏ நன்னானே!

வம்ச விருத்திக்குக் காளியம்மாளைக் கைப் பிடித்தோனே!

கம்பீர சிங்கம் ஒன்றைப் பெற்றெடுத்தோனே!

வண்ணாத்திப்பாறையின் காவலனே !

இந்த வனக்காடே சொந்தமென்று சொன்னவனே..!

உன்னைக் கண்டாலே புலிகளும், நரிகளும் ஓடுமய்யா!

இந்த வனக்காடே உன்னைத் தேடுமய்யா!

இந்த வனக்காடே உன்னைத் தேடும்மய்யா..!

உன்னைக் கொன்று குவித்த பாவி யாருமைய்யா!

நன்னானேஏஏஏ நன்னானேஏஏஏஏ நன்னானே!

சிறு குருவிக்கும் தீங்கிழைக்காத நல்லவனே!

உன்னை அநியாயமாய் சுட்டுக் கொன்றானே!

மலையே என் மலை என்று சொன்னாயே அவன் தலையை எடுக்கத்தான் மறந்தாயோ!

வனக்காடே எனக்குன்னு சொன்னாயே. இங்கு உன் பிணம் கூடப் புதைக்காமல் கொண்டுசென்றானே ஏ ஏ ஏ ஏ..!

வனத்தில் உன் பிணம்கூடப் புதைக்காமல் எடுத்துச் சென்றானே.

நன்னானே ஏ ஏ ஏ நன்னானே ஏ ஏ ஏ ஏ நன்னானே!

மலையப்பன் கோயில் வாசல்தனில் உன்னைக் கொன்றானே ஏஏஏஏ.

அவனை மலையப்பனே பழி தீர்ப்பானே.

விரைவில் மலையப்பனே பழி தீர்ப்பானே!

நன்னானே நன்னானே நன்னானே!

எங்க பெரியண்ணனே போய்ட்டு வாங்கண்ணே.

மலையப்பன் துணை நிற்பாண்ணே.

உனக்கு மலையப்பன் துணை நிற்பாண்ணே.

வண்ணாத்திப்பாறை வீடுகள்தோறும் இப்படியான ஒப்பாரி சத்தம் மலைக்குன்றுகளில் எதிரொலித்தது. எத்தனையோ தலை முறை கடந்துவந்த இம்மக்களுக்கு இப்படியொரு நாளும் விடிந்தது இல்லை.

படுகொலை செய்யப்பட்டவர்களில் பெரியண்ணன், மணி முத்து மற்றும் வனையன் மூவரின் வீடும் வனையசாமி தெருவில் இருந்தது.

கிட்டதட்ட சம்பவம் செவிக்கு எட்டிய நேரத்தில் இருந்து இந்த நிமிடம்வரை மூப்பு ஒரு வார்த்தைகூடப் பேசவில்லை. கண்ணீர் இன்றி இறுகிய முகத்துடன் காணப்பட்டார்.

கலெக்டர் பார்வையிட்ட பின் பார்மால்டிஸ் எல்லாம் முடித்து உடல்கள் வண்டியில் ஏற்றப்பட்டு எடுத்துச்செல்ல தயாரான போது, முறையாக மூப்புக்கு கலெக்டர் அழைப்பு தர, மூப்பு வர மறுத்ததால் அகத்தியே சென்று கையொப்பமிட்டு பேப்பர்களைப் பெற்றுவந்தார்.

மூப்பு அவர்களின் இந்த இறுக்கமான அமைதி பெரும் பிரச்னையை ஏற்படுத்தக் கூடும் என்ற அச்சத்தில் அவரைச் சுற்றியே அகத்தி, அன்னரசு உட்பட சில முக்கியஸ்தர்கள் அரணாக நின்றனர்.

மூன்றாவது வீட்டில் ஒப்பாரி வைத்து அழுதுகொண்டிருந்த படுகொலை செய்யப்பட்ட மணிமுத்துவின் தாயார் மருதாயி, பெரியண்ணன் வீட்டுக்கு எதிரே வலப்புறம் வனையசாமி கோவில் மரத்தடியில் அமர்ந்திருக்கும் மூப்பை நோக்கி ஓடி வருகிறாள். அவள் உடுத்தியிருந்த கந்தலான வெளுத்துப்போன சிவப்பு நிறச் சீலை, பல மணிநேரம் அழுகையால் ஏற்பட்ட கண்ணீரின் ஈரத்தால் மேல்சட்டைமுதல் முந்தானைவரை நனைந்து காணப் பட்டது. மாராப்பின் மேல் போடப்பட்டு இருந்த சீலைதுணிகூட முறையாக இல்லை. கலைந்து கிடக்கும் தலை முடிதான் தற் போது மாராப்பு துணியின் பணியைச் செய்துவருகிறது.

மருதாயி கூக்குரலிட்டுக்கொண்டு காண்போர் பதபதக்க ஓட்டமும் நடையுமாய் ஓடிவருகிறாள். “மூப்பா... மூப்பா... ஐயா... பழங்குடிகளின் அப்பனே... உயிரோடு இருக்கும் எங்க மலையப்பனே... என் ஊரு என்னைத் தாண்டிதான்னு ஒசத்திசொல்லுவியே... நீ உயிரோடு இருக்கும்போதே ஊரு பூந்து உன் பிள்ளைகளோட உசுர எடுத்துட்டாங்களே ஐயா” என்று கதறிய படி ஓடிவந்த வேகத்துக்கு மூப்பின் காலடியில் பலத்த காயம் ஏற்படும் அளவுக்கு சடால் என விழுகிறாள்.

அங்கிருந்த அகத்தி உள்ளிட்ட பெரியோர்கள், “யம்மா, மரு தாயி” என்று கத்தி, பதறியடித்துக்கொண்டு கைகளைப் பிடித்து தூக்கி மூப்பைவிட்டு தூரப்படுத்த முயல்கின்றனர்.

"அகத்தி... என்னைய விடு அகத்தி... எங்கப்பன் மூப்புகிட்ட பேசணும் அகத்தி... எங்கப்பன் மூப்புகிட்ட பேசணும் அகத்தி..." என்றபடி மயக்கமுற்று சரிந்தாள் மருதாயி.

மூப்பிடம் எந்தச் சலனமும் இல்லை. பார்வை முழுவதும் வனையசாமி சிலையை வெறித்து பார்த்தபடியே இருந்தார் மூப்பு.

ஊரே இழவு கூட்டி, ஒப்பாரி வைக்க, காலைமுதல் கட்டுத் தரையில் பட்டினியால் கத்தும் மாடுகள், எருமைகளின் சத்தம் ஒருபுறம் கேட்க, கிட்டத்தட்ட உச்சி சூரியன் மேற்கே சாயத் தொடங்கியது நேரம்.

அகத்தி பொறுமையாக மூப்பிடம் வந்து. "மூப்பு" என்றார். மூப்பிடம் எந்தச் சலனமும் இல்லை. தோள்பட்டையில் கை வைத்து மீண்டும் "மூப்பு" என்று கூப்பிட, திருப்பாமல் அப்படியே இருந்தபடி கரகரத்த குரலில், "சொல்லு அகத்தி" என்றார் மூப்பு.

"ஊரே எழவு சத்தமா இருக்கு, அடுத்து என்ன, ஏதுன்னு புடிபடாம மக்க அச்சத்தில் இருக்காங்க, எல்லாத் தெருவிலும் போலீஸ்காரங்க நிக்கிறாங்க. போலீஸ் சடலத்தைகூட எப்ப தருவோமுன்னு சொல்ல மாட்டேங்கிறாங்க. இறந்தவங்க உடம்பு இல்லாம எழவுகாரங்க சடங்கு, சம்பரதாயம் எப்படி செய்யுறதுன்னு தெரியாமத் தடுமாறுறாங்க? மூப்பு அவுக என்ன ஏதுன்னு வந்து சொன்னாதான் ஊர் பதற்றம் தனியும்" அகத்தி சொல்லி முடித்தார்.

மூப்பு கையில் வைத்திருந்த துண்டை உதறியபடி எழுந்து, "என்ன சடங்கியா செய்யப்போறீயா..?" என்று இழுத்தபடி எளக் காரமான சிரிப்பை உதட்டில் வெளிப்படுத்த முயல, கண்கள் அதற்கு அனுமதிக்க மறுத்து, கண்களின் ஓரத்தில் குபுகுபுவென நீர் கோர்த்துக்கொண்டு வர, மூப்பு தன்னைக் கட்டுப்படுத்திக் கொண்டு அழுதுவிடக் கூடாது என்ற வைராக்கியத்துடன் நின்றார்.

அகத்தியின் முகத்தைப் பார்த்தார். அடுத்த வினாடி தன் வைராக்கியம் அனைத்தும் சுக்குநூறாக உடைந்து, உரத்தக் குரலில் "அகத்தி... அய்யய்யோ... எம் புள்ளைங்களைக் கொன்னுட்டாங்கடா, வண்ணாத்திப்பாறை சிங்கங்களின் ஈரக் குலைய அறுத்துட்டாங்கடா. அய்யோ... எம்புள்ளைங்களைக் கொன்னுட்டாங்களே, எம்புள்ளைங்க ஓடியாடி விளையாடிய மந்தையிலே அநாதை பிணமா கெடந்துச்சே. எம் புள்ளைங்க தாலிய கொத்தா அறுத்துட்டு உயிரோட போய்ட்டாங்கடா. இன்னும் நான் இந்த உசுரோடுதான் இருக்கேனா. இந்த வனக்காட்டுக்காக உயிரையே கொடுப்பேன்னு சொன்னியேடா

பெரியண்ணா, சொன்ன மாதிரியே கொடுத்துட்டியா. அறுத்தவன உயிரோட விட்டுட்டியேடா. பசுமையான வண்ணாத்திப்பாறை முழுக்க எழவுகூட்டி பறை மேளம் கேக்குதே. அடேய் மலையப்பா... நீதான் துணையின்னு இருந்தோமே. ஊரே எழவுகூட்டி பறை சத்தம் கேக்க வைச்சுட்டியே. மணி சத்தம் கேட்டு சலிச்சு போச்சுன்னு எழவு சத்தம் கேட்க ஆசைப்பட்டியா..?" என்று கத்திக் கதறியபடி நடு வீதியில் கால்களை விரித்துக்கொண்டு சரிந்த நிலையில் தடுமாறி உட்கார்ந்தார் மூப்பு.

அகத்தி ஓடிவந்து பிடிக்க, கண்ணீர் வடிய "எம் புள்ளைகளைத் துடிக்கத்துடிக்க சுட்டுக் கொன்னுட்டாங்களே அகத்தி..! நாம என்னடா குத்தம் செஞ்சோம், ஆடு, மாட மேய்ச்சிக் கிட்டு, வனக்காட்டில் கிடைக்கிறதத் தின்னுக்கிட்டு, யாருக்கும் தொந்தரவு இல்லாமல்தானே வாழ்ந்தோம். யாருக்குடா பாவம் செஞ்சோம்? இப்படி அநியாயமா ஐந்து உசுர அழிச்சுட்டாங்களே.

ஒட்டு மொத்தமா விதைய தின்னு செத்துப்போயிருங்கடான்னு சொல்லி இருந்தாகூட செத்து போயிருப்போமே... தலைமுறை தலைமுறையா கஞ்சி ஊத்திய காட்டையும், மலையும்விட்டு போங்கடான்னா எப்பர்றா போறது..? போக மாட்டோமுன்னு சொன்னது அவ்ளோ பெரிய தப்பாடா அகத்தி?

தான் பொரிச்ச குஞ்சத் தூக்கித் தின்ன கழுகை, அது அளவுக்கு பறக்க முடியாவிட்டாலும் விரட்டி செல்கிற காக்கைக்கு வருகிற ரோசத்தில கொஞ்சம்கூடவாடா இந்தப் பாவப்பட்ட பழங்குடியானுக்கு இருக்காது...

பெரியண்ணன் சொன்ன மாதிரி மலையும், வனக்காட்டையும் விட்டுபோறதைவிட நம்மள அழிக்க நினைத்தவன் பத்தம்பது பேத்த அறுத்துட்டு வனக்காட்டுக்கு உரமா போகலாம்டா அகத்தி" என்று வேதனையுடன் மூப்பு பேசி வர, மூப்பின் கைகளைப் பிடித்துத் தூக்கியபடி, "மூப்பு எந்திரி பூசாரி வந்துட்டாரு செத்தவங்க பேரைச் சொல்லி உடுக்கை அடித்து வழியனுப்பணும். இல்லாட்டி செத்த உசுரு அடங்காம இந்த ஊரையே சுத்திவரும். வா மூப்பு... எந்திரி" என்று அகத்தி கூறினார். மூப்பு எழுந்து நின்று தலையைச் சூசகமாய் ஆட்டியபடி... "அகத்தி... இப்ப எந்தச் சடங்கு சம்பரதாயமும் செய்ய வேணாம்... செத்த உசுரு எல்லாம் வண்ணாத்திப்பாறையைச் சுத்தி வரட்டும்... ஏழாம் நாள் 'தளிக்குழி சடங்க' வெகு சிறப்பா நடத்தி கொன்னவனையும் சேர்த்தே அனுப்பிவைப்போம்... பலியை மலையப்பசாமி வாங்குதோ இல்லையோ? செத்த பெரியண்ணன் உசுரு கண்டிப்பாக வாங்கும்" என்று வெசனத்துடன் மூப்பு பேசினார்.

அகத்தி குறுக்கிட்டு, "மூப்பு" என்றபடி கையைப் பிடிக்க, அகத்தியின் கையைத் தட்டிவிட்டபடி, "அகத்தி ஆக வேண்டியத பாரு, மலை சனத்த ஒப்பாரியை நிறுத்திட்டு ஆடு, மாடுகளை அவுக்க சொல்லு. ஊர்ல கூடிய சீக்கிரம் நல்ல காரியம் நடக்க போகுதுன்னு சொல்லி அனுப்பு."

மூப்பு பேசிக்கொண்டிருக்கும் போதே, எழவு வீடுகளில் உடுக்கை சத்தம் கேக்க, கோபமாய் திரும்பிய மூப்பு, கண்கள் சிவக்க கம்பீரமான உரத்தக் குரலில் "யார்ரா அவன் உடுக்கையை எடுத்த அடிச்சது... நிறுத்துடா... விழ வேண்டிய எழவு இன்னும் பாக்கி இருக்கு. எல்லாம் சேர்த்துவைச்சு வனக்காடே அதிரும் அளவுக்கு ஏழாம் நாள் அடிப்போம்" மூப்பின் கோபம் முறுக்கேறுவதை உணர்ந்த அகத்தி, மூப்பை சமாதானப்படுத்த முயன்று. "கொஞ்சம் அவசரப்படாத மூப்பு" என்று பேச்சைத் தொடங்க முற்பட, 'நிறுத்து' என்பதைப்போல் சைகை காட்டியபடி, "இந்த (மூப்பு) வனபடுகன்மீது உனக்கு மரியாதை இருந்தா எதுவும் பேசாம, ஆக வேண்டியதப் பாரு அகத்தி" என்ற வார்த்தையுடன் விறுவிறு வென மந்தையை நோக்கி நடக்க தொடங்கினார் மூப்பு.

பகுதி 14 - உட்பிரிவு 2

பத்திரிகையாளர்களைச் சந்தித்து பேட்டியளித்து வருகிறார் கலெக்டர்:

"பத்திரிகையாளர்கள் அனைவருக்கும் வணக்கம். வண்ணாத்திப் பாறையை மையமாகக் கொண்டு (*forest security force*) *FSF* என்ற வனபயங்கரவாத இயக்கம் செயல்படுவதாகக் கிடைத்த தகவலைவைத்து உளவுத்துறையினர் இரவு பகலாகக் கண்ணில் விளக்கெண்ணெயை விட்டு கண்காணித்து வந்தனர். ஆனால், இவர்கள் சர்வதேச அளவில் பயிற்சி பெற்றவர்கள் என்ற காரணத்தால் அவ்வளவு சாதாரணமாகக் கண்டுபிடிக்க முடியவில்லை. அதே சமயம் நள்ளிரவில் அடர்ந்த வனப்பகுதியில் கூடுவதாகக் கிடைத்த தகவலை வைத்து, வன விலங்குகளால் உயிருக்கு ஆபத்து நேரிட வாய்ப்புள்ளது என்று தெரிந்தும், தூக்கம் இல்லாமல் நமது தேசத்தின் சக்திவாய்ந்த உளவுத்துறையினர், தங்களின் உயிரையும், குடும்பத்தைப் பற்றி எல்லாம் கவலைப் படாமல், தேச நலனுக்காக நள்ளிரவிலும் அடர்ந்த காட்டுப் பகுதிகளில் சென்று, பல நாட்கள் கண்காணிப்பு பணியில் ஈடு பட்டு வந்தனர்..." என்று உளவுத்துறையினரின் செயல்களை

உணர்ச்சி ததும்ப கலெக்டர் சொல்லிக்கொண்டிருக்கும்போதே 'போலிமாறன்' தொலைக்காட்சியின் நிருபர் ஒருவர் தேம்பி தேம்பி அழத் தொடங்கினார்.

"அப்படி பல தியாகங்களைச் செய்து வனபயங்கரவாத அமைப்பு வண்ணாத்திப்பாறை வனப்பகுதியில் செயல்படுவதைக் கண்டுபிடித்துள்ளார்கள். இது நம்முடைய உளவுத் துறைக்குக் கிடைத்த முதல் வெற்றி ஆகும்.

வனபயங்கரவாதிகள் ஆயுத பயிற்சி மேற்கொண்ட இடத்தையும் கண்டிபிடித்துள்ளனர். மற்றொரு தொலைக் காட்சியின் நிருபர் ஒருவர், "அந்த இடத்தைப் பத்திரிகையாளர்கள் நாங்க பார்க்கலாமா?" என்ற குறுக்குக் கேள்வி எழுப்ப, பேட்டி அளித்துவரும் கலெக்டருக்கு அருகில் வலுக்கட்டாயமாக நிறுத்தி வைக்கப்பட்டிருந்த DFO மதியழகன் மைன்ட் வாய்ஸில் 'நீங்க பார்த்தே ஆகணுமுன்னு சொன்னா SPய விட்டு இனிமே ரெடி பண்ணுவாரு கலெக்டர்' என்று முணுமுணுத்துக்கொண்டார்.

"நோ, நோ, அந்த இடத்துக்கு இப்ப யாரையும் அனுமதிக்க முடியாது" பதற்றதுடன் பதில் சொல்லி, மேலே தொடர்ந்தார் கலெக்டர்.

"இந்த வனபயங்கரவாதிகளைப் பொறிவைத்து பிடிக்கத் திட்டமிட்ட SP கரிகாலன் தமது தலைமையில் டீம் ஒன்றை அமைத்து, யாருக்கும் சந்தேகம் வந்துவிடாமல் தேடுதல் வேட்டையில் ஈடுபட்டுவந்தார். SP அவர்களும் கொஞ்ச நஞ்ச கஷ்டங்களை அனுபவிக்கவில்லை அவற்றை இங்கே பட்டியலிட்டால் ஏடு தாங்காது" கலெக்டர் கூற, 'தம்பி தொலைக்காட்சியின்' நிருபர், "வேணாம் சார் அவர்கள் செய்த தியாகங்களைச் சொல்லிக்காட்டி அந்தத் தேசப்பற்றாளர்களைக் கொச்சைப்படுத்திவிட வேண்டாம். அவர்களுக்கு எங்கள் தம்பி தொலைக்காட்சியின் சார்பாக சல்யூட்" நெஞ்சை நிமிர்த்திய வண்ணம் உணர்ச்சிவசப்படலானார்.

அந்த நேரத்தில் தேசப்பற்று மேலோங்கியவராக, கண் கலங்கியவண்ணம் கலெக்டர் மேலே தொடர்ந்து பேச தொடங்கினார்.

"அடப்பாவிகளா இருக்கவன்தான் அள்ளிவிடுறான்னா, வந்தவனும் இப்படி இருக்கானுங்களே என்ற புன்முறுவலுடன் சிரித்தார் DFO மதியழகன்.

DFO மதியழகனின் நக்கலான நமுட்டு சிரிப்பைக் கவனித்த கலெக்டர், "இதில் DFO மதியழகன் சாரின் ஒத்துழைப்பும், அவர் வழங்கிய ஐடியாஸ்தான், பெரிய சதியை முறியடிக்க முக்கிய காரணம்.

எனது பொறுப்பில் இருக்கும் வனக்காட்டில், பயங்கர வாதிகளா? நேவர் என்று இரவு, பகலாக அவர் அதே சிந்தனையில் இருந்து தற்போது சாதித்துள்ளார். நன்றி மதியழகன் சார்" என்றார் கலெக்டர்.

பத்திரிகையாளர்கள் மதியழகனை புகைப்படம் எடுக்க, கலெக்டரை முறைத்தபடி மூஞ்சியில் சிரிப்பை வரவழைத்துக் கொண்டு, 'இது எங்க போய் முடியுமோ?' என்று மனதில் புலம்பியபடி புகைப்படங்களுக்கு வேண்டாவெறுப்பாய் தலை அசைத்துக்கொண்டிருந்தார் மதியழகன்.

"உங்க தியாகங்கள் எல்லாம் ஒரு பக்கம் இருக்கட்டும். அவர்களை ஏன் சுட்டுப் படுகொலை செய்தீங்க" என்று ஒரு வாரப் பத்திரிகையின் நிருபர் கேள்வி கேட்க, கலெக்டருக்கு கோபம் வர "நீங்க எந்தப் பத்திரிகை?" என்றார் கோபமாக.

"ஏன் சார் எந்தப் பத்திரிகைன்னு சொன்னாதான் பதில் சொல்லுவீங்களா" என்று பதில் வர, "யெஸ் நான் கலெக்டர் உங்க வீட்டு வேலை ஆள் இல்லை. யார் என்றே தெரியாமா நீங்க கேக்கிற கேள்விகளுக்கு எல்லாம் பதில் சொல்ல முடியாது. சொல்லுங்க எந்தப் பத்திரிகை."

"நீதியின் குரல் பத்திரிகை."

"ஓகோ அதான் ஆண்டி இண்டியன் மாதிரி தேசத்தின் மீது அக்கறையே இல்லாம கேக்குறீங்க."

கோபம் கலந்த கடமையுணர்ச்சியுடன் பேசத்தொடங்கினார் கலெக்டர்.

"வனபயங்கரவாதிகள் நடத்திய தாக்குதலில் ஒரு காவல் அதிகாரி இறந்துபோயிருக்காரு, மற்றொரு அதிகாரி உயிருக்கு ஆபத்தான நிலையில் ICUவில் இருக்காரு. நேற்று இரவு மட்டும் வண்ணாத்திப்பாறை செக்போஸ்ட், மாயன்பாடியில் உள்ள வனத் துறைக்குச் சொந்தமான அலுவலகம், வனத்துறைக்குச் சொந்தமான இரண்டு ஜீப், DFO மதியழகன் சாரோட குவாலிஸ் கார்... என ஐந்து இடங்களில் தாக்குதல் நடத்தி இருக்காங்க.

DFO மதியழகன், தங்களுக்கு எதிராக தீவிரமாகச் செயல்படுகிறார் என்று தெரிந்தவுடன் அவருடைய காரில் குண்டுவைத்து தாக்குதல் நடத்த திட்டமிட்டு இருக்காங்க. அதிர்ஷ்டவசமா உயிர் தப்பி இருக்காரு DFO மதியழகன். அவரது டிரைவருக்குப் பலத்த காயத்துடன் தீவிர சிகிச்சை பிரிவில் அனுமதிக்கப்பட்டு இருக்கிறார்.

(அருகில் நின்ற SPயிடம், "என் டிரைவரை என்னயா பண்ண" மதியழகன் குசுகுசு என கேட்க, "சத்தம் போடாதீங்க போகும் போது சொல்லுறேன்" என்றார் SP. "அட அயோக்கிய பயலுகளா" என்று கோபப்பட்டார் மதியழகன். பின்னால் நின்ற SP. மதியழகனின் தோள் பட்டையைத் தன் இரு கைகளாலும் வலிக்கும் அளவுக்கு அமுக்கிஅமுக்கிவிட மதியழகன், "அம்மா, அய்யோ" என அமைதியானார்.)

பணியில் இருந்த இன்ஸ்பெக்டர் ராஜேந்திரனும், அடிவாரம் காவல்நிலையக் காவலர்களும் தகவல் கேள்விப்பட்டு, குண்டு வெடித்த செக்போஸ்டில் உயிருக்குப் போராடிக்கொண்டிருந்த காவலர்களைக் காப்பாற்ற அவசரஅவசரமாக வண்ணாத்திப் பாறைக்குப் போயிருக்காங்க. அவர்கள்மீதும் தாக்குதலை நடத்தியுள்ளான், FSF என்ற வனபயங்கரவாத அமைப்பின் தலைவன் பெரியண்ணன், மறைத்துவைத்திருந்த தன் துப்பாக்கியால் இன்ஸ்பெக்டரை நோக்கி சுட்டிருக்கின்றான். இன்ஸ்பெக்டர் சுதாரித்துக்கொள்ள, சப்இன்ஸ்பெக்டர் வேலுவின் தோள்பட்டையில் புல்லட் பாய்ந்து அவர் ரத்த வெள்ளத்தில் சரிந்துள்ளார். இப்படியே சில மணிநேரம் வனக்காட்டில் துப்பாக்கி சண்டை நீடிக்க, பயங்கரவாதிகள், காவலர்களை நோக்கி துப்பாக்கியால் சுட்டுக்கொண்டே பழங்குடிகளின் வனம் வாழ்க..! பழங்குடிகள் வாழ்க..! என்று கூச்சலிட்டவாறு வனக்காட்டில் தப்பித்து ஓட முயற்சிசெய்துள்ளார்கள்.

குறுக்கிட்ட 'தின பூ' நாளிதழ் நிருபர், "சார் சர்வதேச அளவில் பயிற்சிபெற்றவர்கள் என்று நீங்கதாம் சொன்னீங்க அப்பறம் எப்படி 'பழங்குடிகள் வாழ்க'ன்னு சொல்லி இருப்பாங்க? கண்டிப்பா 'பாகிஸ்தான் வாழ்க'ன்னுதான் சொல்லி இருப்பாங்க? உங்க ஆளுங்களுக்குக் காதில சரியா விழுந்திருக்காது. நாங்க பாகிஸ்தான் வாழ்கன்னே எழுதுகிறோம்" என்றார் அந்த நேர்மையான நிருபர்.

"எழுதிக்கீங்க, எழுதிக்கீங்க" என்று சதாய்த்தார் DFO மதியழகன்.

தொடர்ந்தார் கலெக்டர்:

"இனி வனபயங்கரவாதிகளை உயிருடன் கைதுசெய்வது இயலாது என்ற சூழலிலும், நாட்டுக்குத் துரோகம் இழைத்த பயங்கரவாதிகள் தப்பி ஓடுவதைச் சகித்துக்கொள்ள முடியாத, தேசப்பற்று மிக்கவரான இன்ஸ்பெக்டர் ராஜேந்திரன் பயங்கர வாதிகளை நோக்கி தானும் சுட்டு, காவலர்களுக்கும் சுட உத்தரவு பிறப்பித்துள்ளார். வீரதீரத்துடன் செயல்பட்டு ஐந்து பயங்கரவாதிகளைச் சுட்டு வீழ்த்தியுள்ளனர்.

இந்த வனபயங்கரவாதக் கூட்டத்துக்கு இரண்டாம் கட்ட தலைவராகச் செயல்பட்ட ஒருவனை உயிருடன் கைதும் செய்துள்ளார் நம்ம இன்ஸ்பெக்டர் ராஜேந்திரன். அவன் மூலம் பல திடுக்கிடும் தகவல் தெரியவந்துள்ளது. இன்னும் பலர் இந்த வனக்காட்டில் இருப்பதாகவும் கூறியுள்ளான். அவர்களைப் பிடிக்க *DSP* ரத்தின சபாபதி மற்றும் இன்ஸ்பெக்டர் ராஜேந்திரன் தலைமையில் டீம் போடப்பட்டுள்ளது. நாளை முதல் வண்ணாத்திப்பாறை மற்றும் அதைச் சுற்றியுள்ள பகுதிகளில் முழுவீச்சில் தேடுதல் வேட்டை நடக்கும். அதே சமயம் பிடிபட்ட ஒரு பயங்கரவாதியை இன்று நீதிமன்றத்தில் ஆஜர்படுத்தப்பட்டு பதினைந்து நாள் போலீஸ் காவலில் எடுத்து விசாரிக்க உள்ளோம்" என்று கூறி பேட்டியை நிறைவு செய்தார் கலெக்டர்.

"சார் கடைசியா ஒரு கேள்வி..?"

"சொல்லுங்க சார்."

"பிடிபட்ட அந்த ஒரு பயங்கரவாதியின் பெயர் என்ன சார்."

"மலையன்" என்று பதிலளித்தார் கலெக்டர்.

(ஆம். போலீஸ் உளவாளி மலையனேதான்).

பகுதி 15

பிரித்தாளும் சூழ்ச்சி

அரச பயங்கரவாதத்தின் கோர முகங்களின் ஒன்று துணைக்கு வருவோரைப் பிரித்து அடிப்பது.

மலையில் உள்ள பன்னிரண்டு பழங்குடி கிராமங்களிலும் ஒரே மாதிரியான செய்தியுடன் தண்டோரா போடப்பட்டுவருகிறது.

டும்... டும்... டும்...

இதனால் மாயன்பாடி பழங்குடி மக்களுக்குத் தெரிவிப்பது என்னவென்றால்:

டும்... டும்... டும்...

இதனால் முக்காலி குன்று பழங்குடி மக்களுக்குத் தெரிவிப்பது என்னவென்றால்.

டும்... டும்... டும்...

இதனால் பூம்பாலை பழங்குடி மக்களுக்குத் தெரிவிப்பது என்னவென்றால்.

அரசாங்கம் மலை மற்றும் வனக்காட்டில் வசிக்கும் பழங்குடி கிராமங்களுக்கு ஊர் கட்டுப்பாட்டைக் கொண்டுவந்து இருக்கு.

யாரும் கிராமத்தைவிட்டு வெளியே போகக் கூடாது.

ஆடு, மாடு மேய்க்க காட்டுக்குப் போறவங்க பொழுது சாயும்காட்டி ஊருக்குள்ள வந்துரணும்.

அடிவாரத்துக்குப் போறவங்க வன ஆபீஸில போய்க் காரணத்தை சொல்லி அனுமதி வாங்கிட்டுப் போகணும்.

மலை பஸ்ஸு நாள் ஒன்றுக்கு ஒரு தடவை மட்டுமே மலைக்கு வரும்.

வண்ணாத்திப்பாறை கிராமத்திலே வனபயங்கரவாதிகள் நடத்திய வெடிகுண்டு தாக்குதலில் போலீஸ்காரர் ஒருத்தரு செத்துபோய்ட்டாரு, வன ஆபீஸ் போலீஸ்காரங்க காருன்னு பல இடங்களில் குண்டு வெடித்து இருக்கு. வண்ணாத்திப்பாறையைச்

சுற்றி நிறைய பேரு தீவிரவாதிங்க இருக்காங்க. அவங்களைக் கண்ட இடத்தில் சுட கலெக்டர் உத்தரவு போட்டு இருக்காரு. அதனால யாரும் வண்ணாத்திப்பாறை மக்களோட எந்த கொடுக்கல் வாங்கலும் வைச்சுக்க கூடாது.

யாரும் அங்க போக் கூடாது. மீறி போனா அரசாங்க உத்தரவ மீறிய காரணத்தால் போலீஸ் கைது செய்யும். வண்ணாத்திப் பாறையைச் சேர்ந்த யாரையும் ஊருக்குள்ள அனுமதிக்கக் கூடாது. அப்படி யாரும் இருந்தா போலீஸுக்குத் தகவல் தரணும் சாமியோ...”

தண்டோரா போடும் அந்த நபர் அதிகாரிகள் எழுதிக் கொடுத்ததை அப்படியே அடிபிறழாமல் வீதிவீதியாகக் கொட்டடித்து, கோசம் போட்டுச்சென்றார்.

“தீவிரவாதிகளுக்கு அடைக்கலம் கொடுக்கலாமா..? இந்த வண்ணாத்திப்பாறைகாரங்களுக்குக் கொஞ்சமாவது அறிவு வேணாம்?” என்று ஒருவர் முடிக்க, “இந்த லட்சணத்தில் அந்த ஊர் மூப்பு ஆதரவு கொடுங்கன்னு வெக்கம் இல்லாமல் வந்து நின்னாரு. நம்மளையும் சேர்ந்து மாட்டிவிடப் பார்த்தாரு” மற்றொருவர் தன் பங்குக்கு வெறும் வாய்க்கு அவலை அள்ளிப் போட, “ஆமாப்பா நம்ம ஊர் மூப்புகூட மந்திரிய பாக்குறேன் சுந்தரிய பாக்குறேன்னு அவுககூடச் சுத்திக்கிட்டு திரிஞ்சாக. மந்திரி அப்பவே நான் பாத்துக்கிறேன்னு சொல்லி அனுப்பி இருக்காரு. இவனுங்க முட்டாத்தனமா இப்படி செஞ்சிட்டாங்க” மற்றொரு பெரியவர் பயத்தைக் கருத்தாய்ப் பகிர டீக்கடை பஞ்சாயத்து களமாய் காட்சி மாறி இருந்தது.

“ஆயிரம் இருந்தாலும் அவுக நம்ம சனம். நம்மளே ஒதுங்கி நின்னா, வேற எந்த சனம் ஆதரிக்கும்? இந்தப் பேச்சு நல்லாவா இருக்கு?”

“நம்ம ஊர்க்கார பெரியவங்க நாலு பேர் போய் என்ன, ஏதுன்னு விசாரிச்சாதானே தெரியும். போலீஸ்காரங்க சொல்லுறத மட்டும் வச்சு எப்படி முடிவுக்குவர முடியுமா? நாளைக்கு நம்ம ஊருக்கு ஒண்ணு என்றாலும் மத்த ஊர்ல இப்படித்தானே தண்டோரா போடும் அரசாங்கம். அரசாங்கங்கிறது இன்னைக்கி ஒருத்தன் வருவான், நாளைக்கி ஒருத்தன் வருவான். மாறிமாறி ஆட்சிக்கு வர்றவன்தாம் அரசாங்கம். ஆனா, நம்ம மலைசாதி பழங்குடி மக்கள் அப்படி இல்லை, எழவுன்னாலும் சரி, கல்யாண முன்னாலும் சரி சாதி சனம்தாம் முக்கியம்.

அரசாங்கமா? சாதி சனமான்னு? வந்தா நான் சாதி சனமுன்னு தான் சொல்லுவேன்.

வண்ணாத்திப்பாறை மக்களுக்குப் பழங்குடி பன்னிரண்டு கிராம மக்களும் ஆதரவாக நிக்கணும் உண்மை என்னான்னு உலகத்துக்குக் கொண்டுவரணும்.

போலீஸ்காரன் செத்ததை மட்டும் சொல்லிட்டு போறானே வண்ணாத்திப்பாறையைச் சேர்ந்த ஐந்து ஆம்பிளைகளை போலீஸ் சுட்டுக் கொன்று இருக்கே அதைச் சொன்னானா? ஏதோ வில்லங்கம் இருக்கியா உள்ளே? அதை மறைக்கிது போலீஸ்" என்று ஆதங்கமாய்ப் பேசி முடித்தார் நடுத்தர வயதுடைய காடான்.

"ஏய் காடா... நீ வேணுன்னா போய்ப் பார்த்துட்டு போலீஸ் வண்டியில ஏறிப்போ. நாங்க பொழப்புக்குப் போறோம்" என்றபடி துண்டை உதறி தோளில் போட்டபடி முக்காலிகுன்று கிராமத்தில் உள்ள டீக் கடை ஒன்றில் பேசிக்கொண்டிருந்த நான் கைந்து வயதான மற்றும் நடுத்தர வயதுடைய அனைவரும் கிளம்பிச் சென்றனர்.

அரசு எடுத்த பிரித்தாளும் சூழ்ச்சி பயன் தரவே செய்தது.

பகுதி 16

தேடுதல் வேட்டை

தேடுதல் வேட்டை என்ற பெயரில் அத்துமீறிய கைதுகளும், பாலியல் துன்புறுத்தல்களிலும் போலீஸார் DSP ரத்தின சபாபதி தலைமையில் அதிகாலைமுதல் வண்ணாத்திப்பாறை கிராமத்தில் வீடுவீடாகத் தேடுதல் வேட்டை நடைபெற்றுவருகிறது.

எல்லா தெருக்களிலும் காக்கிகளின் ஆதிக்கம். காட்டுக்குச் சென்ற, மாடு ஓட்டி சென்ற, வீடுகளில் இருந்த என அனைத்து ஆண்களையும் விசாரித்துவிட்டு, சிலரை மட்டும் அழைத்து செல்கிறது போலீஸ்.

தற்போது பெரியண்ணன் வீட்டில் இன்ஸ்பெக்டர் ராஜேந்திரன். (பெரியண்ணன் உட்பட ஐந்து நபர்களையும் சுட்டுக் கொன்ற அதே ராஜேந்திரன்தான்.)

"ஏய்... ஏய்... வெளிய வா."

"யார்ரி வீட்டில."

அதிகார திமிரான வார்த்தைகளுடன் அழைத்துக் கொண்டிருந்தார் இன்ஸ்பெக்டர்.

உடைந்த பலகையால் மூடப்பட்டிருந்த கதவைப் போன்ற தடுப்பு மெல்ல நகர்த்தப்பட்டு வெளியே வந்தாள் பெரியண்ணனின் மனைவி கானியம்மாள்.

"உன் பேரு என்ன?"

"கானியம்மாள்."

"பெரியண்ணன் உனக்கு என்ன வேணும்?"

"வீட்டுக்காருங்க."

"பெரியண்ணன் அப்பா, அம்மா எல்லாம் எங்க?"

"மாடு ஓட்டிப் போயிருக்காங்க."

"பெரியண்ணன் குண்டு செஞ்சு உன்னட்ட கொடுத்தால்ல அதெல்லாம் எடுத்துவா போ?"

"போலீஸ்கார ஐயா என்ன சொல்லுறீயன்னு எனக்குப் புடி படல?"

"பாவம் உனக்கு ஒண்ணுமே தெரியாது?"

"ஒரு தீவிரவாதிகூட வாழ்ந்திருக்க. கேட்டா அப்பாவி மாரி நடிக்கிற, நீயும் உன் புருசனும் எவ்வளவு நாளா போலீஸ்காரன் மேல குண்டுவீச திட்டம் போட்டிய சொல்லுடி?" ஒருமையில் வார்த்தைகளை வீச, கானியம்மாள் கண்களைத் தேய்த்துக் கொண்டு தேம்பிதேம்பி சப்தம் இல்லாமல் அழ, மூன்று வயதே ஆன பெரியண்ணனின் மகன் ஒண்டிகறுப்பன், "அம்மா அழுவாதம்மா, அம்மா அழுவாதம்மா" தாயின் கண்களைத் துடைக்க, வேடிக்கை பார்த்து நின்ற இன்ஸ்பெக்டர், "யார்ரா அது பய, அடுத்த தீவிரவாதியா? கொப்பன் உனக்குக் குண்டு செய்ய எல்லாம் கற்றுக்கொடுத்து இருக்கானா" என்று எகத்தாளமாய் எள்ளி நகையாடினார்.

கானியம்மாள் அழுதுகொண்டே, "அவுக வீட்டுக்கு வந்தா எங்கிட்ட தேவையில்லாம பேசகூட மாட்டாக."

"ஓகோ, அப்ப பிள்ளையாவது அவனுக்குத்தான் பெத்தியா இல்ல..." கேவலமாய் தன் வார்த்தையை இழுத்தார் இன்ஸ்பெக்டர்.

'ஓ' என சத்தமிட்டு அழத் தொடங்கினாள் கானியம்மாள்.

"ஏய் இந்த நடிப்பு எல்லாம் இங்க வேணாம். அடுத்து என்ன செய்ய திட்டமிட்டான், குண்டுகளை எங்கே மறைச்சு வைச்சிருக்கான். உம் புருசனுக்கு யார்யார்கூட பழக்கம் எல்லாம் யோசிச்சு வை. நடு ராத்திரியில வந்து விசாரணையின்னு கூப்டாலும் வரணும் சரியா? பெரியண்ணன் அப்பன் வந்தா ஸ்டேசனுக்கு வரச்சொல்லு சரியாடி.

தப்பித்து தலைமறைவா போயிரலாமுன்னு நினைச்ச, உன் புருசனை மாதிரி உன்னையும் துணி எல்லாம் உருவிட்டு மொட்ட குண்டியா நடுத் தெருவில வைச்சு சுடுவேன் சரியாடி" என்று தன்னை கேட்க இந்த ஊரில் யாரும் இல்லை என்ற மிதப்பில் பெண் என்றும் பாராமல் அசிங்கமாகப் பேசிவிட்டு தெருவில் நடக்கத் தொடங்க, எதிரே வனையசாமி கோயிலைக் கண்டதும், பயபக்கியுடன் கால் ஷூவை ரோட்டிலேயே கழற்றிவிட்டபடி கைகளால் காதுகளைப் பிடித்துக்கொண்டு உக்கிபோட்டவண்ணம், "வனையசாமி இந்தக் காட்டுவாசிப் பயலுகள பூராம் ஊரவிட்டு காலி செஞ்சுரு. வர்ற கமிசன்ல உனக்கு மொரட்டு கோயிலே கட்டி கும்பாபிஷேகம் செய்றேன்.

ம.அபுபக்கர் சித்தீக் • 121

இவனுங்களுக்கு உதவிசெஞ்சு இந்த மொட்ட மலையில காலத்திக்கும் கோவணத்துடன் நிக்க போறீயா? இல்ல இந்த அபலைக்கு உதவிசெய்து பணக்கார சாமியா ஆகப்போறீயா? நல்லா யோசித்து முடிவெடுப்பா வனையசாமி" என்றபடி உள்ளே சென்று விபூதி எடுக்க, படிக்கட்டில் கால்வைத்த அடுத்த கணம் தடுமாறினார்.

"சாமி நம்ம மேல காண்டுல இருக்கு போல" என்று முணுமுணுத்த வாறு வீதியில் இறங்கி, நடக்கத் தொடங்கினார் இன்ஸ்பெக்டர் ராஜேந்திரனும் கூடவந்த போலீஸாரும்.

பெரியண்ணன் வயதையொட்டிய இளைஞர்களை விசாரணை என்ற பெயரில் வீடுகளுக்குள் புகுந்து கைதுசெய்து வருகிறது போலீஸ்.

பெண்களுக்கும் ஆங்காங்கே பாலியல் துன்புறுத்தலும் போலீஸாரால் நடந்தேறிக்கொண்டிருக்க, அவர்களிடம் இருந்து தப்பிக்க தன் காதலியை யார் கண்ணிலும் பட்டுவிடாவண்ணம் அழைத்துக்கொண்டு வரும்போது வனையசாமி கோயில் தெருவில் போலீஸார் எதிர்பட வனையசாமி கோயிலில் சற்று முன் தஞ்சம் புகுந்து இருந்தனர் எத்தனும் பூங்குழலியும்.

பெரியண்ணன் வீட்டில் நடந்தவற்றை எல்லாம் அதே வனையசாமி கோயில் உள்புறம் மறைந்திருந்து பயம் கலந்த பீதியுடன் இருவரும் கவனித்துவந்தனர்.

"ஏய் பூங்குழலி இனி வண்ணாத்திப்பாறையில இருக்கிறது சரி இல்லை. போலீஸ் ஏதோ பெரிய திட்டம் போட்டு இருக்கிறது தெரியுது.

கொஞ்சம் பொழுது சாய இருவர் வீட்டுக்கும் போய் படித்த சர்டிபிகெட் எல்லாம் எடுத்துக்கிட்டு ஊரவிட்டு கொஞ்சம் தூரமாக இருக்கிற என் வீட்டுக்குப் போயிருவோம். கருக்கலில் எழுந்து மலைக்குத் தெற்கே மயிலூத்து அருவியக் கடந்து காட்டுவழியா குடிமலை கிராமத்துக்குப் போய்ட்டோமுன்னா, அங்கே இருந்து டவுன் பக்கம்தாம். ஈசியா உங்க வீட்டுக்கு அதாவது உங்க அப்பாகிட்ட போயிருவோம்" என்று எத்தன் சொல்லிக்கொண்டிருந்தான்.

சட்டென்று பூங்குழலி "நான் வரலை" என்றாள்.

"நான் ஒருபோதும் என் மண்ணு வண்ணாத்திப்பாறைய விட்டு வர மாட்டேன். என் உசுரு போனா இங்கேயே போகட்டும்.

நீ வேணுன்னா உயிருக்குப் பயந்து ஊரைவிட்டு ஓடிப்போ" என்று பூங்குழலி சொல்லி முடிக்க, கண் இமைக்கும் நேரத்தில் எத்தன் பூங்குழலியின் கன்னத்தில் ஓங்கி, பளார் என அறைந்தான்.

"என்னடி பேசுற உயிருக்குப் பயந்து ஓடிப்போவோம் வாடின்னா கூப்டேன். இங்கிருந்து அநியாயமா சிறைக்கு சென்று, நமக்காகப் பேச, குரல் எழுப்ப, போராட யாரும் இல்லாம செத்து போறதவிட, தப்பித்துப் போய் நாம் படித்தக் கல்வியை வைத்து வண்ணாத்திப்பாறையில் நடக்கும் அக்கிரமங்களை வெளி உலகுக்குக் கொண்டுவருவோம். சட்டப்போராட்டங்களை நடத்த வழக்கறிஞர்களைத் தேடுவோம், முடிந்தவரைக்கும் போராடி சாவோம், வாடி போயிறலாமுன்னு கூப்டா என்னைப் பார்த்து உயிருக்குப் பயந்து ஓடுற பொட்டைங்கிற. நீ இங்கேயே இரு.

அன்னைக்கி உங்க அப்பன் உங்க அம்மாவக் காட்டு வழியா ஓடிப்போயிருவோம் வான்னு கூப்பிடும்போது போயிருந்தா உங்க அம்மா செத்து இருக்காது. உங்க அப்பனும் பொண்டாட்டி புள்ளையவிட்டு பித்துப்பிடித்த மாதிரி சுத்தி இருக்க மாட்டாரு.

உங்க அம்மா செய்த அதே தப்ப நீயும் செய்யாத அன்னைக்காவது உங்க அம்மாவுடைய ஒத்த உசுருதான் இன்னைக்கி ஊரோட மொத்த உசுரும் நம்மள நம்பித்தான் இருக்கு" எத்தன் தன் கோபத்தைக் கொட்டித்தீர்த்தான்.

"பூங்குழலி தன் அடித்தொண்டையில் எழும் அழுகுரலுடன், என் கண்ணு முன்னாடியே ஐந்து பேரைச் சுட்டாங்கடா அந்த உயிருங்க துடிதுடித்து சாவுறத என் கண்ணால பார்த்தேன்டா. இவ்வளவு பெரிய அநியாயத்தைச் செய்த இந்த அவுசாரி பசங்கள கொடுவாளால குத்திட்டு செத்துப் போறதுதான் சரின்னு தோணுச்சுடா" அழுகுரலுடன் தொடர்ந்து, "அதான்டா அப்படி சொன்னேன். வாடா போவோம், வாடா போய் மூப்பிட்டையும், அகத்தி தாத்தாட்டையும் சொல்லிட்டு அவங்க ஆசீர்வாதத்துடன் மலையை விட்டு இறங்குவோம் வாடா... எத்தா வாடா" எத்தனை இறுகக் கட்டிக்கொண்டாள் பூங்குழலி.

இருவர் கண்ணிலும் சிறிது நேரம் கண்ணீர் பீறிட, "என்ன திட்டிப்புட்டல்ல ஒன்ன இருடா வைச்சுக்கிறேன்" நெஞ்சில் முட்டியபடி குழைந்தாள் பூங்குழலி.

"ஏய் புலி பொண்டாட்டி நீ என்னை வைச்சு இருக்கிறது இருக்கட்டும்... நான் உன்னை ரொம்ப நாள் வைச்சு இருக்கேன் அது தெரியுமா?" என்றான் எத்தன்.

சட்டென்று அவனின் நெஞ்சில் இருந்து விடுபட்ட பூங்குழலி. "எங்கடா என்னை வச்சு இருக்க காட்டு" என்றாள் வேகமாக. "ம்ம் நெஞ்சிலதான், வேற எங்கே..." என்று எத்தன் இழுக்க மொச மவனே என்னைக் கீழ சாய்க்கிறதுலேயே குறியா இருக்கியாடா" எத்தனை பூங்குழலி விரட்ட இருவரும் வனைய சாமி கோயிலை விட்டு வெளியே ஓடிவந்தனர்.

பகுதி 17

வனபடுகனின் இறப்பு

"வனக்காட்டில் கொடுவாளுடன் வெறித்தனமாய் ஆடி வருகிறான் வனபடுகன்."

இன்னைக்கி 'ஏழாம் நாள் இரவு' படுகொலை செய்யப் பட்டவர்களின் ஐந்து வீட்டுக்காரங்களும் கோடாங்கிய வர வழைத்து 'தளிக்குழி' சடங்கு நடத்தி உடுக்கைச் சத்தத்துடன் இறந்த ஆன்மாக்களை வழியனுப்பும் சடங்குக்குத் தயாராகிக் கொண்டிருந்தனர். பாரம்பரிய உடையணிந்து ஆண்கள், பெண்கள், குழந்தைகள் என ஒட்டுமொத்த கிராமமே சடங்கு நடக்க இருக்கும் ஐந்து வீடுகளுக்கு வரத் தொடங்கினர்.

நடுநிசி நேரத்தில் தொடங்கும் தளிக்குழி சடங்கு அதிகாலை சூரியன் உதயத்துக்குச் சற்று முன்புவரை தொடர்ந்து நடக்கும். சடங்கு நடக்க இருக்கும் தெருவில் அனைத்து வீட்டின் முகட்டிலும் தீ பந்தங்கள் ஏற்றப்பட்டு திகுதிகுவென எரிந்து கொண்டிருக்கிறது.

படுகொலை செய்யப்பட்டவர்களின் வீட்டின் முன் வடபுறம் ஏழு, தென்புறம் ஏழு என பதிநான்கு பந்தங்கள் ஏற்றப்பட்டு நெருப்பின் வெளிச்சம் இருளைத் துரத்தியடித்திருந்தது. வீட்டு வாசலில் பெரிய ஜமுக்காளம் விரிக்கப்பட்டு, தண்ணீர், உப்பு, மர வேர்கள், சாராயம், பெரிய அருவா, இறந்தவருடைய சட்டை, வேஷ்டி ஒரு செட்டு, கம்பு, தினை, சாமை, சோளம், வரகு, சம்பா என சிறு தானியங்கள் தனித்தனி மண் சட்டிகளில் வைக்கப்பட்டிருந்தது. காட்டில் இருந்து பிடுங்கிவரப்பட்டிருந்த ஒருவித கோரப்புல்லும் காணப்பட்டது. இறந்தவருக்கு வழித் துணையாக எருமை ஒன்றை பலியிடும் நம்பிக்கை கொண்டிருந்தனர் அம்மக்கள்.

சடங்கு நடக்க இருக்கும் இடத்துக்கு அருகாமையில் பலியிடத் தயாராகக் கொழுத்த எருமை ஒன்றும் கட்டப் பட்டிருந்தது.

எருமையைப் பலியிடப் போகும் 'மருராலி' சடங்கு நடக்கும் இடத்துக்கு சற்று தொலைவில், காட்டுப்பகுதியில் அமர்ந்திருப்பார்.

கோடாங்கி உடுக்கை அடித்து 'வர்றான், வர்றான்' என்று அழைப்பார். அப்போது வனக்காட்டில் இருந்து கொடுவாளுடன் நாக்கைத் துருத்திக்கொண்டு சாமி வந்து ஆடியபடி சடங்கு நடக்கும் இடத்துக்கு வந்து, அங்கு கட்டி இருக்கும் எருமையின் தலையை ஒரே வெட்டாக வெட்டி தலையைக் கீழே விழச் செய்வார் தளிக்குழி சடங்கின் முக்கிய நிகழ்வு இது.

லுங்கி கட்டியபடி, சட்டை அணியாமல், வெள்ளை தலைப் பாகையால் தலை முழுவதையும் மறைத்திருந்த கோடாங்கி, தன் உடுக்கையை எடுத்து மெல்ல அடிக்கத் தொடங்குகிறார்.

நள்ளிரவு நேரத்தில், தன் கூந்தலில் மல்லிகை சூடிய புதுப் பெண்ணைப் போல உச்சி வானில் பிரகாசமாய் ஜொலிக்கத் தொடங்கி இருந்தது பௌர்ணமி நிலவு. மலைக்காடுகள் எல்லாம் அமைதி ததும்ப வண்ணாத்திப்பாறை மட்டும் தீ பந்தம் வெளிச்சத்தில் மஞ்சள் நிலவாய் காட்சியளித்தது.

உடுக்கை சத்தம் வனக்காட்டின் அமைதியைக் கலைத்தது.

'ஏய்... ஏய்... மலைக்குச் சொந்தக்கார மலையப்பனே மலையப்பனே!

டும் டும் டும்.

வனக்காட்டு கானியம்மையே கானியம்மை ஏ ஏ ஏ ஏய் ஏய்!

வனைய சாமியே ஏ ஏ ஏ வனையசாமியே ஏய் ஏய்

டும் டும் டும் டும் டும் டும் டும் டும் டும் டும் டும் டும் டும்.

மலையெனே ஓடிவாடா கோடாங்கி கூப்பிடுறேன்.

அட மலையனே ஓடிவாடா கோடாங்கி கூப்பிடுறேன்!

சண்டாளப் பாவி மவன் உன் புள்ளைய கொன்னுபுட்டானடா.

அட வனையனே ஓடிவாடா கோடாங்கி கூப்பிடுறேன்.

அட வனையனே ஓடிவாடா கோடாங்கி கூப்பிடுறேன்!

வனம் காத்த உன் குலத்தை அழிச்சுப்புட்டானடா.

அடியே கானியம்மாளே ஓடிவாடி கோடாங்கி கூப்பிடுறேன், கோடாங்கி கூப்பிடுறேன்.

உம் புள்ளைங்க பொட்டையும், பூவையும், தாலியையும் அறுத்துப்புட்டான் அறுத்துப்புட்டான்.

காற்றோடி ஏழு நாளு ஆகிருச்சே, ஏழு நாளு ஆகிருச்சே.

சுடுகாடு கேக்குதடி, சுடுகாடு கேக்குதடி.

பெத்த வயிறுதாம் பத்தி எரியுதடி, இந்தப் பெத்த வயிறுதாம் பத்தி எரியுதடி!

சமைந்த வயிறும்தான் முண்டச்சியா நிக்கிதடி, முண்டச்சியா நிக்கிதடி!

தாய்ப்பாலை பகிர்ந்து குடிச்ச ரத்த உறவு துடிக்கிதடி, ரத்த உறவு துடிக்கிதடி!

அஞ்சும் எடுத்த பின்னும் உசுரோட திரிறானே, உசுரோட திரிறானே!

அந்த அசுரனைப் பலிதீர்க்க மலையனே இறங்கி வாடா மலையனே இறங்கி வாடா!.

"ஏய்... நிறுத்துங்கடா, நிறுத்துங்கடாங்கிறேன் எழவு விழுந்து ஏழு நாளாச்சு. இப்ப என்னடா ராத்திரியில எழவக் கூட்டுறீங்க. குடிசையைவிட்டு வெளியே வரக் கூடாதுன்னு சொல்லி இருக்கமா இல்லையா. நட்ட ராத்திரியில் தெருவுக்குத் தெரு உக்கார்ந்து, என் தூக்கத்தைக் கெடுத்து தாலியறுத்துக்கிட்டு இருக்கீங்க" சாராய வாடை மிதமிதக்க மலையில் இரவு, பகலாகப் பணியில் இருக்கும் இன்ஸ்பெக்டர் ராஜேந்திரன்தான் இப்படி கண்ணியமாய் பேசி வரும் புண்ணியவான்.

பெரியவர் ஒருவர், "ஐயா. இறந்தவங்களுக்கு ஏழா நாள் தளிக்குழி சடங்கு நடக்குது. பாதியிலே நிறுத்தினா ஊரு, உறவுக்கு ஆபத்து வரும்" என்றார்.

'ஓவ் என்ன சொன்ன பெருசு... ஊருக்கு ஆபத்து வருமா? உங்க ஊருக்கு ஆபத்து இன்ஸ்பெக்டர் ராஜேந்திரன் ரூபத்தில் வந்து இன்னையோட ஏழு நாள் ஆச்சு. இன்னும் ஒரு மணி நேரத்துக்குள்ள எல்லாத்தையும் அள்ளிக்கிட்டு ஓடிப்போயிறணும். அதை மீறி ஊருக்குள்ள உடுக்கை சத்தம் கேட்டுச்சு, நாலு எட்டுகள் நடந்து சென்று கோடாங்கி கையில் இருந்த உடுக்கையைப் பிடுங்கி, உடுக்கையை அடித்துக்கொண்டு கோடாங்கியைப் போன்று தலையை ஆட்டியபடி ஆடிக்கொண்டே, மாரியம்மா, மாரியம்மா, திரிசூலியம்மா சூலியம்மான்னு உங்க எல்லாருக்கும் தளிக்குழி சடங்கு நடத்தீருவேன் சரியாடா" என்று நையாண்டியான கோபத்தை விசம் போன்று கக்கிவிட்டு, கையில் வைத்திருக்கும் டார்ச் லைட் உதவியுடன் ஊர்மந்தை அருகில் இருக்கும்

அறிவொளி இயக்க கட்டடத்தில் தற்காலிகமாகச் செயல்பட்டு வரும் காவல் நிலையத்தை நோக்கி நடக்க தொடங்கினர் இன்ஸ்பெக்டரும் மூன்று வனக்காவலர்களும்.

ஒவ்வொரு பௌர்ணமி இரவிலும் மூப்பு தலைமையில் ஊரார்கள் மலையப்பனுக்கு வனபூஜை செய்வது வழக்கம். அந்த வனபூஜைதான் சித்திரா பௌர்ணமி அன்று பன்னிரண்டு ஊர்களும் பங்கெடுக்கும் பெரிய திருவிழாவாக நடைபெற்று வருகிறது குறிப்பிடத்தக்கது.

நள்ளிரவு நேரம் ஊர் உள்ளே கோடாங்கி சத்தம் காதை கிழிக்க, மலையப்பன் கோயிலில் தீப்பந்த வெளிச்சத்தில் ஊர் பூசாரி கருவறையில் மணியாட்டியபடி இருக்க, மூப்பும் அகத்தியும் புது வெள்ளை வேஷ்டி கட்டி, பச்சை கலர் பெல்டை அணிந்து, மேல்சட்டை எதுவும் அணியாமல் நெற்றி நிறைய திருநீறை பட்டையாகப் பூசியபடி நின்றிருந்தனர். கருவறையில் இருந்து பூசாரி வெளியே வர கண்களை மூடியவாறு கைகளைக் கூப்பி கும்பிட்டனர்.

பிறகு பலியிடும் சடங்குக்கு மலையப்பன் கோயிலுக்கு சற்று அதாவது ஒரு ஐந்து ஆலமர நிழலைக் கடக்கும் தொலைவில் இருக்கும் வனப்பகுதிக்குக் கிளம்பினர்.

தீப்பந்தத்தை அகத்தி பிடித்து வர மூப்பு அரிவாளுடன் கம்பீரத் தோற்றத்தில் நடந்து வந்தார். பலியிட இருக்கும் கொழுத்த ஆட்டுக்கிடாயைப் பூசாரி இழுத்துவர, சலசலவென காற்று சற்று வேகமாக வீசிக்கொண்டிருந்தது. நிலவின் வெளிச்சம் மரக்கிளைகளின் இடுக்கில் ஊடுருவி காட்டு சருகுகளின் மீது வட்டவட்டமாய் காட்சி தந்துகொண்டிருக்க, 'சரக் சரக்' என்ற சத்தத்துடன் நடந்துகொண்டிருந்தனர் மூவரும்.

பூங்குழலியும் எத்தனும் தாம் படித்த ஆவணங்களை எல்லாம் எடுத்துக்கொண்டு, மூப்பு மற்றும் அகத்தி இருக்கும் மலையப்பன் கோயிலுக்கு யார் கண்ணிலும் படாமல் மறைந்துமறைந்து வந்துகொண்டிருந்தனர்.

இன்ஸ்பெக்டர் ராஜேந்திரன் கையில் இருக்கும் டார்ச் லைட்டை அடித்தபடி மந்தைக்கு செல்லும் வீதியில் வழிந்தோடி கிடக்கும் எருமை மாட்டின் மூத்திரத்தை மிதித்துவிடாவண்ணம் காலை தூக்கித்தூக்கி வைத்து நடந்துகொண்டிருந்தார்.

எருமை சாணத்தின் வாடை மூக்கைத் துளைக்க, கட்டுத் தரையில் கட்டி இருந்த எருமை ஒன்று நின்ற மேனிக்கு

தடதடவென மூத்திரம் அடிக்கும் சத்தம் கேட்க, "சனியன் நகரு தான் பாரு அறுத்தாந்த புல்லுல எல்லாம் மூத்திரத்தைப் பேய்ந்து வைச்சிருச்சு" திட்டியபடி மாட்டை அவிழ்த்து, நாலு அச்சு தாண்டி ஐந்தாவது அச்சில் அரிக்கன் லைட்டு வெளிச்சத்தில் கட்டிக்கொண்டிருந்தாள் பூங்குழலியின் வயதை ஒட்டிய பூங் குழலியின் நெருங்கிய தோழி செவ்வந்தி.

சிறிய லைட் எரிவதைக் கவனித்த இன்ஸ்பெக்டர் ராஜேந்திரன். "ஏய் யார்ரா அது அங்க மாட்டுப்பட்டியில" என்று அதட்டலான குரல் எழுப்ப, பயந்துபோன செவ்வந்தி அப்படியே மறைந்துகொண்டாள்.

"ஏய் யார்னு பாருங்கடா" என்று சக போலீஸாருக்கு உத்தரவிட அதில் இருவர் மாட்டுப்பட்டிக்குச் சென்று, டார்ச் வெளிச்சத்தில் தேட, அரிக்கன் லைட் எரியும் பக்கம் யாரும் இல்லை.

வெளிச்சத்தைக் கண்டவுடன் படுத்திருந்த மாடுகள் எழுந்து நின்றது. "டார்ச் வெளிச்சத்தில் ஒண்ணும் தென்படவில்லை சார். யாரும் இல்ல சார்"

"நல்லா பாருங்கடா எவனாவது நம்மள பாலோ செய்ய போறான்" என்று இன்ஸ்பெக்டர் பேசிக்கொண்டிருக்கும் போதே, மாட்டுக்கு செவ்வந்தி கொண்டுவந்திருந்த கழனி தண்ணீர் பானை டம்முன்னு விழும் சத்தம் கேட்க, சத்தம் கேட்ட பக்கம் நோக்கி போலீஸார் டார்ச் லைட்டை அடிக்க, செவ்வந்தி பயத்தால் ஓடத் தொடங்கினாள்.

"ஏய் நில்லுடி! ஏய் நில்லுடி!" என்று கத்திக்கொண்டு செவ்வந்தியை போலீஸார் விரட்டி ஓட, இன்ஸ்பெக்டரும் ஓடிவர அதில் ஒருத்தன் செவ்வந்தியின் குடுமியைப் பிடித்து இழுத்தான். மடார் என விழுந்தாள் செவ்வந்தி.

அடுத்த சில வினாடிகளில் செவ்வந்தியைச் சுற்றி இன்ஸ் பெக்டர் ராஜேந்திரனும் சகபோலீஸாரும் சூழ்ந்துகொண்டனர். சுற்றியுள்ள யார் குடிசையிலும் ஆள் இல்லை எல்லாரும் எழவு வீட்டு சடங்கில் இருக்க...

"எந்திரிடி" என்று ஒருவன் கையைப் பிடித்து இழுக்க, மற்றொருவன் "எதுக்குடி ஓடுன? சொல்லுடி" இரு கைகளையும் அவளின் இடுப்புடன் கோர்த்து தூக்க. "என்னைய விட்ருங்க சார், என்னைய விட்ருங்க சார், மாட்டுக்குத் தண்ணிவைக்க வந்தேன் சார்" என்று கத்திக் கதற. ஐந்து கோடாங்கிகள் அடித்துவரும்

உடுக்கையின் சத்தத்தில் செவ்வந்தி போடும் எந்தக் கூப்பாடும் வெளியே கேட்கவில்லை.

சூழல் சாதகமாய் இருப்பதை உணர்ந்த இன்ஸ்பெக்டர் "ஏய் அவளை அப்படியே வாயப் பொத்தி தூக்குங்கடா இன்னைக்கி காட்டுவாசி மலைச்சிதான் நமக்கு விருந்து" என்றார்.

செவ்வந்தியின் தாவணியை உருவி வாயில் கட்டிவிட்டு, இறுகக் கட்டிப்பிடித்து தூக்கினான் மற்றொருவன். வாய்க் கட்டையும் தாண்டி செவ்வந்தி எழுப்பும் சத்தம் 'ஊஊஊ' என கம்மிய ஒளியில் கேட்க, அரை போதையில் இருக்கும் இன்ஸ் பெக்டர் செவ்வந்தியின் மூஞ்சியில் தடம் விழும் அளவு 'பளார்' என அறைந்து, "மலைச்சி தே.... கத்தாதங்கிறேன், கத்துற, சத்தம் போடாம வா, அறுத்துருவேன்" போதை தலைக்கேறியபடி கண்கள் மேலே சொருகியவண்ணம் செவ்வந்தியின் கண்ணத்தை தடவினான் ராஜேந்திரன்.

துள்ளி, துடிக்கும் செவ்வந்தியை நான்கு மதுபோதையில் இருக்கும் மிருகங்கள் தூக்கிக்கொண்டு மந்தையைக் கடந்து கோயில் பாதை வழியே வனப்பகுதிக்குள் வேகவேகமாக போய்க் கொண்டிருந்தனர்.

மூப்பு, "ஏய் அகத்தி, பாத்துப்போ. ஏதும் பூச்சி கட்டை இருக்கப் போகுது."

காட்டின் காய்ந்த சருகுகள் மீது கால் வைத்து நடக்கும் சத்தம் 'சர்க் சர்க' என கேட்க, இருண்ட காட்டைப் பார்த்து பயத்தில் மிரண்டு போன ஆட்டுக்கிடாய் பாதையில் அப்படியே உட்கார்ந்துகொண்டு வர மறுக்க, மல்லுக்கட்டி கயிறை இழுத்துக் கொண்டிருந்தார் பூசாரி.

"பூசாரி என்ன ஆச்சி" என்று பத்து எட்டு முன்னே சென்றிருந்த மூப்பு குரல் எழுப்ப, "கிடாய் படுத்துக்கிச்சு" பதில் சொன்னார் பூசாரி. "பூசாரி கயித்தை விட்டுராத, அகத்தி வெளிச்சத்தைக் கிடாய்ட்ட காட்டு."

அகத்தி வேகமாக அரை ஓட்டத்தில் தீ பந்தத்துடன் பூசாரியை நோக்கி ஓடிவர, தீ பந்தத்தின் நெருப்பு தம்மை நெருங்குவதைக் கண்ட ஆட்டுக்கிடாய், கழுத்து கயிற்று பிடித்திருந்த பூசாரியையும் சேர்த்து இழுத்துக்கொண்டு ஓட, "கிடாய் இழுக்குது கயித்த பிடிங்க, கயித்த பிடிங்க" என்று கத்தியபடி பூசாரி கிடாயின் பின்னாடி ஓடுகிறார்.

மூப்பு அரிவாளையும், அகத்தி பந்தத்தையும் போட்டு விட்டு ஓடிவந்து கயிற்றைப் பிடிக்க மூவரின் பிடியையும் தாண்டி நொடிப்பொழுதில் கயிற்றை உருவிக்கொண்டு ஓடியது ஆட்டுக்கிடாய்.

பல்லைக் கடித்துக்கொண்டு "ஏன்டா, அறிவு கெட்ட மூதி" என்று தன் கோபத்தைப் பூசாரியின் மீது மூப்பு காட்டினார்.

அகத்தி ஓடிவந்து "மொரட்டு கிடா இழுத்துக்கிட்டு ஓடிருச்சு. பூசாரி என்ன செய்வாரு பாவம். அவரப் போய் பல்ல போட்டு பேசுற. பேச நேரமில்லை, கிடாயப் பிடிப்போம் வா மூப்பு".

"மண்ட காயுது அகத்தி. பௌர்ணமி நிலவு உச்சி சாய தொடங்கிருச்சு. கிடாய எப்ப தேடி, எப்ப பலிகொடுக்க.

"எழவு ஒண்ணு மாத்தி, ஒண்ணா வருது" என்றபடி பல்லை நரநரவென கடித்துக்கொண்டிருந்தார் மூப்பு.

"மூப்பு கோபப்படாத மலையப்பன் ஏதாவது நல்லது வைச்சு இருப்பான்.

வா கிடா பக்கத்திலதான் செடிகொடிக்குள்ள நிக்கும் தேடிப் பார்ப்போம் கிடைக்காட்டி வேற ஏதாவது யோசிப்போம். கவலைப்படாத எப்படியும், ரவைக்கி பலி கொடுப்போம் அகத்தி சொல்லுறேன் வா போவோம்."

தீ பந்தமும் நூந்து போயிருக்க நிலவு வெளிச்சத்தில் தேடிவர, கோயில் பாதையின் ஓரத்தில் அடர்ந்த புதர் பகுதியில் கிடாயின் மேய்ச்சல் சத்தம் கேட்கிறது. கூர்ந்து கவனித்த மூப்பு கிசுகிசுவென "ஏய் அகத்தி கிடா இங்க இருக்கு."

"இரு இரு மூப்பு நான் புதருக்கு அங்கிட்டு வர்றேன்" என்றார் அகத்தி.

"பூசாரி தெக்கமா போய் நில்லு. இந்தத் தடவை கிடாய தப்பவிட்ட, மூப்பு ஒன்னைய போட்ரும் பார்த்துக்கோ" என்று சொல்லிக்கொண்டே நிலா வெளிச்சத்தில் அகத்தி பதுங்கி மெல்ல நகர்ந்தார்.

மூப்பு கையில் வைத்திருக்கும் கொடுவாளை கொண்டு சத்தம் இல்லாமல் செடி, கொடிகளை ஒதுக்கியபடி கிடாயை நோக்கி முன்னேற திடீர் நிசப்தம்.

"மூப்பே மூப்பே" கிசுகிசுத்தக் குரலில் அகத்தி அழைத்தார்.

"சொல்லு அகத்தி" என்று மூப்பும் கிசுகிசுத்தக் குரலில் கேட்டார்.

"காட்டுப் பாதையில் ஆள் நடமாட்டம் தெரியுது."

"என்ன சொல்லுற அகத்தி."

"ஆமா மூப்பு யாரோ இருக்காங்க."

"அகத்தி கவனமா இரு நான் வர்றேன்."

"பூசாரி பின்னாடியே வா." குனிந்தவாறு மூப்பும், பூசாரியும் அகத்தி இருக்கும் புதர் பக்கம் நகர்ந்து வர, இப்போது மலை பாதையில் பேச்சுக்குரல் கேட்கிறது.

கிராமத்தில் அடிக்கும் உடுக்கை சத்தம் தூரத்தில் கேட்க, தற்போது யாரையோ அடிக்கும் சத்தமும் கேட்கிறது.

பதற்றதுடன் சத்தம் இல்லாமல் புதரில் மூவரும் இருக்க.

பெண் அழும் சத்தம் கரடுமுரடாகக் கேட்க ஆரம்பித்தது.

திடீரென அனைத்து சத்தமும் அமைதியாகிப் போனது.

சற்று நேரம் எந்த சத்தமும் இல்லை.

திரும்பவும் வாயைப் பொத்தினால் வரும் சத்தத்தைப் போன்று கேட்கிறது.

மீண்டும் அடிக்கும் சத்தம். இப்போது ஆண்களின் குரல் என்ன பேசுகிறார்கள் என்று தெரியலை. பேசுவது ஆண்கள் குரல் என்று மட்டும் தெரிகிறது.

"அகத்தி ஏதோ கெட்டது நடக்கிற மாதிரி தெரியுது மூப்பு."

"இடுப்பில கத்தி வச்சு இருக்கல்ல கையில் எடுத்து வை."

"பூசாரி 'சொணப்பு' ஏதும் வச்சு இருந்தா கையில புடி" என்றபடி மூவரும் கையிலே மலையப்பனுக்குப் பலி கொடுக்க எடுத்து வந்த கொடுவாளுடன் பொறுமையாக சத்தம் வரும் பக்கம் நோக்கி நகர்ந்தனர்.

நெருங்கநெருங்க பெண்ணின் குரல் கூடுதலாக கேட்கத் தொடங்கியது.

பதற்றதுடன் மூவரும் நெருங்குகின்றனர். இப்போது ஆட்கள் ஓடும் சத்தம் பலமாக மிக அருகில் கேட்க. வாயில் கட்டப்பட்டிருந்த தாவணி கட்டு அவிழ்த்து, வாயை விட்டு

சற்று நழுவ, "எங்கடி ஓடுர மலைச்சி தே...." என்ற ஆண் குரல் தெளிவாக மூப்பின் காதில் விழ.

காதில் விழுந்த அடுத்த கணம் "அகத்தி நம்ம புள்ளடா" என கொடுவாளுடன் மூப்பு பகிரங்கமாக ஓடத் தொடங்கினார்.

அகத்தியும் பூசாரியும் மூப்பை பின்தொடர்ந்து ஓட, சம்பவ இடத்தை மின்னல் வேகத்தில் மூப்பு நெருங்க... வாய் கட்டு நழுவிய செவ்வந்தி உரத்தக் குரலில் "மூப்பே" என்று கத்தினாள்.

"மலைச்சி அம்மா" என்று கத்தியபடி அடுத்த விநாடி மூப்பு உள்ளே நுழைய...

ஐந்து வேட்டை மிருகங்களும் தெறித்து ஓட, நிலவு வெளிச்சம் அடர்ந்த காட்டின் இடையே மணல் திட்டில் கைகள் கட்டிய நிலையில், ஆடைகள் கிழிக்கப்பட்டு உடம்பில் ரத்த காயங்களுடன் மல்லாந்த நிலையில் குற்றுயிரும், குலை உயிருமாய் கிடத்தப்பட்டிருந்தால் செவ்வந்தி.

செவ்வந்தியின் நிலையைப் பார்த்த மூப்பு "அய்யோ அய்யோ, அகத்தி அகத்தி, புள்ளையக் தூக்குடா, புள்ளையக் தூக்குடா" என கத்திக் கூச்சல் போட, அகத்தியும், பூசாரியும் வர செவ்வந்தியை அவர்களிடம் விட்டுவிட்டு, போலீஸ்கார வேட்டை நாய்களை வெறித்தனமாய் வனக்காட்டுக்குள் துரத்திக்கொண்டு ஓடுகிறான் மூப்பு என்ற வனபடுகன்.

"ஃஃக்கா, ஃஃக்கா, ஃஃக்கா" என வன மிருகங்களைப் போல வெறித்தனமாய் கொடுவாளுடன் விரட்டிச் செல்கிறான். வனபடுகனின் கம்பீரமான தோற்றம், கையில் கொடுவாள், முகம் முழுவதும் பழிவாங்கும் வெறி, வனபடுகனைத் திரும்பிக்கூடப் பார்க்க பயந்து ஓடும் போலீஸார்.

மரங்களில் மோதி விழுந்து ஓடுகிறார்கள். மரக்கிளைகளில் குடிகொண்டிருந்த பறவைகள் இறக்கை அடித்து பறக்க தொடங்கியது. ஒரு மீட்டர் இடைவெளியில் ஒருவன் கிடைக்க தன் கொடு வாளை விசினான் வனபடுகன். ரத்தம் பீறிட கை துண்டாகத் தொங்கியது.

"ஆ ஆ ஆ ஆ" என கத்திக்கொண்டே சரிந்தான். அப்படியே விட்டுவிட்டு கொடுவாளை எடுத்துக்கொண்டு மற்ற வேட்டை நாய்களைத் துரத்துகிறான் வனபடுகன்.

ஊர் உள்ளே கோடாங்கி உடுக்கையை அடித்தபடி கம்பீரக் குரலிலே பாடல்களைப் பாடிவருகிறார்.

‘வர்றான் வர்றான், விரட்டி வர்றான், வர்றான் வர்றான், விரட்டி வர்றான்.

வேல்கொம்பு கொண்டு விரட்டி வர்றான்.

கொடுவாள் கொண்டு துரத்தி வர்றான்.

துரத்தி வர்றான், துரத்தி வர்றான் வன பேயைத் துரத்தி வர்றான், வன பேயைத் துரத்தி வர்றான்.

முண்டச்சிகளின் தாலிக்கித்தான் பலி தீர்க்க விரட்டி வர்றான்...

வர்றான் வர்றான் மலையப்பன் வெறிகொண்டு விரட்டி வர்றான்...

வர்றான் வர்றான், வர்றான், வர்றான்...

ஊரு எழவுக்குப் பலிகேட்டு வெறித்தனமா ஆடி வர்றான்...

தளிக்குழி சடங்குக்குத்தான் துணை பொணத்தைக் கொண்டு வர்றான்...

விரட்டி வர்றான், விரட்டி வர்றான், பெரியண்ணன் விரட்டி வர்றான்...

துரத்தி வர்றான், துரத்தி வர்றான், மணிமுத்து துரத்தி வர்றான்...

அசுரனின் குருதியைத்தான் வனக்காட்டில் தெளிக்கப் போறான்.

உடுக்கையை அடித்து, பாடிய படி எழுந்து நின்று கோடாங்கி அரக்க ஆட்டம் போடுகிறார்.

எருமையின் கழுத்து கயிற்றை இருபக்கமும் இழுத்துக் கட்டி. எருமைக்கு மாலை குங்குமம் எல்லாம் வைத்து பலிகொடுக்க தயாராக நின்றது.

உடுக்கை சத்தம் மேலோங்க மாலைகள் பல கழுத்தில் அணிந்து, தலையிலே முண்டாசு கட்டியபடி கொடுவாளுடன் எருமையைப் பலியிடம் மருலாலி வனகாட்டின் ஓரத்தில் இருந்து கொடுவாளை வைத்துக்கொண்டு ஆடி வருகிறார்.

வர்றான் வர்றான் மலையப்பனே இறங்கி வர்றான். துணை பொணத்தைக் கொண்டுவர்றான்...

வனசாமி ஆடி வர்றான், வெறித்தனமாய் ஓடி வர்றான்...

ஆட்டத்துடன் பலியிடத் தயாரா இருக்கும் எருமையின் அருகில் வந்து நின்றார் மருலாலி...

'ம்ஹும் மருலாலி தலையை வெட்டி வீசு துணை பொணம் போகட்டும்...' என்று பாடிக்கொண்டிருந்த கோடாங்கி கட்டளை யிட அடுத்த கணம் எருமையின் தலை கீழே விழுந்தது!

வனக்காட்டிலும் மற்றொருவனின் தலையை வேட்டையாடி கீழே சாய்த்தான் வனபடுகன்...

வர்றான் வர்றான், விரட்டி வர்றான் வனபடுகன் விரட்டி வர்றான்.

பழி தீர்த்து வர்றான், பழிதீர்த்து வர்றான்...

வனக்காட்டின் பேய்களை வனபடுகன் பழிதீர்த்து வர்றான்...

முழு பௌர்ணமி நிலவின் வெளிச்சத்தில் வனக்காட்டு செடி, கொடிகளுக்குள் புலி விரட்டுவதைப் போன்று விரட்டி இருவரை வெட்டிய நிலையில் ஒருவன் தப்பியோட ஒருவனை விரட்டிவருகிறான் வனபடுகன். கிட்டத்தட்ட மந்தையை நெருங்குகின்றனர் இருவரும்...

ஆம். அந்த ஒருவன் வேறு யாரும் அல்ல இன்ஸ்பெக்டர் ராஜேந்திரன்தான். ஐவரைச் சுட்டுக்கொன்ற அதே இன்ஸ்பெக்டர் ராஜேந்திரன்.

மந்தை ஏற்றத்தில் ஏறுகையில் ஐந்து வீட்டு உடுக்கை சத்தம் காதைக் கிழிக்க. ஓடிவந்த இன்ஸ்பெக்டர் மந்தையில் தடுமாறி விழுந்தான்...

எழுந்து ஓட முற்பட பின்னால் வனபடுகன் கொடுவாளுடன் நிற்பது மண்ணில் குப்புற விழுந்து தடுமாறும் இன்ஸ்பெக்டரின் அருகில் நிலவின் வெளிச்சத்தின் நிழலில் தெரிந்தது.

வெறியுடன் நிற்கும் வனபடுகன் "பழங்குடியான கருவறுத்த தே.... பசங்க பழங்குடி பொம்பளங்க மேலயும் கை வைச்சுட்டீங்களா...

எம்புள்ளை பெரியண்ணன் சொன்ன மாதிரி நீங்க உள்ள வந்த அன்னைக்கே உங்க தலையை அறுத்து இருந்தா இன்னைக்கி இந்தத் தைரியம் வந்து இருக்காது. எம் புள்ளைங்களும் உயிரோட இருந்திருக்கும்.

பழங்குடியாள தொடணுமுன்னு நினைக்கிற ஒவ்வொருத் தனுக்கும் உன்னைப் பார்த்து உயிர் பயம் வரணும்.

கைகளைத் துண்டிக்கக் கொடுவாளை உயர்த்திய நேரம்.

"வேணாம்ப்பா, வேணாம்ப்பா" கத்தியபடி எதிரே பூங்குழலியும், எத்தனும் ஓடிவர உயர்ந்த கொடுவாள் அப்படியே இருக்கினான் வனபடுகன்.

அருகில் வந்த பூங்குழலி "வேணாம் தாத்தா ஊரோட மூப்பு தாத்தா நீங்க" என்று கையைப் பிடித்தபடி திரும்பி ராஜேந்திரனைப் பார்த்து ஆடிப்போனாள்...

"தாத்தா இவன்தான் தாத்தா நம்ம ஊர் அண்ணன்களைச் சுட்டுக் கொன்றது" என்று பூங்குழலி சொல்லி முடிக்க, வனபடுகனின் விழிகள் இரண்டும் விரிய, மூச்சு சத்தம் வெளியே கேட்க, அந்த இருட்டில் வனபடுகன் எழுப்பிய கோரமான அந்தச் சத்தம் ஊரில் அடித்துக்கொண்டிருந்த உடுக்கை சத்தத்தை நிறுத்தி, ஆங்காங்கே நட்டு வைக்கப்பட்டிருந்த தீப்பந்தங்களை உருவிக்கொண்டு மக்கள் மந்தையை நோக்கி ஓடிவர தொடங்கினர்.

பறவைகள் எல்லாம் இறக்கைகளை அடித்து கூட்டம் கூட்டமாய் 'கீச்கீச்' என குரல் எழுப்பியவண்ணம் பறக்க தொடங்கியது.

ஒரு நிமிடம்கூடத் தாமதிக்காமல் தூக்கிய கொடுவாளால் ஒரே வீச்சு... இன்ஸ்பெக்டர் ராஜேந்திரனின் தலை மந்தை மணலில் தொப்பென்று விழுந்தது.

ரத்தம் பீறிட்டு ஓடியது. ஆம் பெரியண்ணன், மணிமுத்து உட்பட பழங்குடிகள் ரத்தம் சிந்திய அதே மந்தையில் படு கொலை செய்த இன்ஸ்பெக்டரின் ரத்தமும் சீறிப் பாய்ந்து கொண்டிருந்தது...

சற்று தொலைவில் அகத்தியும் பூசாரியும் செவ்வந்தியை கைத்தாங்கலாக அழைத்துவருவதைக் கவனித்த எத்தனும், பூங்குழலியும் செவ்வந்தியை நோக்கி ஓட...

வெற்றிக் களிப்பில் கொடுவாளுடன் கம்பீரமாய் நின்றிருந்த வனபடுகனை நோக்கி அடுத்தடுத்து மூன்று தோட்டாக்கள் பாய்ந்து வந்து 'டம் டம் டம்' என இதயப் பகுதியைப் பதம் பார்த்தது.

"மூப்பே" அதிர்ச்சியில் அகத்தி ஓடி வர, எத்தன் ஓடிச்சென்று துப்பாக்கி சூடு நடத்திய போலீஸ்காரனை எட்டி மிதித்தான். அவனது கைதுப்பாக்கி அவ்விருட்டில் தொலைந்து போக, எத்தன்

போலீஸ்காரனுடன் கட்டி உருள, பெரும் தள்ளுமுள்ளுக்கு மத்தியில் அவ்விடத்தை விட்டு தப்பியோடினான் அந்தக் கயவன்.

"ஐயா, மூப்பா."

"எங்க குலசாமி."

"நீ நடந்தா மலையப்பனே நடந்து வர்ற மாதிரி இருக்குமே... இப்படி சாய்ந்து கிடக்கிறியே."

ஒட்டுமொத்த வண்ணாத்திப்பாறை மக்களின் கூக்குரல் வனக்காட்டில் எதிரொலித்தது.

அகத்தி தன் நெஞ்சில் மூப்பை சாய்த்து வைத்திருக்க இறுதி மூச்சை மிகுந்த சிரமத்துடன் சுவாசித்துக்கொண்டிருந்தார் வன படுகன் மூப்பு.

பரபரப்பாக மருத்துவச்சியும் சில வயதான மூதாட்டிகளும் சிறிய அம்மி ஒன்றை வைத்துக்கொண்டு 'வெட்டு இலை' என்ற ஒருவித பச்சை இலையை இடித்து, குண்டு பாய்ந்த இடங்களில் வைத்து கட்டிக்கொண்டிருந்தனர்.

தீப்பந்தத்தின் வெளிச்சத்தில் சுற்றி நின்று கண்ணீர் வடிக்கும் வண்ணாத்திப்பாறை பழங்குடிகளை மிகுந்த சிரமத்துடன் கண்ணை உருட்டி நிமிர்ந்து பார்த்தார் மூப்பு.

மூப்பு கவனிப்பதைப் பார்த்து பழங்குடிகள் "மூப்பே, மூப்பே என்னைப் பெத்த ஐயா, எங்க வனையசாமி, வண்ணாத்திப்பாறை சிங்கமே, வனக்காட்டின் மைந்தனே" இப்படி பல்வேறான கோசங்களை எழுப்பியடி கத்திக் கதறிக் கண்ணீர் வடித்தனர்.

மூப்பு மெல்ல அசைந்து "அகத்தி, அகத்தி" என்றழைத்தார்.

"உன் சிநேகிதன் அகத்தி நெஞ்சிலதாய்யா சாந்திருக்க" அழு குரலில் மூதாட்டி ஒருவர் பதில் சொன்னார்.

ரத்தம் படிந்த தன் கையை நகர்த்தி அகத்தியின் கையை இறுகப் பற்றிப்பிடித்தார் வனபடுகன் மூப்பு.

திணறித்திணறி பேசுகிறார் மூப்பு. "ஏய் பழங்குடி மக்கா... என்மேல உங்களுக்கு மரியாதை இருப்பது உண்மையினா நான் சொல்லுறத கேக்கணும்."

மக்கள் எல்லாம் ஒருமித்த குரலில் "ஐயா, சொல்லுயா" என்று குரல் எழுப்பினர்.

ம.அபுபக்கர் சித்தீக் • 137

மூப்பு மெல்ல தான் பற்றி இருக்கும் அகத்தியின் கையை உயர்த்தியபடி, "பழங்குடி மக்கா... வண்ணாத்திப்பாறை பூர்வ குடிகளுக்கு இனி அகத்திதான் மூப்பு.

அகத்தி என்ன சொல்லுறானோ அதைக் கேட்டு நடக்கணும். நடப்பீங்களா? மலையப்பனைச் சாட்சியா வைச்சு அவனை ஏத்துக்கிறீங்களா" என்று மூப்பு கேட்க, ஒப்புக்கொண்டதற்கு சாட்சியா பழங்குடிகள் கையை உயர்த்தி 'ஊஉள... ஊஉள... ஊஉள... ஊஉள... ஊஉள...' எனக் கூக்குரல் இட்டனர். மூப்பு கண்ணில் கண்ணீர் வழிந்தோட அகத்தியின் கையை இழுத்து முத்தமிட்டபடி புன்னகை பூத்தார்.

கொஞ்சம் எட்டி நின்ற பூங்குழலி மற்றும் எத்தனை செய்கையில் அழைத்து தன் பக்கத்தில் அமர்த்திக்கொண்டு, இருவர் கையையும் பிடித்து அகத்தி கையுடன் தன் கையையும் மேல் வைத்து நல்லா இருடா மொச மவனே. ஏய் பேத்தி அடி வாரம் போயி அப்பனையே கண்டுபுடிச்சிட்டியே கெட்டிக்காரி" என்றார் வனபடுகன் மூப்பு.

"தாத்தா உங்களுக்கு எப்படி தெரியும்?"

"ஏய் நான் மூப்புடா தாயி."

"நேத்தே அகத்தி சொன்னான். பத்தரமா போய்ட்டு வாங்க வண்ணாத்திப்பாறைக்கு விடிவு காலம் உங்ககையில்தான் இருக்கு. காட்டுப்பாதையில கவனமா போங்கா. டேய் மொச மவனே கையில் கொடுவாள கொண்டு போ...

பேத்தி கொப்பன்ட்ட சொல்லு கழனித்தண்ணி குடிக்க வச்சதுக்கு வேதனைப்பட்டேன்னு."

"தாத்தா... தாத்தா..." மூப்பின் கைகளைப் பற்றியபடி கண்ணீர் வடித்தாள் பூங்குழலி...

"டேய் அகத்தி என் பிள்ளைகளை அறுத்தவனை அதே இடத்தில வைச்சு அறுத்துட்டேன். என் புள்ளைங்க ஆன்மா இப்ப நிம்மதியா அடங்கிப்போயிருக்கும் இல்லடா" கண்களில் நீர் வடிய சிரிக்கிறார் வனபடுகன் மூப்பு.

"டேய் அகத்தி என்னைய கொஞ்சம் இறக்கி உன் மடியில படுக்க வைடா. என்னைய 'டேய் வனபடுகா'ன்னு கூப்புற்றா." அகத்தி அமைதியாய் இருக்க, அகத்தியின் கைகளை உலுக்கிய படி "டேய் அகத்தி கூப்ற்றா... உன் வாயால கேட்டு எவ்வளவு நாளாச்சு கூப்ற்றா, ஏய் நண்பா கொஞ்சம் கூப்ற்றா" என மூப்பு

தேம்பி அழ, அகத்தி மெல்லிய குரலில் "வனபடுகா, வனபடுகா" என்ற கூற, கண்ணீர் தாரைதாரையாக வடிந்து மூப்பு முகத்தில் விழுந்தது.

மூப்பு, "டேய், டேய் அகத்தி, என் உயிர் நண்பனே, நீ அழக் கூடாதுடா பழங்குடிகளின் மரியாதை, வாழ்வு, கலாச்சார, பண் பாடு, உயிர் எல்லாம் உன் கையிலதான் இருக்கு. இந்த மோசமான நேரத்தில் உன்கூட நான் இருந்திருக்கணும். நீ கவலைப்படாத மலையப்பன் உனக்குத் துணை நிற்பான். கண்ணத் துடைடா" என்றார் வனபடுகன் மூப்பு.

"ஏய் அகத்தி உன் காதக் கொடேன். கொஞ்சம் குடுடா, ஆ, ஆ" என்று கத்தியபடி குண்டு பாய்ந்த இடத்தை வலியுடன் பிடித்துக்கொண்டு, மூப்பு சிரமத்துடன் சிரிக்க, ஏதோ சொல்ல வரும் மூப்பிடம், அகத்தியும் தன் தலையைச் சாய்த்துக் கேட்க, "ஏய் அகத்தி நான் செத்தேன்னா என் காதலி கங்காணிய நான் பார்க்க முடியும்தானே. அந்தப் புள்ளைக்கு மல்லியப் பூன்னா உசுரு. என்னைப் புதைக்கும்போது பத்து முழம் மல்லியப் பூ வாங்கி பத்தரமா சுத்தி என் கையில கொடுத்துட்டு அப்பறம் மண்ணைப் போட்டு மூடுடா அகத்தி" வனபடுகன் தன் இறந்து போன வாலிப வயது காதலியை நினைவுகூர்ந்தபடி கண்ணீர் விட்டார்.

திடீர் என மேல்மூச்சு, கீழ்மூச்சு வாங்க கை கால்கள் உதறத் தொடங்கியது. சிறிது நேரத்தில் அகத்தியைக் கட்டியணைத்து முத்தமிட்டபடி மூப்பின் அனைத்து சப்தநாடிகளும் நண்பனின் மடியிலேயே அடங்கிப்போனது.

வண்ணாத்திப்பாறையின் தலைமகன் மூப்பு என்ற வன படுகன் இறந்துபோனான்.

வனபடுகா... என் நண்பா... என் உயிரே...

தன் வாழ்நாளில் முதன் முதலாய் உரத்த குரலில் கதறி அழுகிறார் அகத்தி.

எப்போதும் புதைக்கும் இடத்தில் அல்லாமல் ஆள் அரவ மற்ற வனக்காட்டின் நடுவே அவசரஅவசரமாக குழிதோண்டி மூப்பின் ஆசையின் படி மல்லிகைப் பூவை கையில் கொடுத்து விடிவதற்குள் மூப்பின் சடலத்தை அடக்கம்செய்து முடித்தார் புதிய மூப்பு அகத்தி.

M.அபுபக்கர் சித்தீக் • 139

பகுதி 18

வக்கீலுடனான ஆலோசனை

எஸ்.பி. கரிகாலன் தலைமையில் மலையை நோக்கி காவல்துறை வாகனங்கள் அணிவகுக்கத் தொடங்கின.

அகத்தியின் ஆசீர்வாதத்துடன் மலைக்கு தெற்கே வனக் காட்டில் மரங்கள், செடிகள், கொடிகள் மரவேர்கள், பாறைகள், சதுப்புநிலங்கள், அருவிகள் என பலவற்றை தாண்டி, எத்தனும் பூங்குழலியும் ஓடுகின்றனர். வனவிலங்குகளான புலிகள், யானைகள், கொடிய விஷப்பாம்புகள் நிறைந்த அடர்ந்த வனப்பகுதி என்பதால் பெரும்பாலும் இந்த வழித்தடத்தில் பழங்குடிகள் பயணம் செய்வது அரிதிலும் அரிது. வனக்காட்டில் விலை உயர்ந்த மரங்களை வெட்டி கடத்தும் கடத்தல் கும்பல் மட்டுமே பயன்படுத்தும் ஒழுங்கில்லா பாதை இது.

வண்ணாத்திப்பாறையை விட்டு மக்கள் வெளியேற தடை விதித்து போக்குவரத்து முழுவதும் தடை செய்யப்பட்டுள்ளதால் தான் வேறு வழியின்றி இந்தப் பாதையைத் தேர்வு செய்தான் எத்தன். அதிலும் போலீஸார் படுகொலை உள்ளிட்ட தற்போதைய நிகழ்வு இன்னும் உஷ்ணத்தை அதிகப்படுத்தி இருந்ததால் இவ்வழியைவிட்டால் வேறு வழியே இல்லை என்ற கட்டாயம்.

எத்தன் வேகவேகமாக வனப்பகுதிகளிள் குறுக்கே கிடைக்கும் காய்ந்து போய் சாய்ந்த மரங்களைத் தாண்டி ஓடிக்கொண்டிருக்க திடீர் என 'அம்மா' என தடுமாறி விழுந்தான்.

பின்னேவந்த பூங்குழலி "என்னாச்சு, என்னாஆச்சு?" என்றபடி ஓடிவந்து எத்தனைத் தூக்க, காலில் தசைப்பிறண்டு வலியால் 'ஆ... ஆ... ஆ...' என எத்தன் கூச்சலிட, வழக்கம்போல் தாவணியைக் கிழித்து சதைபிடிப்புக்குக் காலில் மொரட்டு காதல் கட்டுப்போட்டு கைத்தாங்கலாக அவனைத் தூக்கி, கையைப் பிடித்தவாறு நடக்கத் தொடங்கினாள் பூங்குழலி.

பூங்குழலி நடந்தவாறு "எத்தா, உன் ஆத்தா என்ன நேரத்தில எம் மகனை இழுத்துக்கிட்டு ஓடப்போறியாடின்னு கேட்டுச்சோ அதே மாதிரி இப்ப நான் உன்னைய இழுத்துக்கிட்டு ஓட வேண்டி இருக்கு."

அவன் ஒரு முறை முறைக்க, "இல்லடா நல்லது போல கெட்டதும் இருக்காது. பெருசுங்க வாயில் இருக்கக் கூடாதுன்னு சொல்ல வந்தேன்" என்று சமாளித்தாள்.

"சரி மூடிக்கிட்டு போடி... ஊர்கிடக்கிற கிடையில உனக்கு நக்கலா இருக்கு."

அவனது வாயைப் பொத்தியடி "பேசல. நான் பேசல. ஊர் போறவரைக்கும் பேச மாட்டேன். வேகமாக வா போவோம்" இருவரும் வேகமாக மலையை விட்டு இறங்கத் தொடங்கினர்.

அதிகாலை தொடங்கிய பயணம் மாலை சூரியன் மறையும் வேளையில் குடிமலை கிராமத்தை அடைந்து, அங்கிருந்து டவுனுக்கு பஸ்ஸைப் பிடித்து லத்தீப்பாய் வாழைக்காய் மண்டிக்கு வந்துசேர்ந்து, தன் அப்பா சந்திரனை விசாரித்து விட்டு, அவர் வீட்டில் இருப்பதைத் தெரிந்துகொண்டு இருவரும் வீட்டுக்கு வந்துசேர்ந்தனர்.

கதவு திறந்திருக்க, "அப்பா அப்பா" என்றாள் பூங்குழலி. "யாருப்பா" என்றபடி சந்திரன் வெளியேவர பூங்குழலி நிற்பதைக் கண்ட மாத்திரத்தில் "அம்மா, எப்படிமா இருக்கே? என்னம்மா ஆச்சு கை, கால் எல்லாம் கீறலா இருக்கு" என்று பதற்றத்துடன் தன் மகளை நெஞ்சோடு அணைத்துக்கொண்டார் சந்திரன்.

"வண்ணாத்திப்பாறையில் ஐந்து நபர்களை போலீஸ் சுட்டுட்டாங்க என்ற செய்தி கேட்டு மலைக்குப் போக அடிவாரம் வந்தோம். எங்களை போலீஸ் விடவில்லை. மலைக்கு விடச்சொல்லி சாலை மறியல் செய்தோம். அதற்காக சட்ட ஒழுங்கு பிரச்னை ஏற்படுத்தி, பொது அமைதிக்குக் குந்தகம் விளைவித்தோமுன்னு சொல்லி வழக்கு போட்டு உள்ளே தள்ளிருச்சு போலீஸு. இன்னைக்கி மதியம்தாம் ஜாமீன் கிடைத்து நான், மாவட்ட செயலாளர் ரெத்தினம் உட்பட பதினெட்டுப்பேரும் வெளியே வந்தோம்.''

''என்ன பண்ணுவது ஏது பண்ணுவது என்று தெரியாம நின்னேன், எம் மகள் வந்துட்டே" என்று தன் பேச்சை முடித்தார் சந்திரன்.

எத்தனை அறிமுகம் செய்துவிட்டு, நேற்று இரவு வண்ணாத்திப்பாறையில் நடந்த தளிக்குழி சடங்கு, அதைத் தொடர்ந்து போலீஸார் வெட்டப்பட்டது, மூப்பு இறப்பு, அகத்தி தாத்தா மூப்பாகப் பொறுப்பேற்றது, இருவரும் போலீஸ்

கண்ணில் படாமல் காட்டு வழியா தப்பி வந்தது. இறுதியாக மூப்பு சந்திரனிடம் மன்னிப்பு கோரியதுவரை சொல்லி முடித்தாள் பூங்குழலி.

'பன்றியுடன் தண்ணீர் குடிக்க வைத்த' பழைய சம்பவத்தில் தன்மீது சுமத்தப்பட்டிருந்த கறை நீங்கியதைப் போன்று உணர்ந்தான் சந்திரன்.

கலங்கிய கண்ணைத் துடைத்தவாறு, அம்மா பூங்குழலி நாம ஒருகணம்கூட தாமதிக்காமல் அடுத்தடுத்து செய்யவேண்டிய வேலை நிறைய இருக்கு. நீங்க சீக்கிரம் ரெடி ஆகுங்க. நான் மாவட்ட செயலாளர் ரெத்தினத்துக்குத் தகவலைச் சொல்லி வர வைக்கிறேன்" என்று சொல்லிவிட்டு வேகமாக வெளியேறி சென்றார் சந்திரன்.

இரு கைகளையும் உயர்த்தி நெட்டி முறித்தபடி "இதுதான் மாமனார் வீடாடி" என்றான் எத்தன்.

"நீ மூடு. ஊர் கிடக்கிற கிடையில இப்ப இது ரொம்ப முக்கியமா?" என்றாள் பூங்குழலி.

'ஓ... பதிலுக்குப் பதிலா. பாப்போம்டி பாப்போம். இது எவ்வளவு நேரத்துக்குன்னு பாப்போம்' என்று தனியே பேசியபடி குளியலறைக்குச் சென்றான் எத்தன்.

சற்று நேரத்தில் இருவரும் தயாராகி வாசலில் உள்ள கூண்டு குருவிகளுக்குத் தண்ணீர் வைத்து, அரிசியை இரையாகத் தூவிக் கொண்டிருந்தனர்.

"அம்மா போகலாமா" சந்திரன் கையில் ஒரு குயர் வெள்ளைத் தாளுடன் ஓர் ஆட்டோ ஒன்றையும் பிடித்துக்கொண்டு வந்தார்.

"போகலாம்பா" என்று பதில் வர மூவரும் ஆட்டோவில் பயணமாயினர்.

"ரெத்தினம் மாமா வரலையாப்பா" என்று கேட்டாள் பூங்குழலி.

"அவரு அங்க வக்கீல் ஆபீஸுக்கு வந்துருவாரும்மா."

மேடு பள்ளமான ஒரு 15 நிமிடப் பயணம். வக்கீல் அலுவலகம் முன் வந்து நின்றது ஆட்டோ. முன்பே வந்து எதிர்பார்த்து காத்திருந்தார் ரெத்தினம். மூவரும் ஆட்டோவை விட்டு இறங்க, "இதுதான் உன் பொண்ணா, சந்திரா. பாப்பா உன்னையைத் தேடி வந்துருச்சு என்ன சந்திரா" என்றார் ரெத்தினம்.

"பெரிய பொண்ணா இருக்கே" என்றபடி, "நல்லா இருக்கியடா அம்மா?" என்று எத்தனைப் பார்த்து, "தம்பியும் மலையா?" என்றார் ரெத்தினம். "ஆமா சார்" என்றாள் பூங்குழலி.

"சரி... வாங்க வக்கீலைப் பார்ப்போம்" என்று நடக்கத் தொடங்கினர் வக்கீல் அலுவலகத்துக்கு.

"மாவட்டத்தில் பெரிய வக்கீல் இவருதான். எங்க கட்சி கேசு எல்லாம் இவருதான் பாக்குறாரு, பீஸு பார்த்து வாங்கிப்பாரு. நல்ல மனுசன்" என்று பேசியபடி வக்கீல் அறையை நெருங்கி அனுமதியும் பெற்று உள்ளே சென்றனர்.

"வாங்க வாங்க. ரெத்தினம், சந்திரா இரண்டு பேருக்கும் நம்ம ஆபீஸுக்குப் பக்கத்திலே வீடு பாத்தறது நல்லது. ஜெயிலில் இருந்து வந்து நாலு மணி நேரம் ஆகலை. அதுக்குள்ள மறுபடியும் வக்கீல் ஆபீஸ்ல வந்து உக்காந்திருக்கீங்க" என்று சிரித்தார் வக்கீல்.

"எங்களை கொண்டுதான் உங்க பொழப்பு நடக்குது பார்த்துகங்க வக்கீல் சார்" என்று சொல்லிக்கொண்டே ரெத்தினமும் சிரிக்க, "அட போய்யா நீ கொடுக்கிற காச வைச்சு என் காருக்கு பெட்ரோல் போடக்கூட பத்தாது" எதார்த்தமாய் இருவரும் பேசிக் கொண்டனர்.

"சொல்லுங்க ரெத்தினம்."

"வண்ணாத்திப்பாறையில் போலீஸ் நடத்துற சர்வாதிகாரத்தை வெளியே கொண்டு வரணும். அது சம்பந்தமா நீதிமன்றத்தில் ரிட்டு ஒன்று தாக்கல் செய்யணும்.

சட்டென்று அதிர்ந்து போன வக்கீல் பாலமுருகன், "ரெத்தினம் அது மத்திய மந்திரி அதுக்கும் மேலெவல் சம்பந்தப்பட்ட பெரிய விசயம் அவ்வளவு சாதாரணமானது இல்லை" என்றார்.

பூங்குழலி குறுக்கிட்டு "கோர்ட்க்குதானே சார் நாம போறோம். கோர்ட் எல்லாத்துக்கும் பொதுதானே" என்றாள்.

"கோர்ட் எல்லாத்துக்கும் பொதுதாம்மா. ஆனா, உள்ள உட்கார்ந்து எழுறது ஆளுங்கட்சி நியமித்த ஆளுங்க. அங்கே போய் ஆளுங்கட்சிக்கு எதிராக தீர்ப்பு வந்துருமுன்னு நம்பலாமா?"

"கொக்குகள் காப்பகத்துக்காகப் பல மனித உயர்கள் பலி போகுதே. அதை பொதுவில் வைத்து விவாதிக்க வேண்டிய தேவை இருக்கே. அதை உங்கள மாதிரி வழக்கறிஞர்களும், நீதிமன்றங்களும், பத்திரிகைகளும், எதிர்கட்சிகளும்தானே

பேசணும் எல்லாரும் அமைதியா இருக்கீங்களே அதான் எங்களுக்குப் புரியல" பூங்குழலி ஆவேசமாய் கேட்டாள்.

வக்கீல் சிரித்தபடி "சத்திரா உன் மகள் வக்கீல் மாதிரி பேசுதிய்யா பரவாயில்லை. பேசாம உம்மகளையே வக்கீல் படிக்க வைச்சுறேன்" என்று, அகத்தி சொன்ன சிந்தனையை மீண்டும் புதுப்பித்தார் வக்கீல் பாலமுருகன்.

பெருமிதத்துடன் புன்னகை பூக்கிறார் சந்திரன்.

"யம்மா நீ சமகால அரசியலைப் புரிஞ்சிக்கலைங்கிறது மட்டும் தெரியுது. எப்படி சொல்லுறேன்னு கேக்குறியா. உங்கள் கூற்றுபடி ஐந்து உயிரை எடுக்கும் அளவுக்கு இந்த அதிகாரம் போகுது எனும்போதே இதன் பின்னால் இருக்கும் அரசியலை நீ இன்னமும் உணரல.

இன்னமும் நீங்க இதைக் கொக்குகள் காப்பகப் பிரச்னையா தூக்கிட்டுச் சுத்துறீங்க. ஆனால், அங்கு நடப்பது கொக்குகள் காப்பகத்துக்கான பிரச்னை அல்ல. வண்ணாத்திப்பாற சுற்றியுள்ள மலைப் பகுதிகளில் இருக்கும் 'கனிம வளங்களுக்கானது'.

கொக்குகள் மீது பாசம் எல்லாம் ஒன்றும் கிடையாது. சர்வ தேச கொக்குகள் ஆணையம் கொடுத்த அறிக்கையைத் தங்களுக்கு சாதகமாகப் பயன்படுத்திக்கொள்கின்றனர் அவ்வளவுதான்.

இதன் பின்னால் பெரியபெரிய மாஃபியா கும்பலே இருக்கு. நம்ம மாவட்டத்தில் நீ எந்த வக்கீலிடம் சென்றாலும் நடக்காது. மாறாக உங்களுக்கு எதிராகத்தான் போய் முடியும். சரியா? கிளம்புங்க..." என்று பாதையை நோக்கி கைகாட்டினார் வக்கீல் பாலமுருகன்.

நன்றி தெரிவித்து வெளியே வந்தனர்.

"என்னப்பா, இப்படி சொல்லுறாரு" என்றாள் பூங்குழலி.

"எனக்கு ஒண்ணும் புரியலைம்மா" என்று சந்திரன் பதில் அளிக்க, யாரிடமோ தொலைபேசியில் காரசாரமாகப் பேசிவிட்டு வந்த ரெத்தினம் குறுக்கிட்டு "மாநில தலைமைக்கு இப்பதான் வண்ணாத்திப்பாறை சம்பந்தமாகப் பேசுனேன், அவங்களும் மழுப்பலான பதில் சொல்லுறாங்க" என்று தன் வேதனையைப் பகிர்ந்தார்.

"பத்திரிகைக்காரங்களச் சந்தித்து வக்கீல் சொன்ன கனிம வளங்கள் சம்பந்தமாகவும், தற்போது போலீஸ் நடத்தி வரும்

அக்கிரமங்களைச் சொன்னா எப்படி இருக்கும்" என்றான் எத்தன். "வாய்ப்பில்லை தம்பி" உச்சு கொட்டியபடி, "ஏதாவது மாவட்ட செயற்குழு தீர்மானம் போட்டோம், செடி நட்டோம், தண்ணீர் பந்தல் அமைத்தோம் என்று செய்தி கொடுத்தா போடுவாங்க. மற்றபடி நியாயமான தீர்மானங்களா இருந்தாலும் அது அரசுக்கு எதிராக இருந்தா பெரும்பாலும் செய்தி போட மாட்டாங்க.

உங்க ஊர் பிரச்னை முழுக்கமுழுக்க ஆளுங்கட்சியே முன்னின்று நடத்துகிறது. அப்படி இருக்கும்போது கண்டிப்பாகப் போட மாட்டாங்க... பேச மாட்டாங்க. இறந்த பழங்குடிகளைத் தீவிரவாதி அளவுக்கு எழுதாம இருந்தாலே பெருசு தம்பி" விரக்தியாய் பதிலளித்தார் ரெத்தினம்.

"வாங்க வேற ஏதாவது யோசிப்போம்" என்றபடி கையைப் பிசைந்தவண்ணம் அவ்விடத்தைவிட்டுக் கிளம்பினர்.

பகுதி 19

போலீஸ்காரர்களின் அத்துமீறல்

வண்ணாத்திப்பாறை முழுவதும் காக்கிகளால் கலவர மேகம் சூழ்ந்திருக்க, ஆங்காங்கே வஜ்ரா வாகனங்கள் நிறுத்தப் பட்டு, நூற்றுக்கணக்கான அதிரடிப்படையினர் குவிக்கப்பட்டு, வண்ணாத்திப்பாறை பழங்குடி மக்கள்மீது தடியடி நடத்தி வருகிறது போலீஸ். எங்கும் ஓலம். மக்கள் அங்கும் இங்கும் செய்வதறியாது தெறித்து ஓடுகின்றனர்.

ஊர் மத்தியில் SP கரிகாலன் நின்றுகொண்டு, ''வீட்டையும், பழங்குடியானையும் விடாதீங்க எல்லாத்தையும் வெளியேற்றுங்க! எவனாவது எதிர்த்துப் பேசுனா சுடுங்க! போலீஸ்காரனையே வெட்டி கொலை செய்யுற அளவுக்கு நெஞ்சுரம் வந்து இருக்குன்னா, சும்மா விடலாமா இந்தக் காட்டுவாசி நாய்கள... வீட்ட விட்டு வெளியேற மறுத்தா குடிசையைக் கொளுத்துங்க" என்று பலவிதமான உத்தரவுகளை வெறி கூச்சலுடன் பிறப்பித்து வருகிறார்.

இன்ஸ்பெக்டர் கோபாலச்சந்தர் இவர் பொய் வழக்குப் போட்டு அப்பாவிகளைக் கைதுசெய்வதில் கைதேர்ந்தவர். இன்ஸ்பெக்டர் ராஜேந்திரனுக்கு இணையான SP கரிகாலனின் விசுவாசி. SPயின் உத்தரவுகளை அப்படியே செயல்படுத்தி வருகிறார் கோபாலச்சந்தர்.

வீடுகளை விட்டு வெளியேற மறுக்கும் பழங்குடி மூதாட்டி ஒருவரின் கைகளைப் பிடித்து இழுத்தும், கால்களால் எட்டி உதைத்தும், வலுக்கட்டாயமாக வெளியே தள்ளினர். ஒவ்வொரு வீட்டின் மழைக்காலங்களுக்கு வேண்டி சேர்த்து வைக்கப் பட்டிருந்த கம்பு, வரகு, சம்பா, தினை, காக்கா சோளம் உள்ளிட்ட தானிய மணிகள் நிரம்பிய மண்ணால் ஆன குருதுகள் மற்றும் பெரும்பெரும் மண்பானைகளை ஷூ கால்களால் எட்டி உதைத்தும், மண்பானைகளைத் தெருவில் தூக்கி வந்து போட்டு உடைத்தும், நவீன அரசியல்வாதிகளின் சிறந்த அடிமைகளான தன் எஜமானர்கள் இட்ட கட்டளைகளை ஈவு, இரக்கம் இன்றி, விசுவாசமாய் ஏன் எதற்கு என்று கேள்வி எழுப்பாத ரோபோக்களைப் போன்று செயல்படுத்திவருகிறார்கள் கடைநிலைக் காவலர்கள்.

பழங்குடிகள் பயன்படுத்தும் மூங்கிலால் ஆன கூடை உள்ளிட்ட சாமான்கள், வேட்டைப் பொருட்கள், பாய் தலை யணை உட்பட அனைத்தையும் வீதிகளில் வீசி எறிந்து வருகிறது காவல்துறை.

லத்தியைக் கொண்டு ஒருபுறம் போலீஸார் அடித்து விரட்டிக் கொண்டிருக்க, அடிதாங்க முடியாமல் அடி விழுந்த இடங்களைத் தடவியபடி அழுதுகொண்டே சீலைத் துணியை வீதியில் விரித்து சாமான் செட்டுகளைப் பொறுக்கிப்போட்டு சிறுசிறு மூட்டைகளாய் கட்டிக்கொண்டிருந்தனர் வண்ணாத்திப்பாறை பழங்குடிகள்.

பார்ப்போரைப் பதற வைக்கும் காட்சி அது. இப்படியான சம்பவம் ஒரு வீட்டின் வாசலில் மட்டும் அல்ல அனைத்து பழங்குடிகளின் நிலையும் இதுதான்.

கோழிகள் மூடி இருந்த பஞ்சாரக் கூடை எல்லாம் உதைத்து எறியப்பட்டு, பார்த்துப்பார்த்து வளர்த்த கோழிகள் எல்லாம் ஆங்காங்கே பரிதவித்து நின்ற காட்சி பழங்குடிகளின் உயிரையே பறிப்பதற்கு ஒப்பானதாக இருந்தது.

பழங்குடிகளின் வாழ்வோடு இரண்டறக் கலந்து தங்கள் குடும்பத்தில் ஒருவனைப்போல் வாழ்ந்துவரும் பழங்குடிகளின் பூர்வீக சொத்துக்களான எருமைகளையும் , பசுக்களையும் அடித்து, துன்புறுத்தி அவற்றைத் தங்களுடன் ஓட்டிச்செல்ல அனுமதி மறுத்து உச்சபட்ச அநியாயத்தைச் செய்தனர் போலீஸார்.

மாட்டுக் கொட்டகைகளில் எருமைகளை ஓட்டிச்செல்ல அனுமதி கேட்டு போலீஸாரின் கால்களைப் பிடித்துக்கொண்டு கெஞ்சும் பெண்கள், "ஐயா! எம்புள்ளைங்க மாரியா இந்த எருமைங்க. கொஞ்சம் நேரம் ஆளக் காணாட்டினாலும் அம்மா அம்மான்னு கத்திக்கிட்டு தேடும் வாயில்லா சீவன்கய்யா அதுங்க. கொட்டகையில பாம்பு, பூச்சி, கட்டை வந்துட்டாகூட, கத்திக் கூச்சல் போடுங்கய்யா. உங்க கால்ல விழுறேன் அதுங்களை எங்ககூட விடுங்கய்யா" என்று பூர்வகுடிகளான பழங்குடிகள் பஞ்ச பரதேசியாய் கெஞ்சி அழுதனர்.

அவ்வழுகையைக் கண்டு கண்ணீர் சிந்தும் காவலர்களும் உண்டு. விருப்பம் இல்லாவிட்டாலும் நிர்ப்பந்தத்தில் பணிக்கு அழைத்துவரப்பட்ட காவலர்களும் உண்டு.

மாடுகள் கத்திக் கூப்பாடுப் போட கோபாலாச்சந்தர் ஓடி வருகிறார். "என்ன நடக்குது இங்கே?. கட்டிப்பிடித்து ஒப்பாரி

வைக்கவா வந்தோம். அரசாங்கத்தோட உத்தரவு... அதை செயல் படுத்திட்டுப் போக வேண்டியதுதான். இந்தப் பொம்பளங்க எல்லாத்தையும் அடிச்சுத் துரத்திட்டு மாடுகளோட கயிறுகளை அறுத்துவிடுங்க. செய்ங்கடா" என்று அழுத்தமாகக் கத்த, அடுத்த கணம் பெண்கள் ஆண்கள் என அனைவரின் மீதும் கொடுந்தாக்குதல் தொடங்கியது.

'ம்மே, ம்மே, ம்மே' என மாடுகள் அங்கும் இங்கும் கத்திக் கூப்பாடுப் போட வண்ணாத்திப்பாறை அனைத்தும் மாட்டுக் கொட்டகைகளில் இருந்தும் மாடுகளின் கட்டுக் கயிறுகள் அறுக்கப்பட்டு வனப்பகுதிகளுக்குள் விரட்டி அடிக்கப்படுகிறது.

தங்கள் கண் முன்னே தங்களின் பிள்ளைகளைப் போன்ற மாடுகள் விரட்டி அடிக்கப்படுவதைப் பார்த்த பழங்குடிகள் நெஞ்சில் அடித்துக்கொண்டு அழுகின்றனர். வார்த்தைகளால் எழுத முடியாத வலி அது.

என்ன அடித்து விரட்டினாலும் கன்றுகளும், மாடுகளும் திரும்ப ஓடிவருகிறது, வளர்த்த தம் தாய் தந்தையர்களை நோக்கி.

ஒவ்வொரு வீதியிலும் இருபது முப்பது போலீஸ் கையில் கட்ட துப்பாக்கிகள், லத்திகளுடன், "சீக்கிரம்சீக்கிரம் மூட்டை முடிச்ச தூக்கிட்டு நடங்க" என்று அரட்டி, கூச்சல் போட்டபடி விரட்டிக்கொண்டிருந்தனர்.

வயதான மூதாட்டி ஓலைக் குடிசையின் நிலக்காலை கட்டிப் பிடித்துக்கொண்டு, "ஐயா என் மன்னவன் (கணவன்) வாழ்ந்த குடிசையா, நானும் இதே குடிசையிலேயே இருக்கேய்யா, என்னைய விட்டுடுங்கய்யா, ஐயா என்னை விட்ருங்களைய்யா, அவுக வாழ்ந்த வீட்டை விட்டு என்னைய அனுப்பாதீங்கய்யா" மூதாட்டியின் கண்ணீர் எந்தப் பயனும் தரவில்லை.

தட்டுமுட்டு பொருட்களை எல்லாம் சீலை துணியால் மூட்டைகளாய் கட்டி முடித்த பிறகும், பல பழங்குடி மக்கள் தாங்கள் வாழ்ந்த குடிசைகளை விட்டு வர மறுத்து போலீஸாரின் கால்களில் விழுந்து அழுது புலம்பி கத்தி கதற, ஸ்தம்பித்து போய் நின்றனர் போலீஸார்.

வேகமாக *SP* வருகிறார். குடிசையின் அடிகாலை கட்டிக் கொண்டு அழும் பழங்குடிப் பெண்ணின் குடுமியைப் பிடித்துத் தரதரவென இழுத்து தெருவில் போடுகிறார்.

“இங்கே என்ன தெருக்கூத்தா நடக்குது, வேடிக்கை மயிரு பாத்துக்கிட்டு இருங்கீங்க. அவ்வளவு மனிதாபிமான இருக்கனுவ எதுக்குடா போலீஸ் வேலைக்கு வர்றீங்க ஒருத்தன் விடாம லிஸ்ட் எடுத்துத் தூக்கிருவேன். எல்லாத்தையும் அடிச்சு துரத்துங்கடா... ஏய் பாலச்சந்தர் இங்கே வா. நீ என்ன அங்க நின்னு புடுங்குறியா?” குடிசைகளை விட்டு வர மறுத்தா, எல்லா குடிசையையும் நெருப்பு வைத்து கொளுத்துங்க. அவளுங்களே பதறியடித்துக்கொண்டு குடிசையை விட்டு வருவாளுங்க. ம், சீக்கிரம்” என்று SP விஷத்தைக் கக்க, அடுத்த சில நொடிகளில் ஓலை குடிசைகள் எல்லாம் பற்றி எரியத் தொடங்கியது.

“ஒரு குடிசையில் பற்றவைத்து எரிந்துகொண்டிருக்கும் வீட்டின் ஓலைகளை உருவி மற்றமற்ற குடிசைகளையும் பற்ற வைத்தனர் போலீஸார்.

‘திகுதிகு’வென எரிகிற குடிசைகள்...

ஆம். எரிவது பழங்குடிகளின் குடிசைகள் மட்டும் அல்ல. பழங்குடிகளின் கலாச்சாரம், பண்பாடு, மருத்துவ அறிவு, வாழ் வாதாரம் , பழக்க வழக்கங்கள், உணர்வுகள், வேட்டை திறன்கள், தாம் வாழ்ந்த வாழ்விடம் என ஒட்டுமொத்த வண்ணாத்திப் பாறையும் எரிகிறது. பழங்குடிகளின் ஆவணங்கள் இல்லாத வரலாறு எரிந்து காற்றில் கரும்புகையாய் பறந்துகொண்டிருக்கிறது.

மேள தாளங்களும், திருவிழாக்களும், சடங்குகளும், பழங் குடிகளின் உணர்வோடும், உயிரோடு கலந்திருந்த “வண்ணாத்தி பாறை” தனது இறுதி மூச்சை போலீஸார் மூட்டிய நெருப்பில் சிரமத்துடன் சுவாசித்து மறைந்துகொண்டிருந்தது.

தலையிலே பாய், தலையணை, சாமான்கள் மூட்டையைச் சுமந்துகொண்டு, இடுப்பிலே பச்சிளம் குழந்தைகளை வைத்துக் கொண்டு, கையில் தன் பிள்ளைகளைப் பிடித்துக்கொண்டு ஓரிரு கோழிகளையும், ஆடுகளையும் ஓட்டிக்கொண்டு பூர்வகுடிகள் காடற்ற, மலையற்ற, நிலமற்ற, தொழில் அற்ற, கலாசாரமற்ற பரதேசிகளாய் துரத்தியடிக்கப்பட்டு வனக்காட்டின் வழியே கண்ணீரோடு நடந்துவருகின்றனர் அடிவாரம் நோக்கி.

போலீஸாரால் துரத்தி அடித்த எருமைகளும், மாடுகளும், மரம், செடி கொடிகளுக்குள் புகுந்து வனக்காட்டில் கத்திக்கொண்டு ஓடிவருகிறது. அனாதைகளாய் ஊரைவிட்டு வெளியேறும் பழங் குடிகளின் பின்னால்...

"இந்தியத் திருநாட்டில் இப்படி பல பழங்குடிகளைக் கேட்க நாதியின்றித் துரத்தி அடித்திருக்கிறது அரச பயங்கரவாதம்..."

முன்னதாக இன்ஸ்பெக்டர் ராஜேந்திரன் கொலை செய்யப் பட்டு இரண்டு போலீஸார் வெட்டப்பட்ட வழக்கில் பொய்யாகக் குற்றம்சாட்டி மூப்பு (அகத்தி) உட்பட 28 ஆண்களைக் கைது செய்து சிறையில் அடைத்து இருந்தது போலீஸ்...

தம்முடைய வலி வேதனையை' சொல்லி அழும் வண்ணாத்திப்பாறை:

'என்னில் வாழ்ந்த மாந்தர்களே எங்கே போறீர் சொல்லு மய்யா!'

'திருவிழா கண்ட பழங்குடியே என்னை தனியே விட்டு போறீரே!'

புலிகள் வந்து கேட்டாக்க நான் என்னான்னு சொல்வேன் சொல்லுமய்யா!"

பகுதி: 20

நீதிமன்ற வளாகம்

கறுப்பு கோட்டுடன் வழக்கறிஞர்கள் நீதிமன்றப் படிக் கட்டுகளில் இறங்கவும், ஏறவும் என பரபரப்பாகக் காணப்பட்டது அந்தக் காலைப்பொழுது.

ஆங்காங்கே வழக்கறிஞர்கள் தங்கள் கிளைன்டுகளிடம், "நீங்க ஒண்ணும் கவலைப்படாதீங்க, நாமதான் ஜெயிப்போம். எல்லாம் நமக்குச் சாதகமா இருக்கு. காசு கொண்டு வரச் சொன்னேனே கொண்டுவந்தீங்களா" என்று பேசி ஆறுதல் வழங்கிக்கொண்டிருந்தனர்.

இன்னும் ஒரு சிலர், நீதிமன்ற வளாகத்தில் உள்ள டீக் கடைகளில் டீ கிளாஸைக் கையில் ஏந்தியவண்ணம், "மணி வண்ணன் சார் கொஞ்சம் இங்க வாங்க. என்ன புதுசா வந்த ஜட்ஜ் பெரிய இவரு மாரி புதுப்புது ரூல்ஸ் எல்லாம் பேசுறாரு. நம்ம சர்வீஸுக்கு எத்தனை ஜட்ஜைப் பார்த்து இருப்போம். ஒரு சாதாரண 75, செக்சனுக்கு ரூல்ஸ் வெங்காயம் எல்லாம் பேசுறாரு. இந்தாளு போறவரைக்கும் பெரிய கேசு எதுவும் கொண்டுபோக கூடாது. வேற நல்ல ஜட்ஜ் வந்தா பாப்போம்" என்று தங்கள் கோபங்களை நீதிபதி காதில் விழாவண்ணம் டீ மாஸ்டரின் முன் கம்பீரமாய்ப் பேசிக்கொண்டிருந்தனர்.

நீதிமன்ற படிக்கட்டுகளில் வேக நடைபோட்டு வளாகத்துக்குள் இருக்கும் புங்கை மர நிழலில் காத்திருக்கும் பூங்குழலி, எத்தன் மற்றும் சந்திரன் ஆகியோரை நோக்கி வக்கீல் செந்தாமரை கண்ணன் மற்றும் ரத்தினம் இருவரும் வந்துசேர்ந்தனர். "என்னாச்சு ஜாமீன் கிடைச்சுதா" என்று பதற்றத்துடன் பூங்குழலி கேட்க, "இல்லம்மா... ஜாமீன் மனுவைத் தள்ளுபடி செய்துட்டாங்க. ஜட்ஜ் புதுசாம் ரொம்ப கெடுபுடியா இருக்காரு. அது இல்லாம போலீஸ் தரப்பில் ஜாமீன் கொடுக்க கூடாது என்று ரொம்ப பிரஷர்.

இன்ஸ்பெக்டரையே படுகொலை செய்தவங்க என்றும், தீவிரவாதிங்ககூட தொடர்பு இருக்குன்னு அரசு வழக்கறிஞர் பயங்கர அழுத்தம் கொடுத்துட்டாரு. ஜட்ஜ் எடுத்த எடுப்பிலயே மனுவைத் தள்ளுபடி செய்துட்டாரு.

இனி சென்னை உயர்நீதிமன்றம்தான் போகணும். யாரை புடிச்சா வேலை ஆகும் என்று யோசிச்சு செய்ங்க” என்றபடி ‘‘ரத்தினம் சார், நான் காரில் வெய்ட் பண்ணுறேன், சீக்கிரம் வாங்க” என்று பீஸ் தொகைக்கு அடிபோட்டு நடந்தார் வக்கீல் செந்தாமரைக் கண்ணன்.

மாவட்டத்தில் எந்த வக்கீலும் இந்த வழக்கை எடுத்து நடத்த முன்வராததால் வெகு சிரமப்பட்டு கோயம்புத்தூரில் இருந்து கட்சியின் வழியாகக் கூடுதல் தொகை பேசி ரத்தினம் ஏற்பாடு செய்து அழைத்து வரப்பட்டவர்தான் செந்தாமரைக் கண்ணன் வழக்கறிஞர்.

“எங்கள் தரப்பு நியாயத்தை எடுத்துச்சொல்லக்கூட ஒரு வழக்கறிஞர் வர மாட்டேங்கிறாங்க. வண்ணாத்திப்பாறை என்று பேச்சை எடுத்தாலே என்னமோ பயங்கரவாதிகளப் பார்க்கிற மாதிரி பாக்குறாங்க. சில வழக்கறிஞர்கள் மிரட்டுறாங்க.

“ஏம்பா பழங்குடிங்க என்ன பாவம்பா செய்தோம். ஏன் எங்களை இந்த சமவெளி சமூகம் புறக்கணிக்குது. காடு மலையே போதும்னு வாழ்ந்துட்டு, இப்படி கல்வி இல்லாம அநாதையாய் நிக்கிறோமேப்பா கஷ்டமா இருக்குப்பா.

கம்பீரமாய் வாழ்ந்த என் தாத்தா அகத்திக்கு கைவிலங்கு போட்டு கூட்டிப் போறத பார்க்கவே முடியலப்பா, வலிக்கிதுப்பா. அன்றாடம் மாடு மேய்ச்சு வயித்தக் கழுவுகிற மக்கப்பா நாங்க. இத்தனை பேத்துக்கும் செலவு பண்ணி எந்த மெட்ராஸ் போயி எந்த கோர்ட்ட பார்த்து ஜாமீன் எடுக்கிறது” என்று பலர் வேடிக்கை பார்க்க தகப்பனின் நெஞ்சில் சாய்ந்தபடி தேம்பிதேம்பி அழுகிறாள் பூங்குழலி.

“ஏ பூங்குழலி நிமிர்ந்து பாரு. என்னைய பாரும்மா, அழுகாம என்னைய பாரு” தோள்பட்டையை உலுக்கினார் தந்தை சந்திரன்.

பூங்குழலி அழுதபடி நிமிர்ந்து பார்க்க, “உனக்குக் கல்வி தானே வேணும்! சொல்லு கல்விதானே வேணும். உங்க இரண்டு பேத்தையும் நான் படிக்கவைக்கிறேன். அதிகாரத்தின் சட்டையைப் பிடித்து உலுக்கும் சக்தி வாய்ந்த வக்கீல் படிப்பையே படிக்க வைக்கிறேன். படிக்கிறியா சொல்லுடாம்மா? படிக்கிறியா? உன் அப்பன் கேக்கிறேன் சொல்லு.

உன் மக்களுக்கு நீதியைப் பெற்றுத்தர வேண்டும். இழந்த உரிமையை மீட்டு மீண்டும் வண்ணாத்திப்பாறை மலையில்

அவர்களைக் குடியமர்த்த வேண்டும் என்றால் நிச்சயமாகக் கூலிக்கு வக்கீல் பிடித்து சாத்தியம் இல்லை. பணத்துக்கு மயங்காமல் உணர்வு ரீதியாக உயிருக்கு அஞ்சாமல் வலிமையான சட்டப் போராட்டத்தை நடத்தக்கூடிய ஒரு வழக்கறிஞர் வேண்டும்."

ரத்தினம் குறுக்கிட்டு "அப்படிப்பட்ட இரண்டு வழக்கறிஞர்களை நான் என் கண்ணு முன்னாடி பார்க்கிறேன்" என்றார்.

"நீங்க இரண்டு பேரும் படிங்க, எதைப் பற்றியும் கவலைப் படாம படிங்க. உங்க தாத்தா அதான் என் மாமனார் உட்பட எல்லாரையும் வெளியே கொண்டுவர்றத நான் பார்த்துகிறேன். அடிவாரத்தில் இருக்கிற பழங்குடிகளையும் சேர்த்து, சரியாம்மா."

அழுதுகொண்டே தலையசைத்தாள் பூங்குழலி, எத்தனும் சம்மதித்து சிரிக்க இருவரும் ஒருவர் கைக்குள் ஒருவர் கையை விட்டு இறுக்கமாகப் பிடித்துக்கொண்டு அனைவரும் நீதிமன்ற வளாகத்தை விட்டு வெளியேறினர்.

அனைவரும் லத்தீப்பாய் வாழைக்காய் மண்டிக்குச் சென்று, "லத்தீப்பாய் என்னைய முதலாளியா ஆக்கணுமுன்னு குறைந்த விலையில் நீங்க வாங்கித் தந்த லாரியை வைச்சுக்கிட்டு எதுன ஒரு ரேட்டு போட்டுக் கொஞ்சம் காசு குடுங்களேன்" என்று சந்திரன் கண்களில் வரும் கண்ணீரை மறைத்து சிரித்த முகத்துடன் கேட்டார்.

"டேய் சந்திரா ஏன்டா ஒரு மாதிரியா இருக்க. எதுக்கு உனக்கு காசு. என் மனைவி பேர்ல வாங்குனது அதில தூங்குனாதான் நிம்மதியா தூக்கம் வருதுன்னு சொல்லுவ, இப்ப என்னடா சோறு போடுற லாரியை விக்கிற அளவுக்குக் கஷ்டம்" என்றார் லத்தீப்.

நடந்தவற்றைச் சொல்லி, "எம் மகளுக்குன்னு நான் எதுவும் இதுவரை செய்யல. இப்ப படிக்க ஆசைபடுகிறாள், அது இல்லாம கேசு செலவுன்னு நிறைய இருக்கு. அதான் லத்தீப்பாய்" என்று சந்திரன் பதில் சொல்ல, "எம் பேத்தி படிப்புக்குதானே? போய் ஒரு இருபது ரூபாய் பத்தரம் வாங்கிட்டு வந்து வட்டி இல்லா கடனாக இந்தத் தொகையைப் பெறுகிறேன் என்றும், லாரி ஒவ்வொரு தடவையும் லோடு ஏற்றி போய்விட்டு வரும்போதும் வாடகையில் இவ்வளவு தொகை என கழித்துக்கொள்வேன். இதற்கு எந்த வித வட்டியும் கால அவகாசமும் இல்லை என்று எழுதி, கையெழுத்துப் போட்டு குடுத்துட்டு காச வாங்கிட்டுப் போடா.

இந்தக் காச எழுதாமக்கூட கொடுத்துடுவேன் அல்லாஹ் எதையும் எழுதாமல் கொடுக்கல்வாங்கல் வைக்க கூடாதுன்னு சொல்லி இருக்கார், அதான் எழுதி வைச்சுட்டா நான் மௌவுத்தாயிட்டாலும் அந்த பேப்பர் பேசும்" என்று லத்தீப் சொல்லி முடிக்க, சந்திரன் ஓடிவந்து லத்தீபைக் கட்டியணைத்துக் கொண்டு, "நீங்க நூறு வயசுவரை நல்லா இருப்பீங்க பாய்" என்று அழுகிறார்.

துண்டை உதறிக்கொண்டே, "வண்டிய வித்துட்டு மாடு மேய்க்க போறானா" என்று புலம்பியபடி லத்தீப் வீட்டுக்கு நடக்கத் தொடங்கினார்.

சிறைச்சாலை சென்று அகத்தி மற்றும் ஊரார்களைச் சந்தித்து சட்டம் படிக்க சென்னை போகிறோம் என்று சொல்லி அனைவரிடமும் ஆசீர்வாதம் வாங்கிக்கொண்டு கண்ணீருடன் விடைபெற்று அனைவரும் வெளியே வர, சந்திரன் மட்டும் சிறைக் கம்பிகளுக்குப் பின்னால் நிற்கும் அகத்தியையே பார்க்க, அகத்தியும் பார்க்க சிறிது நேரத்தில் இருவரும் கம்பிகளுக்குள் கைகளைக் கோர்த்து பிடித்தபடி "ஐயா" என்று சந்திரனும், "தப்பு செய்திட்டோம் தம்பி" என்று அகத்தியும் "என்னைய மன்னித்திருங்க என்று கண்ணீருடன் அழுதக் காட்சி இருபது ஆண்டுகளாக இருந்த வலி வேதனையை வெளிப்படுத்தியது.

சீமான்களைப் போன்று வாழ்ந்த பழங்குடிகள் தற்போது அகதிகள் போன்று, காட்டில் சுதந்திரமாய்ச் சுற்றித் திரிந்த வன விலங்குகளைக் கூட்டில் அடைத்ததைப் போன்று அடிவாரத்தில் மோசமான சூழலில் உணர்வுகள் எல்லாம் செத்த நிலையில் உயிரை மட்டும் வைத்துக்கொண்டு, இறந்தவர்களைப் புதைக்கக்கூட இடம் இன்றி தவித்து, கேட்க நாதியற்று வாழும் பூர்வகுடியான பழங்குடி சொந்தங்களை, கண்ணீரும் அழுகையுமாய் நலம் விசாரித்து, தாங்கள் படிக்க போகும் செய்தியைப் பகிர்ந்து, எத்தனின் தாயாரிடம் ஆசீர்வாதம் பெற்று கண்ணீரும் கம்பலையுமாய் விடைபெற்றனர் எத்தனும் பூங்குழலியும்.

ரத்தினத்தின் மூலமாக தனது கட்சி உதவியுடன் சென்னையில் உள்ள டாக்டர் அம்பேத்கர் சட்டக்கல்லூரியில் இருவருக்கும் ஐந்தாண்டு சட்டப் படிப்புக்கான சீட்டு வாங்கப் பட்டு இருவரும் கல்லூரிக்குக் கிளம்பினர்.

இருவரையும் சென்னை செல்ல தனது லாரியில் இரயில் நிலையம் அழைத்து வந்து வழியனுப்பி வைத்தனர் ரத்தினமும் சந்திரனும்.

பகுதி 21

கொக்குகள் காப்பகம் திறப்புவிழா

வெகு விமரிசையாய் நடக்கிறது மேல்மட்டு (வண்ணாத்திப்பாறை) கொக்குகள் காப்பகம் திறப்புவிழா.

இந்த மேல்மட்டு கொக்குகள் காப்பகத்தை உருவாக்க அரும் பாடுபட்டு, தன் உடல், பொருள், ஆவி என எல்லாம் கொடுத்த வனத்துறை அமைச்சர் மாசாணமுத்து அவர்களை உரையாற்ற அழைக்கிறேன் .

“எல்லாருக்கும் வணக்கம். எங்கள் ஆட்சி மக்கள் நல ஆட்சி மட்டுமல்ல, கொக்குகள் நல ஆட்சியும்கூட, புலிகள் நல ஆட்சியும்கூட.

இந்தப் பகுதியில் பயங்கரவாதிகள் ஊடுருவி இருந்த நிலையில், அவர்களை எல்லாம் கொன்று போட்டுவிட்டு மற்ற பயங்கரவாதிகளை எல்லாம் கைதுசெய்து, சிறையில் அடைத்து, இந்தக் காப்பகம் உருவாக மும்மூர்த்திகளாய் செயல்பட்ட கலெக்டர் அபினேஸ் வர்மா, SP கரிகாலன், DFO மதியழகன் உள்ளிட்ட அதிகாரிகளுக்கு என் நன்றியைத் தெரிவித்துக் கொள்கிறேன்.

அதேபோன்று இரவு பகலாக கொக்கு, கொக்கு எனப் புலம்பித் தள்ளி பாராளுமன்றத்தில் குரல் எழுப்பி, காப்பகம் அமைய அமைச்சர் மண்ராதாகண்ணன் எடுத்த முயற்சி சொல்லி மாளாது.

இப்படி MLA, எதிர்க்கட்சி தலைவர், எல்லாரையும் புகழ்ந்து தள்ளியபின் வனத்துறை அமைச்சர் மாசாணமுத்து கைதட்டல் கர ஒலியில், ரிப்பன் வெட்டி காப்பகத்தைத் திறந்துவைத்து காப்பகத்தைப் பார்வையிட அதிகாரிகளுடன் நடக்கத் தொடங்கினார்.

பழங்குடிகள் வாழ்ந்ததற்கான எந்த அடையாளமும் இல்லை. ஆளரவமற்ற பராமரிப்பு இன்றி முள்புதற் மண்டிய நிலையில் காட்டுக் கோயிலாய்க் காட்சித் தருகிறது மலையப்பன் சாமி கோயில்.

ஏரிக்குப் போகக்கூடிய வழியில் அதாவது கொக்குகள் காப்பகத்துக்குச் செல்லக்கூடிய வழியில், பல ஆண்டுகள் கம்பீரமாய் நின்ற பல நூறு மரங்கள் வெட்டப்பட்டு பளபளக்கும் தார் சாலைகள் அமைக்கப்பட்டிருந்தது. காப்பகக் கட்டடங்களும் கட்டப்பட்டிருந்தது.

பல விதமான கொக்குகளின் புகைப்படங்கள், கலர்கலர் மின்விளக்குகளுக்குப் பின்னால் எரிய வைக்கப்பட்டிருக்க, அப்புகைப்படங்களில் இருக்கும் கொக்குகள் சம்பந்தமாக, வரும் சுற்றுலாப் பயணிகளுக்கு விளக்கி சொல்ல ஆட்களும் போடப்பட்டு இருந்தது.

"இந்தக் கொக்குகள் நைஜீரியன் நாட்டில் இருந்து ஒவ்வொரு அக்டோபர் மற்றும் நவம்பர் மாதங்களில் இனப்பெருக்கம் செய்ய இங்கு வரும். அப்படி நம்மைத் தேடிவரும் விருந்தாளிகளைப் பாதுகாத்து, அவர்களுக்கு அபயம் அளிப்பது நமது பண்பாடு. அதனால்தான் அவற்றைப் பராமரிக்க பல கோடி செலவு செய்து இந்தக் காப்பகத்தையே உருவாக்கியுள்ளது அரசு" என்று எழுதிக்கொடுத்ததை அப்படியே பாடமாக வாசித்துக் கொண்டிருந்தான் அந்த வழிகாட்டி.

நூற்றுக்கணக்கான சுற்றுலாப் பயணிகள் ஆங்காங்கே கலர்கலராய் உடையணிந்துகொண்டு புகைப்படங்கள் எடுத்து மகிழ்ந்துகொண்டிருக்க, கம்பிகளால் அமைக்கப்பட்டிருந்த 'வியூ பாய்ண்டில்' வனத்துறை அமைச்சர், மத்திய மந்திரி, *MLA* கலெக்டர், *SP*, *DFO*, உள்ளிட்ட அதிகாரிகள் நின்றுகொண்டு பழைய வண்ணாத்திப்பாறையின் ஏரிக்கரைதான் தற்போதைய மேல்மட்டு ஏரி.

அவ்வேரியின் அழகை ரசித்துப் பார்த்துக்கொண்டிருந்த வனத்துறை அமைச்சர், "என்ன மந்திரி நினைத்ததைச் சாதிச்சிட்ட போல, இனி உன் காட்டில் மழைதான் போ" என்றார்.

"யோவ் அமைச்சரே நம்ம காட்டில் மழையினு சொல்லுய்யா. ஆமாய்யா மந்திரி ஆட்சி முடியும்காட்டி செம்மரம், தாது உள்ளிட்ட எல்லா கனிமங்களை வெட்டி எடுக்க கான்ராக்ட்ட விடுணும்."

"அடப் போயா... அமைச்சரே எல்லா ரெடியா இருக்காங்க. நீ *O.K.*ன்னு மட்டும் சொல்லு நாளைக்கே உன் ஆபீஸ் வாசலில் நிக்கவைக்கிறேன்" என்றார் மந்திரி மண்ராதாகண்ணன்."

"அண்ணே நாங்களும் இருக்கோம் மறந்திரப்போறீங்க" என்றார் *MLA*."

“என்ன சதவீதம் பேசுனோமோ அதுபடி எல்லாத்துக்கும் வந்துரும். கலெக்டர், *SP*, அவரு பேரு என்ன...ஆங் *DFO* இது இல்லாம பத்திரிகை கித்திரிகைன்னு நிறைய இருக்கு. யாரும் கவலைப்பட வேண்டாம். அவரவர் பங்கு வந்துசேர்ந்திரும். என்ன அமைச்சரே...”

“ஆமா ஆமா...”

“கலெக்டரே கொக்குகள் காப்பகம், கொக்குகள் காப்பகம் என்று ஓவரா பில்டப் செய்து அதை பெருசா டெவலப் பண்ண வேண்டாம். கொக்குகள் காப்பகம் என்ற நேம் போர்டு மட்டும் பளபளவென வைச்சுகங்க. அது ஒண்ணுதான் நமக்கு வேணும்.”

“சரி சார் அப்படியே பார்த்துப்போம்” என்றார் ஆட்சியர்.

“ஏன் மந்திரி, கொக்கு கறி நல்லா இருக்குமாயா” வனத்துறை அமைச்சர் கொக்குகள் மேல் உள்ள பிரியத்தில் கேட்க, “அமைச்சரே நீ ஊன்னு சொல்லு அடிவாரம் போகும்காட்டி நைஜீரியன் கொக்கு பிரியாணி உன் காருக்கு வரவைக்கிறேன்” என்றார் மத்திய மந்திரி மண்ராதா.

“ஏய் வேணாய்யா வேற நாள்ள பார்த்துப்போம்” என்று பேசிக்கொண்டே காரை நோக்கி நடந்தனர்.

அமைச்சர்கள், அதிகாரிகள் என அனைவரின் காரும் அணிவகுத்து மேல்மட்டு காப்பகத்தைவிட்டு வனக்காட்டு வளைவில் திரும்ப ‘வண்ணாத்திப்பாறை’ என்று எழுதப்பட்ட பெயர்ப்பலகை காட்டுப் புதருக்குள் பாறை என்ற வாசகம் மட்டும் அழிந்த நிலையில் தெரிய, காரின் சக்கரங்கள் உருண்டோடி கொண்டிருந்தது.

அமைச்சரின் கார் வண்ணாத்திப்பாறை பழங்குடிகளுக்கு அடிவாரத்தில் வழங்கப்பட்டிருந்த குடிசைகள் வழியே சென்று கொண்டிருக்க, பின்சீட்டில் இருந்த கலெக்டர் “சார் இவங்கதான் அந்த வண்ணாத்திப்பாறை பழங்குடி மக்கள்” குடிசைகளை நோக்கி கைகாட்டினார்.

“கலெக்டரே இந்த ஆதிவாசி குரூப்ப போற வழியிலே வைச்சு இருக்கீங்க. அது நமக்கு ஆபத்துயா. கொஞ்சம் பத்து, ஐம்பது கிலோமீட்டர் தாண்டி மலைக்காட்டுப் பக்கம் மாத்திரு சரியா” என்றார் மக்கள் நல ஆட்சி செய்யும் கட்சியின் வனத்துறை அமைச்சர்.

“சொல்லீட்டிங்கல்ல செஞ்சுருவோம் சார்” என்றார் மாண்பு மிகு கலெக்டர்.

பகுதி 22 - உட்பிரிவு 1

இரண்டாண்டுகளுக்குப் பிறகு

மலை கிராமங்களில் ஒன்றான முக்காலிக்குன்று டீக் கடையில் அன்றைய தினசரி நாளிதழ் ஒன்றைப் புரட்டியபடி பெரியவர் ஒருவர் சத்தமிட்டு அதிர்ச்சிகரமான செய்தி ஒன்றை வாசித்துக்கொண்டிருந்தார்.

அச்செய்தி: 'மேல்மட்டு காப்பத்துக்குச் சுற்றுலா பயணிகள் வருகை அதிகமாக உள்ளதால் சுற்றுலா பயணிகளின் வசதிக்கு ஏற்ப மேல்மட்டில் இருந்து அடிவாரம்வரை புதிய மற்றும் நவீன நான்கு வழிச்சாலை அமைக்க அமைச்சரவை ஒப்புதல் வழங்கி யுள்ளது. விரைவில் பணி தொடங்கப்படும். நான்கு வழிச்சாலை அமைப்பதற்கு மலை கிராமங்களான முக்காலிக்குன்று உள்ளிட்ட ஆறு கிராமங்களின் பழங்குடி மக்கள் வெளியேற்றப்பட உள்ளனர் என்றும், அப்படி வெளியேற்றப்படும் பழங்குடிகளுக்கு அதி நவீன வசதிகளுடன் அடிவாரத்தில் இடம் தரப்படும்' என்று கலெக்டர் தன் செய்தி குறிப்பில் தெரிவித்தார்.

பெரியவர் படித்து முடிக்க, "இது என்னைய்யா அநியாயமா இருக்கு. காடே கதின்னு வாழும் பழங்குடி மக்கள் எப்படி அடிவாரம் போய் வாழ முடியும்?"

"இதை விடக் கூடாதுய்யா எல்லா பழங்குடி மக்களையும் ஒன்றுதிரட்டிப் போராடணும்" என்று மற்றொரு பெரியவர் கோபத்தைக் கொப்பளிக்க, "அது எப்படி மத்த ஊர்க்காரங்க வருவாங்க என்று ஒரு குரல் கோபமாகக் கேட்க, பெரியவர் ஒருவர் "ஏன் வர மாட்டாங்க. எல்லாம் நம்ம சனம் பழங்குடி மக்கள் தானே என்றார்.

"வண்ணாத்திப்பாறை பழங்குடிகளை அரசாங்கம் அடித்து துரத்தும்போது வேடிக்கைதானே பார்த்தீங்க, நம்ம சனம் என்று யாராவது போனீங்களா, இல்லையே, இப்ப அதே ஆயுதம் மற்ற கிராமங்களை நோக்கி திரும்பி இருக்கு. வாங்கய்யா போய் விசாரித்துவிட்டு வருவோம் என்று இதே டீக்கடையில உக்கார்ந்து நான் சொன்னப்ப, 'காடா, நீ போலீஸ் வண்டியில ஏறிப்போ. நாங்க பொழப்புக்குப் போறோம்' என்று நக்கல் மயிரா சொல்லிட்டுப் போன ஆளுங்கதானே நீங்க. அவங்க விட்ட சாபம் எல்லாம் சும்மா விடுமா சாவுங்கடா. எனக்கு வேலை இருக்கு" என்றபடி தன் இருசக்கர வாகனத்தை எடுத்துக்கொண்டு வேகமாக கிளம்பினான் காடான்.

பகுதி 22 - உட்பிரிவு 2

அடிவாரம் டீக்கடையில் நாளிதழ் ஒன்றைப் புரட்டிக் கொண்டிருக்கும் வண்ணாத்திப்பாறை கிராம உண்டுஉறைவிடப் பள்ளியின் அப்போதைய ஆசிரியர் மதிமாறன், கடைசிப் பக்கம் வந்துள்ள ஒரு செய்தியைப் பார்த்தவுடன் கூர்ந்து கவனித்து படித்துவிட்டு "அடப்பாவிகளா இதற்காடா அம்மக்கள்மீது இவ்வளவு வன்முறையை நடத்துனீங்க ஒரு கிராமத்தையே அழிச்சுட்டீங்களடா. அவங்க கலாசார பண்பாடு எல்லாம் இழந்து, இப்ப எங்க இருக்காங்கன்னே தெரியாம ஆக்கிட்டீங்களடா நாசமா போயிருவீங்கடா."

நாளிதழை வைத்துவிட்டு கவலை தோய்ந்த முகத்துடன் அமர்ந்திருந்தார் ஆசிரியர் மதிமாறன்.

அச்செய்தி: 'சர்வதேச கொக்குகள் ஆணையம் கடந்த மாதம் மேல்மட்டு கிராமத்தில் நடத்திய ஆய்வில் கடந்த இரண்டு வருடங்களாக மேல்மட்டு கொக்குகள் காப்பகத்துக்கு வெளி நாட்டு, உள்நாட்டு கொக்குகள் வருகை இதுவரை இல்லாத அளவுக்குக் கணிசமாகக் குறைந்துள்ளது.

ஏன் என்று ஆய்வு செய்ததில் 80 சதவிகிதமான கொக்குகள் தன் கூட்டை ஏரிக்கரையில் உள்ள கருவேலம் மரங்களில்தாம் அமைந்துள்ளது. அதற்கு தேவையான பூச்சி, புழு போன்ற உணவை ஏரிக்கரையைச் சுற்றி இருக்கும் புல்வெளி நிலப்பரப்பில் பெற்று வந்தது.

தற்போது புல்வெளி நிலப்பரப்பு முழுவதும் பெரியபெரிய கோரைப் புல் மண்டி உள்ளது. அதனால் ஏரியைச் சுற்றியுள்ள நிலப்பரப்பில் கொக்குகளால் கால் ஊன்றி நிற்ககூட முடியாத சூழல் உருவாகியுள்ளது.

இதுநாள்வரை அந்தக் கோரைப் புல்லை எருமைகள் மேய்ந்து வந்தது தெரியவருகிறது. கடந்த இரண்டு வருடங்களாக மாடு மேய்ச்சலுக்கு அங்கு தடைவிதிக்கப்பட்டதே இதற்குக் காரணம் என்று பட்டவர்த்தனமாகத் தெரிகிறது.

அதேபோன்று இரண்டாண்டுகளுக்கு முன் இருந்த இயற்கை பராமரிப்பு தற்போது இல்லாமல் போனதும். அரசு பராமரிக்க தவறியதும் ஒரு காரணம் என்று தன் அதிர்ச்சியையும், அதிருப்தி யையும் வெளியிட்டுள்ளது சர்வதேச கொக்குகள் ஆணையம்."

பகுதி 23

ஏழு வருடங்களுக்குப் பின்

மண் ரோட்டின் பள்ளம் மேடுகளில் விழுந்து புழுதியைக் கிளம்பியவண்ணம் அத்திக்காடு கிராமத்துக்குப் போகும் அரசு பேருந்து ஒன்று தட்டுத்தடுமாறிச் சென்றுகொண்டிருந்தது. பள்ளிச்சீருடை அணிந்த மாணவ மாணவியர்களின் கூட்டம் நிரம்பி வழிய, காய்கறிகூடைமுதல் கருவாட்டு கூடைவரை டவுனுக்கு வியாபாரத்துக்குச் செல்லும் வயதான மூதாட்டிகள் கூட்ட நெரிசலில் தவியாய்த் தவிக்க, அந்தக் கூட்ட நெரிசலிலும் வயதான பெரியவர் இருவர் நாட்டு நடப்புகளை அசைபோட்ட படி முக்கியமான செய்தி ஒன்றைப் பேசத் தொடங்கினர்.

"ஏம்பா இன்னைக்கி உச்சநீதிமன்றம் சொல்லப்போகிற தீர்ப்பு ஞாயமா வருமா?" என்கிறார்.

மற்றொருவர், "வருன்னுதான் நினைக்கிறேன்."

"கொஞ்சம்நஞ்ச போராட்டமா நடத்தியிருக்காங்க அந்தப் பழங்குடிங்க..!

"கடந்த இருபது வருசப் போராட்டம் கண்டிப்பா நல்ல தீர்ப்புதான் வரும். உயர் நீதிமன்றமே தள்ளுபடி செய்த வழக்கு உச்ச நீதிமன்றம் என்ன சொல்லப்போகுதே தெரியலை."

"பாப்போம் இன்னும் கொஞ்ச நேரத்தில தெரிஞ்சுடும்."

இப்படியான பேச்சுகள் இங்கு மட்டும் அல்ல, தேசத்தின் பல பகுதிகளில் எதிரொலித்தது. அப்படி ஒரு வலிமையான சட்டப் போராட்டத்தை நடத்தி இருந்தனர் வழக்கறிஞர்களான பூங்குழலியும் எத்தனும்.

உச்சநீதிமன்ற வளாகம் மிகவும் பரபரப்பாகக் காணப்பட்டது.

கறுப்பு கோட்டுடன் மூத்த வழக்கறிஞர்கள் புடை சூழ பூங்குழலியும், எத்தனும் காத்திருந்தனர். இவர்களுக்கு ஆரம்பத்தில் ஒரு சில நண்பர்களான ஒரு சில வழக்கறிஞர்கள் மட்டும் துணையாய் நின்றனர்.

பலவிதமான எதிப்புகள், அச்சுறுத்தல்கள், மிரட்டல்கள் என பல மோசமான கட்டங்களைத் தாண்டி உறுதியோடு இருவரும் நடத்திவந்த இந்தச் சட்டப் போராட்டம், இன்று தேசிய அளவில் பேசும்பொருளாக மாறி, பல மூத்த வழக்கறிஞர்கள் துணையாய் வந்து நின்றனர்.

இன்று உச்ச நீதிமன்றம் வழங்க இருக்கின்ற இறுதித் தீர்ப்பை நேரடியாகப் பாதிக்கப்பட்ட பழங்குடிங்கள் மட்டுமன்றி தேசத்தின் பல பகுதிகளில் உள்ளவர்களும் எதிர்பார்த்துக் காத்திருக்கின்றனர்.

நீதிமன்ற வளாகத்தில் தேசிய, மாநில ஊடகங்கள் குவிந்திருந்தனர். உச்ச நீதிமன்றம் தலைமை நீதிபதி தீர்ப்பை வாசிக்கத் தொடங்குகிறார்.

“இரு தரப்பின் வாதங்களைக் கேட்டபின்பு பல கோப்புகளை ஆய்வுசெய்த பின்பு மிகவும் கவனத்துடன் நாட்டின் உயர்ந்த சட்டமான இந்திய அரசியல் சாசன சட்டத்தின் அடிப்படையில் இந்தத் தீர்ப்பை வழங்குகிறேன்.

இந்தத் தேசத்தின் நிலம் இங்கு வாழும் மனிதர்களுக்கு எவ்வளவு சொந்தமோ, அதே அளவு தேசத்தில் வாழும் விலங்குகளுக்கும் பறவைகளுக்கும் ஒவ்வொரு ஜீவராசிகளுக்கும் சொந்தம்.

பறவைகளையும், விலங்குகளையும் பாதுகாப்பது அரசின் கடமை மட்டுமல்ல, ஒவ்வொரு குடிமகனின் கடமையும் ஆகும். பறவைகள் மற்றும் விலங்குகள் சரணாலயங்கள், காப்பகங்கள் அமைப்பது இன்றியமையாத ஒன்று.

அதே சமயம் விலங்குகள் வாழ்விடங்களை, வழித்தடங்களை அழித்து மனிதர்கள் குடியேற அனுமதிக்க முடியாதோ அதே போன்று மனிதர்கள் காலம்காலமாக வசித்துவந்த வசிப் பிடங்களை அழித்து அவர்களை வெளியேற்றிவிட்டு புதிய காப்பகங்கள் சரணாலயங்கள் அமைப்பதை ஒருபோதும் ஏற்றுக் கொள்ள முடியாது.

அப்படி கடந்த இருபது ஆண்டுகளுக்கு முன்பு அமைக்கப் பட்ட மேல்மட்டு கொக்குகள் காப்பகத்தின் தற்போதைய நிலையை ஆய்வுசெய்த முன்னாள் நீதிபதிகள் முன்வைத்த கருத்து, காப்பகம் என்ற பெயரில் வனக்காட்டின் விலைமதிப்பற்ற மரங்கள் உள்ளிட்ட கனிமவளங்கள் சட்டத்துக்குப் புறம்பாகக் கொள்ளையடிக்கப்பட்டு ஏற்றுமதி செய்யப்பட்டுள்ளது தெரிய வருகிறது.

அங்கு வசித்து வந்த பழங்குடி ஆதிவாசி மக்களைப் பலவந்தமாக வெளியேற்றியதும் தெரியவருகிறது. பழங்குடி மக்கள் அங்கு வசிக்கும் போது வருகைதந்த கொக்குகளின் வருகையும் தற்போது முற்றிலும் குறைந்துபோனதை சர்வதேச கொக்குகள் ஆணையமும் உறுதிப்படுத்தியுள்ளது.

இப்படி பலவந்தமாக இந்திய சாசன சட்டத்துக்குப் புறம்பாக உருவாக்கப்பட்ட மேல்மட்டு கொக்குகள் காப்பகத்தை நிரந்தரமாக அப்புறப்படுத்தவும் அதே மலையில் புலிகள் காப்பகத்துக்காக எட்டு கிராம மக்களிடமிருந்து கையகப்படுத்தப்பட்ட அவர்களின் நிலங்களை அவர்களிடம் ஒப்படைத்து, அங்கு வெளியேற்றப் பட்ட அனைத்து பழங்குடி மக்களையும் மீள்குடியேற்றம் செய்து, அவர்களுக்கு வேண்டிய அனைத்து உதவிகளையும் செய்துதர அரசுக்கு இந்த நீதிமன்றம் உத்தரவிடுகிறது.

நாட்டின் கனிமங்கள் சட்டவிரோதமாகச் சுரண்டிய தேச துரோகிகள் மீது நடவடிக்கை எடுக்க அரசு விசாரணை கமிஷன் ஒன்றை அமைத்துத் தகுந்த நடவடிக்கை எடுக்க பரிந்துரை செய்கிறது.

பயங்கரவாத செயல்களில் ஈடுபட்ட பெரியண்ணன் மணி முத்து உள்ளிட்டவர்களைக் கூட்டுபடுகொலை செய்ததாக குற்றஞ் சாட்டப்பட்ட கலெக்டர், *SP*, *DFO* உள்ளிட்ட 22 நபர்களுக்கு எதிராகப் போதிய ஆதாரம் இல்லாத காரணத்தால் அனைவரையும் இந்த வழக்கில் குற்றமற்றவர்கள் என்று விடுவிக்கிறது.

காவல்துறை அதிகாரி இன்ஸ்பெக்டர் ராஜேந்திரன் படு கொலை சம்மந்தமாக உயர்நீதி மன்றத்தால் ஆயுள் தண்டனை விதிக்கப்பட்ட பழங்குடி இனத்தை சார்ந்த அகத்தி, அன்பரசு உள்ளிவர்களின் ஆயுள் தண்டனையும் ரத்துசெய்கிறது. போதிய ஆதாரத்தையும் நேரடி சாட்சிகளையும் நிரூபிக்கத் தவறியது அரசு தரப்பு.

இருபது வருடங்களுக்கு மேலாக நடைபெற்று வந்த வண்ணாத்திப்பாறை மேல்மட்டு வழக்கு முடித்து வைக்கப் படுகிறது. நீதிபதி தீர்ப்பை வாசித்துவிட்டு வெளியேறினார்.

வெளியே கண்ணீர் மல்க, கட்டித்தழுவிக்கொண்டனர் தம்பதியினரான எத்தனும் பூங்குழலியும். அரசு தரப்பு வழக்கறிஞர்களைத் தவிர பெரும்பாலான வழக்கறிஞர்களின் முகத்தில் மகிழ்ச்சி பொங்க இனிப்புகளைக் கொடுத்து கொண்டாடி மகிழ்ந்தனர்.

மற்றொரு புறம் விடுக்கப்பட்ட முன்னாள் கலெக்டரும் தற்போதைய மத்திய பிரதேச மாநில உள்துறை செயலருமான வர்மா, முன்னாள் Spயும் தற்போதைய மஹாராஷ்டிரா மாநில ஐஜியுமான கரிகாலன், முன்னாள் மாவட்ட வனத்துறை அதிகாரியும் தற்போதைய மாநில வனத்துறை இயக்குனருமான மதியழகன் உள்ளிட்டோர் விடுதலை செய்யப்பட்ட வெற்றியைக் கொண்டாடி மகிழ்ந்தனர்.

ஊடகங்கள் பரபரப்பாக செய்திகளை வெளி உலகுக்கு அறிவித்துக்கொண்டிருந்தனர்.

மீண்டும் மலையேற்றம்.

மூட்டை முடிச்சுகளுடன் மூப்பு அகத்தி தலைமையில் பழங் குடி மக்கள் தங்கள் உயிரான வண்ணாத்திப்பாறையை நோக்கி மகிழ்ச்சி வெள்ளத்தில் சந்தோஷமாய் மலையேறத் தொடங்கினர்.

மலையப்பன் கோயில் வாசலில் வந்துசேர்ந்த பழங்குடிங்கள் முதல் வேலையாய் இருபது ஆண்டுகள் நடைபெறாமல் போன சித்திரை திருவிழாவுக்காகக் காப்பு மரத்தைக் கட்டி, கூச்சலிட்டு ஏற்றினர். பூங்குழலி, எத்தன் ஆகியோரின் கன்னங்களில் சந்தனம் பூசி தலையில் தூக்கிவைத்துக் கொண்டாடினர்.

கொண்டாட்டங்களுக்கு மத்தியில் அகத்தி தென்படவில்லை. ஊரே தேடிச்செல்ல, அகத்தி, தன் நண்பன் வனபடுகன் புதைக்கப்பட்ட இடத்தில் கண்ணீர் மல்க, "நண்பா உன்னோட வண்ணாத்திப்பாறையைமீட்டுடேன்டா. நீ கொடுத்த பொறுப்பைச் சரியா செய்துட்டேன்டா. உன் ஆசையை நிறை வேற்றிட்டேன்டா என்று கதறியபடி வனபடுகனின் சமாதியிலேயே முகம்குப்புற சாய்ந்தபடி தன் உயிரையும் விட்டிருந்தார் அகத்தி!"

தன் நண்பனின் சமாதி அருகிலேயே அகத்தியையும் அடக்கம் செய்தனர்.

வண்ணாத்திப்பாறை புதிய மூப்பு அன்பரசு தலைமையில் கொஞ்சம்கொஞ்சமாக உயிர்பெறத் தொடங்கியது.

பகுதி 24

மஹாராஷ்டிரா மாநிலம் கட்சியொளி

தேசிய, மாநிலத் தொலைக்காட்சிகளின் நிருபர்கள் ஆங்காங்கே நின்றுகொண்டு கையில் மைக்கைப் பிடித்த வண்ணம் எதிரே கேமராவுடன் நிற்கும் தங்கள் தொலைக்காட்சி கேமராமேன் வழியாகப் பரபரப்பான தகவல்களை நேரலையில் வழங்கிவருகின்றனர்.

'நவ் டைம்ஸ்' தொலைக்காட்சியின் செய்தி அறையில் இருந்து மிஸ்டர் மாலன் இணைப்பில் காத்திருக்கிறார்.

சம்பவம் நடந்த இடத்திலிருந்து உண்மை செய்திகளை உடனுக்குடன் தரும் மாரிதாசன் இணைப்பில் வருகிறார்.

"மிஸ்டர் மாரி கேட்குதா."

"மிஸ்ட்ர் மாரி, தொடர்பில் இருங்க்கீங்களா."

செய்தி அறையில் இருந்து மாலன் மூச்சுவிடாமல் கதைத்துக் கொண்டிருக்க...

"மிஸ்டர் மாலன் நான் தொடர்பில் இருக்கேன். நீங்க பேசுறது எனக்குக் கேட்குது" மாரி பதில் அளிக்க, "இப்ப அங்க சூழல் எப்படி இருக்கு? சம்பவம் எப்படி நடந்தது. யார் செய்தது. இதன் பின்னணியில் யார் இருப்பதாகக் காவல்துறை வட்டாரம் தெரிவிக்கிறது. கொஞ்சம் தெளிவாக சொல்லுங்க மாரி" மாலன் பரபரத்தக் குரலில் கேள்விகளை அடுக்கினார்

ரிப்போட்டர் மாரிதாசன் பரபரப்பாகப் பதில் அளிக்கத் தொடங்கினார்.

"கண்டிப்பாக, கண்டிப்பாக மிஸ்டர் மாலன். நடந்ததை நடந்தபடி தெளிவாகச் சொல்லுறேன். இன்றைக்குக் காலையில் வாக்கிங் சென்றுகொண்டிருந்த மண்டல ஐஜி மிஸ்டர் கரிகாலன் (வண்ணாத்திப்பாறையின் பழைய SP) அவர்கள் மீது மர்ம நபர்கள் கையெரி குண்டுகளை வீசித் தாக்குதல் நடத்தி இருக்காங்க. உயிருக்கு ஆபத்தான நிலையில் அவரை மருத்துவமனைக்குக் கொண்டுசென்றிருக்கிறார்கள்.

மண்டல ஐஜி மிஸ்டர் கரிகாலன் இறந்துவிட்டதாக மருத்துவமனை வட்டார செய்திகள் தெரிவிக்கிறது.

பாகிஸ்தான் பயங்கரவாதிகளுக்கு எதிராக அவர் எடுத்த பல நடவடிக்கைகளால் கோபம் கொண்ட பாகிஸ்தான் தீவிர வாதிகள்தான் கரிகாலன்மீது தாக்குதல் நடத்தி இருக்கலாம் என்று காவல்துறை உயர் மட்டத்தில் பேச்சு அடிபடுகிறது மிஸ்டர் மாலன்.

"கண்டிப்பா மிஸ்டர் மாரி. இது பாகிஸ்தான் தீவிரவாதிகளின் சதி என்பதில் நமது 'நவ் டைம்ஸ்' தொலைக்காட்சிக்கு எள்ளளவும் மாற்றுக் கருத்து இல்லை."

"நுட்பமான மற்றும் உண்மையான தகவல்களைத் தந்தமைக்கு நன்றி மிஸ்டர் மாரி..."

BREAKING NEWS

'பாகிஸ்தான் தீவிரவாதிகளின் திடீர் தாக்குதலில் இந்தியக் காவல்துறை உயர் அதிகாரி கரிகாலன் படுகொலை. இரு நாடுகளுக்கும் போர் மூளும் அபாயம். பாகிஸ்தானுக்கு பிரதமர் கடும் கண்டனம்.'

பிரேக்கிங் நியூஸைத் தெறிக்கவிட்டுக்கொண்டிருந்தனர் தேசிய மாநில செய்தி சேனல்கள்.

சத்திரபதி சிவாஜி ரயில் நிலையம்.

'பயணிகளின் கனிவான கவனத்துக்கு, மஹாராஷ்டிராவில் இருந்து மத்திய பிரதேசம் போபால்வரை செல்லும் மும்பை எக்ஸ்பிரஸ் தற்போது ஏழாவது பிளாட்பார்மில் இருந்து இன்னும் சற்று நேரத்தில் புறப்படும்.'

இந்தி, ஆங்கிலம் என மாறிமாறி சொல்லிகொண்டிருந்தாள் அறிவிப்பு செய்யும் பெண்மணி. புறப்பட ஆயத்தமாகி பெரு மூச்சைவிடத் தொடங்குகிறது இரயில்.

S9 பெட்டியில் தனது 36வது நம்பர் லோயர் சீட்டைத் தேடிப் பிடித்து அமர்கிறார் அந்த 65 வயது மதிக்கத்தக்க முதியவர் ஒருவர்.

"அப்பப்பா என்னா கூட்டம் சீட்டைக் கண்டுபிடிக்கும்காட்டி சீவன் போயிருச்சு."

தன் கை பைகளை வைக்கவேண்டிய இடத்தில் வைத்து விட்டு, சாவகாசமாக எதிரே 28, 30 வயது மதிக்கதக்க

இளைஞர்கள் இருவர் அமர்ந்திருக்க, அதில் ஒருவர் போர்வை ஒன்றைப் போர்த்தியபடி ஜன்னல் கம்பியில் தலையைச் சாய்த்து தூங்கிக்கொண்டிருக்கிறார்.

மற்றொருவர் ஜன்னல் வழியே ஓடும் மரங்களையும் மின் கம்பங்களையும் பார்த்தபடி வருகிறார்.

இரயில் வேகத்தின் காரணமாகப் போர்வை காற்றில் பறக்க, போர்வையைப் போர்த்தி இருந்த இளைஞன் குளிர் தாங்காமல் முண்டுகிறார். மற்றொரு இளைஞன், "பெரியவரே இந்த ஜன்னலைச் சாத்தட்டுங்களா உங்களுக்கு ஒன்றும் ஆட்சேபணை இல்லையே?" என்று கேட்க, "தம்பி தாராளமாகச் சாத்துங்க எனக்கும் பயங்கரமா குளிருது". ஜன்னல் சாத்தபட்டு அமர, எதிரே அமர்ந்திருந்த அந்தப் பெரியவர் "தம்பி எங்கே போய்ட்டு வர்றீங்க?" என்று கேள்வி எழுப்ப, "கரிகாலன்னு நமக்கு வேண்டிய போலீஸ்காரர் ஒருத்தரை நேற்று குண்டு வீசிக் கொன்னுட்டாங்க. அந்த எழவுக்குப் போய்விட்டு வருகிறோம்."

"ஆமா தம்பி, ஆமா தம்பி. ஏதோ பாகிஸ்தான் தீவிர வாதிங்கதான் செய்து இருக்கிறதா செய்தி படிச்சேன். ஊருக்குப் போகாம போபால் போய்ட்டு இருக்கீங்க. அங்க வேலை செய்யுறீங்களா தம்பி."

"இல்லைங்கையா எங்களுக்கு நிறைய உதவிகள் செய்த உள்துறை செயலர் வர்மா அவர்களைச் சந்தித்து நன்றி தெரிவிக்க போயிட்டு இருக்கோம்."

"அவரு கலெக்டராகூட இருந்தார்ல்ல தம்பி."

"ஆமாங்கய்யா, ஆமாங்கய்யா."

"ஐயா உங்க ஊரு எதுங்கய்யா?"

"நமக்கு திருநெல்வேலி தம்பி."

"திருநெல்வேலியா... ரொம்ப சந்தோஷங்கையா."

"ஏம்பா என்ன ஆச்சு?"

"மத்திய பிரதேசத்தில் உள்துறை செயலர் வர்மாவை முடிச்சுட்டு, சாரி, பார்த்துமுடிச்சுட்டு, திருநெல்வேலியில் இருக்கிற எங்களுக்காகப் பெரும்பெரும் வேலை எல்லாம் செய்த மறக்க முடியாத நபர் மதியழகனை சந்திக்க வரணும். அதான் கேட்டேன் ...

"வாங்க, வாங்க தம்பி, வந்தா வீட்டுக்கு வாங்க."

“தம்பி நீங்க எந்த ஊருன்னு சொல்லவே இல்லையே தம்பி” என்று பெரியவர் கேள்வி எழுப்ப...

“எங்க ஊருங்களாய்யா”

“ஆமா தம்பி... உங்க ஊர்பேருதான் கேக்குறேன்...”

“வண்ணாத்திப்பாறை!”